KINH TẾ HỌC SƠ ĐẲNG QUA MỘT BÀI HỌC
Henry Hazlitt - Vân Trường *dịch*
Bìa: Uyên Nguyên Trần Triết
Dàn trang: Nguyễn Thành
Nhân Ảnh Xuất Bản
ISBN: 9781990434259
Copyright © by Van Truong

KINH TẾ HỌC SƠ ĐẲNG QUA MỘT BÀI HỌC

HENRY HAZLITT
VÂN TRƯỜNG *dịch*

KINH TẾ HỌC SƠ ĐẲNG QUA MỘT BÀI HỌC

NHÂN ẢNH
2021

Chân thành cảm tạ:

* Chị **Bùi Nguyễn**
* Cô **Kim Oanh**
* Typist **Tuyết Hoàng**
* Nhà thơ, văn **Nguyễn Thị Thanh Bình**
* **Mr. Charles Fortenberry** and
  Mrs. Luong Lowman-Fortenberry

đã giúp đỡ để cuốn sách này được hoàn tất.

Để tưởng nhớ và ghi ơn ông Nguyễn Văn Tuấn, người cha đã hy sinh cuộc đời mình cho các con được đến bến bờ tự do của Hiệp Chủng Quốc *Hoa-Kỳ*.

LỜI TỰA

Henry Hazlitt, tác giả của quyển *Kinh Tế Học Sơ Đẳng Qua Một Bài Học* này, với một lối hành văn trải rộng, điêu luyện và ngụ ý đã tạo ra cho nó có một kiểu cách khác lạ hơn mọi cuốn sách kinh tế học khác. Ngoài cái tựa đề độc nhất vô nhị nhằm mục đích để nói lên sự thu gọn của nhiều bài học nhỏ tạo thành một bài học lớn cũng đủ sức thu hút sự tò mò của những ai có óc hiếu kỳ muốn tìm hiểu xem sự thật có như là tác giả đã quảng cáo qua cái tựa đề hay không, và do đó phải bỏ tiền ra để mua về đọc cũng đã làm cho cuốn sách trở nên bán chạy rồi. Nhưng ở đây, tôi không muốn nói lên điều đó để đánh giá thấp lối quảng cáo của tác giả, mà tôi chỉ có một mục đích là để báo cho độc giả hiểu rằng cuốn sách này thật sự là một bài học tổng thể, đơn giản nhưng đa dạng, gồm nhiều bài học nhỏ kết hợp thành. Điều này có nghĩa là chỉ trong một cuốn sách nhỏ này, tác giả đã tóm lược và bao gồm khá đầy đủ những định luật chủ yếu và cơ bản của môn kinh tế học. Được giải thích theo lối kể chuyện qua những câu chuyện giống như là chuyện ngụ ngôn nhưng rất thực tế và không có tính cách giả tưởng, tác giả đã giúp cho độc giả qua đó mà hiểu nhanh và nhớ sâu hơn những định luật kinh tế. Hazlitt là một kinh tế gia đã có những đề nghị rất là khuôn mẫu, mạnh bạo và những đề nghị này đã nảy sinh ra từ các ý kiến thông minh cùng các biện giải có lý từ kiến thức sâu rộng của ông.

Henry Hazlitt trong cuốn sách này đã cố gắng để đơn giản hóa những định luật, dưới nhiều hình thức khác nhau, qua những cấu trúc văn phạm đặc biệt sẽ làm cho độc giả cảm thấy có một sự hấp dẫn cộng với một sự thử thách trình độ thông minh của chính họ để mà có thể hiểu sâu xa những vấn đề được nêu ra qua những bài học có tính cách kể chuyện đó.

Vì quyển sách này được coi như là một cuốn sách giáo khoa bổ túc để giảng dạy các nguyên tắc và các chính sách kinh tế cho sinh viên của ngành kinh tế học, cho nên tôi phải duy trì càng nhiều các tài liệu của nó càng tốt. Mặc dù đã bỏ đi nhiều những câu văn không cần thiết và đã tóm tắt ý chính của những đoạn văn dài và hơi cầu kỳ của tác giả, tôi vẫn không thể đã bỏ qua các chi tiết quan trọng cần thiết khác. Do đó, mong độc giả thông cảm và cố gắng để tự tìm hiểu lấy những ý chính trong các đoạn văn có một trình độ diễn tả bởi những kỹ thuật văn phạm hơi rườm rà của tác giả.

August, 2002

LỜI TỰA

Henry Hazlitt, tác giả của quyển *Kinh Tế Học Sơ Đẳng Qua Một Bài Học* này, với một lối hành văn trải rộng, điêu luyện và ngụ ý đã tạo ra cho nó có một kiểu cách khác lạ hơn mọi cuốn sách kinh tế học khác. Ngoài cái tựa đề độc nhất vô nhị nhằm mục đích để nói lên sự thu gọn của nhiều bài học nhỏ tạo thành một bài học lớn cũng đủ sức thu hút sự tò mò của những ai có óc hiếu kỳ muốn tìm hiểu xem sự thật có như là tác giả đã quảng cáo qua cái tựa đề hay không, và do đó phải bỏ tiền ra để mua về đọc cũng đã làm cho cuốn sách trở nên bán chạy rồi. Nhưng ở đây, tôi không muốn nói lên điều đó để đánh giá thấp lối quảng cáo của tác giả, mà tôi chỉ có một mục đích là để báo cho độc giả hiểu rằng cuốn sách này thật sự là một bài học tổng thể, đơn giản nhưng đa dạng, gồm nhiều bài học nhỏ kết hợp thành. Điều này có nghĩa là chỉ trong một cuốn sách nhỏ này, tác giả đã tóm lược và bao gồm khá đầy đủ những định luật chủ yếu và cơ bản của môn kinh tế học. Được giải thích theo lối kể chuyện qua những câu chuyện giống như là chuyện ngụ ngôn nhưng rất thực tế và không có tính cách giả tưởng, tác giả đã giúp cho độc giả qua đó mà hiểu nhanh và nhớ sâu hơn những định luật kinh tế. Hazlitt là một kinh tế gia đã có những đề nghị rất là khuôn mẫu, mạnh bạo và những đề nghị này đã nảy sinh ra từ các ý kiến thông minh cùng các biện giải có lý từ kiến thức sâu rộng của ông.

Henry Hazlitt trong cuốn sách này đã cố gắng để đơn giản hóa những định luật, dưới nhiều hình thức khác nhau, qua những cấu trúc văn phạm đặc biệt sẽ làm cho độc giả cảm thấy có một sự hấp dẫn cộng với một sự thử thách trình độ thông minh của chính họ để mà có thể hiểu sâu xa những vấn đề được nêu ra qua những bài học có tính cách kể chuyện đó.

Vì quyển sách này được coi như là một cuốn sách giáo khoa bổ túc để giảng dạy các nguyên tắc và các chính sách kinh tế cho sinh viên của ngành kinh tế học, cho nên tôi phải duy trì càng nhiều các tài liệu của nó càng tốt. Mặc dù đã bỏ đi nhiều những câu văn không cần thiết và đã tóm tắt ý chính của những đoạn văn dài và hơi cầu kỳ của tác giả, tôi vẫn không thể đã bỏ qua các chi tiết quan trọng cần thiết khác. Do đó, mong độc giả thông cảm và cố gắng để tự tìm hiểu lấy những ý chính trong các đoạn văn có một trình độ diễn tả bởi những kỹ thuật văn phạm hơi rườm rà của tác giả.

August, 2002

LỜI NÓI ĐẦU CỦA STEVE FORBES

Một cách gần đây, chúng ta đang ở trong một thời kỳ của các lễ tưởng niệm hàng loạt những biến cố quan trọng như: lễ tưởng niệm hai quả bom nguyên tử đã thả xuống ở Nhật, lễ tưởng niệm Iwo Jima, Brent Woods, lễ tưởng niệm những ngày VE và VJ... và việc tái bản cuốn sách kinh tế học nổi tiếng nhất này của Henry Hazlitt. Năm thập niên đã trôi qua kể từ ngày xuất bản lần đầu tiên của quyển sách này, một quyển sách kinh tế học vĩ đại và bổ ích mà các lời giải thích rõ ràng và giản dị của nó, một cách không cần đòi hỏi, đã làm thay đổi thế giới về các lý thuyết kinh tế học.

Với quyển sách này, Henry Hazlitt đã cung cấp một vũ khí mạnh mẽ cho những ai đang chiến đấu trong đám mây mù mịt của việc tìm hiểu những nguyên tắc thuộc về kinh tế học. Với mục tiêu đó, ông đã vạch rõ các ngộ nhận chủ yếu trong các vấn đề về kinh tế học một cách rộng rãi và đầy thuyết phục để bác bỏ các sự ngộ nhận đó. Ông đã cho chúng ta thấy tại sao việc bảo vệ thuế nhập khẩu thực sự không phải là một sự bảo vệ, tại sao luật lương tối thiểu có thể gây nguy hại cho một số công nhân, và tại sao chính phủ phải cố gắng để sửa đổi và giữ vững giá cả hàng hóa. Và với mục đích đó, ông đã phát triển nhận thức rằng một thị trường mua bán không lệ thuộc vào sự can thiệp của chính phủ có thể phục vụ và cải tiến xã hội một cách tốt đẹp hơn.

Trong một thời kỳ mà những chính sách kinh tế mới đang tăng triển, Hazlitt đã nổi bật như là một trong những đối thủ thành công nhất của thị trường tự do và một trong những đối thủ nguy hiểm nhất của học thuyết Keynesian, mà học thuyết này đang điều khiển một cách độc tài nền kinh tế của Hoa Kỳ. Từ việc thành công của ông như là một thành viên trong ban biên tập của tờ *The New York Times*, Hazlitt đã gây ra những sự dồn dập nhất thời về hệ thống hành chánh của Roosevelt. Và với tạp chí *The Nation*, ông đã phục vụ như là một chủ bút về văn học, nhưng ông đã viết nhiều về kinh tế học; ông cũng đã gây ra những cơn động kinh tương tự cho chủ nhiệm của tạp chí này. Từ năm 1946 đến năm 1966, với tư cách là một biên tập viên cho tờ *Newsweek*, ông đã giúp giáo dục hàng triệu tân học viên của môn kinh tế học về sự thất bại rộng rãi của việc can thiệp của chính phủ trên thị trường kinh tế. Như là một dấu hiệu của thời đại phát triển hiện tại, ngày nay chúng ta có thể, một cách chắc chắn, nghi ngờ về cách lập luận tóm tắt như vậy của bất cứ một kinh tế gia nào.

Ludwig Von Mises đã gọi ông là *"nhà lãnh đạo kinh tế học của chúng ta"*, Friedrich Hayek cũng đã khen ngợi ông như vậy. Còn H. L. Mencken, một người được biết như là chưa khen ngợi ai bao giờ, cũng đã tôn kính ông như là *"một trong số ít các nhà kinh tế trong lịch sử nhân loại có thể hiểu được kinh tế học"*. Nhưng Henry Hazlitt không phải là một nhà kinh tế học; một cách chính thức, ông đã không có bằng cử nhân hay tiến sĩ nào trong môn học này cả. Việc thỏa mãn sự tò mò của ông về cách làm việc của thế giới đã dẫn dắt ông đến việc tự học để hiểu được những nguyên tắc cơ bản của kinh tế học.

Ông đã trải qua một nền giáo dục chính thức chỉ

trong một năm rưỡi ở trường Cao Đẳng Thành Phố New York. Có lẽ vì không bị ảnh hưởng một cách nặng nề bởi học đường nào cho nên ông đã có được một quan điểm khác biệt sâu xa về kinh tế học. Và những quan điểm đó đã được trình bày trong quyển sách *Kinh Tế Học Sơ Đẳng Qua Một Bài Học* này, với một cái tên đúng y như những gì mà nó diễn tả.

Trong những chương đầu của quyển sách này, Henry Hazlitt đã đãi chúng ta câu chuyện ngụ ý của một chiếc cửa sổ bị vỡ. Khi bài học phát triển, cái cửa sổ vỡ của Hazlitt chạy đua với cửa hàng kim tây của Adam Smith, lời thỉnh cầu của Bastiat, hay cái hang của Plato theo tính chất quan trọng của các vấn đề. Xã hội đã thất bại trong việc nhận thấy được các kết quả của các hành động kinh tế. Những gì xảy ra thì được thấy rõ trong khi những gì chưa xảy ra thì đã không được cứu xét tới.

Quan điểm của câu chuyện ngụ ý đã cho thấy rằng nghệ thuật kinh tế bao gồm cả việc không những chỉ nhìn vào các hiện tượng đang xảy ra, mà còn bao gồm cả việc nhìn vào các tác dụng lâu dài hơn của bất cứ một chính sách kinh tế nào; nó bao gồm cả việc theo dõi các kết quả của chính sách đó không những đối với một trường hợp mà còn cho tất cả các trường hợp khác.

Chiến thắng được các sự ngộ nhận là sản phẩm của dữ kiện cho rằng: con người, như là những phần tử tò mò, thường không biết thảo luận về những vấn đề kinh tế với một luận điệu khách quan nghe hợp lý được. Những kẻ mị dân và những nhà kinh tế học không thực tế đã gây ra những ảnh hưởng lớn bởi vì họ luôn rao bán những ý kiến không hoàn toàn bịp bợm, những ý kiến có chứa đựng một số các yếu tố chính xác.

Hazlitt phân tích cho thấy rằng, trong sự suy thoái có sự thịnh vượng, một phương pháp suy nghĩ đã tạo nên một sự tươi vui cho việc phát triển kinh tế bằng cách *"xây dựng lại một Âu châu sau chiến tranh"* (*"một sự mầu nhiệm của nền sản xuất mà phải cần có một cuộc chiến tranh mới đạt được"*). Hazlitt cắt nghĩa quan điểm của Bastiat rằng những gì mà không được trông thấy cũng quan trọng như những gì đang được trông thấy. Ông gan dạ chống lại sự phát triển lừa dối của tình trạng khủng hoảng. Ông giải thích một cách gọn gàng rằng cung cấp tạo ra nhu cầu trong vài trang đầu của quyển sách.

Đọc *Kinh Tế Học Sơ Đẳng Qua Một Bài Học* đã cho chúng ta một niềm vui; bởi vì như Mencken đã nói, Hazlitt hiểu được các bí mật của các nguyên tắc kinh tế học. Bằng cách dùng những từ ngữ rõ rệt và minh mẫn, tác giả trải rộng việc tranh luận của ông chống lại các cách suy nghĩ thông thường trong kinh tế học. Một cách không phung phí một trang giấy nào, ông đã tấn công những lối lập luận sai lầm trong các nguyên tắc và trong thực nghiệm. Ông đã ghi nhận rằng chúng ta sẽ không thể có một nền sản xuất toàn thiện, nếu không có một tình trạng công ăn việc làm bảo đảm; nhưng một cách chắc chắn rằng, chúng ta sẽ có một tình trạng công ăn việc làm bảo đảm mà không cần phải có một nền sản xuất không gây ra tình trạng thất nghiệp mà còn tạo ra nhiều công ăn việc làm hơn. Xí nghiệp và công thương cần tài chính để phát triển. Ông đã viết về nạn khủng hoảng có liên quan đến các nguyên nhân chính trị, tại vì *"cái âm nhạc ồn ào của nó đã đưa hết quốc gia này đến quốc gia khác vào trong con đường dẫn tới sự tàn phá nền kinh tế"*.

Nếu những nhà lãnh đạo của cơ quan tài chính quốc

tế và Ngân hàng Thế giới đã đọc cuốn sách này, có lẽ họ đã không tiến cử những chính sách kinh tế mà đã mang Nga Xô trở lại nền cai trị độc tài của nó, và chính phủ Mễ Tây Cơ có lẽ đã trừng phạt những nhà kinh tế chuyên môn mà đã gây ra nạn lạm phát đồng pê-sô.

Công trình của Hazlitt, tuy thế, đã không phải là không có tác dụng. Nó đã giúp xây dựng một nền tảng văn hóa cho sự phát triển của chế độ cai trị của Reagan trong nhiều năm. Việc nhận được giải thưởng vào năm 1993 đã làm ông toại nguyện qua các chủ trương xây dựng các ý kiến mới cho việc phát triển nền kinh tế trong những năm 1980. Những ý kiến trong cuốn sách này cũng đã làm ông toại nguyện qua việc hàng triệu bản in của nó đã được bán hết kể từ khi cuốn sách xuất hiện lần đầu tiên cách đây năm mươi năm.

Những sự chỉ trích của Hazlitt đối với phương pháp suy nghĩ mới về kinh tế đã không nhận được những hưởng ứng nồng nhiệt của các kinh tế gia vô địch đương thời. Hazlitt sau này đã công kích họ qua một bài bình luận gây sôi nổi vào năm 1959, mang tựa đề *Sự Thất Bại Của Kinh Tế Học Mới*, một sự bài bác qua từng dòng lý thuyết tổng quát của John Maynard Keynes. Sự chỉ trích có tính chất đả phá của bài bình luận đó đã hô hào việc chống lại các nhà biện hộ cho nam tước Keynes. Hazlitt biết rằng ông đã đánh bại một nhân vật kỳ cựu. Có lẽ, một cách chắc chắn, ông đã không mong gợi một sự ủng hộ nào từ phía các thành phần ưu tú của văn hóa khi viết bài bình luận này. Một chứng minh cho thấy rằng ông đã không được họ công nhận vì qua cuốn sách được xuất bản gần đây nhất của Barlett mang tựa đề *Những Phát Biểu Quen Thuộc* (1992), Ronald Reagan, *Nhà Thông Tin Vĩ Đại*, đã được ba dẫn chứng, trong khi Jimmy Carter đã có tới sáu; thì Henry Hazlitt, một ký giả kinh tế học vĩ đại nhất, đã không nhận được một dẫn chứng nào trong cuốn sách đó. Nam tước Keynes, luôn tiện, đã giật được mười hai dẫn chứng.

Hazlitt có một vấn đề khó khăn lớn nhất, đó là đức hạnh của ông. Những ý kiến của ông thì rất là cấp tiến, chúng bắt nguồn từ những gốc rễ của các đề nghị, và phát triển từ đó.

Các khuynh hướng thiên về những lý luận hợp lẽ của Hazlitt đã giải thích tại sao sự nghiệp viết văn của ông đã đứng vững qua những thử thách trong 50 năm, và tại sao chúng ta đang ăn mừng lễ kỷ niệm 50 năm ngày xuất bản lần đầu tiên quyển sách này của ông. Cầu chúc cho cuốn sách này sẽ đứng vững lâu hơn nữa.

Steve Forbes
Tháng Giêng, 1996

NỘI DUNG

LỜI TỰA	*9*
LỜI NÓI ĐẦU CỦA STEVE FORBES	*11*
LỜI NÓI ĐẦU CỦA KỲ TÁI BẢN LẦN THỨ NHẤT	*19*
LỜI NÓI ĐẦU TRONG LẦN XUẤT BẢN ĐẦU TIÊN	*21*

PHẦN I: MỘT BÀI HỌC
Chương 1: Một Bài Học	29

PHẦN II: MỘT BÀI HỌC ĐƯỢC ÁP DỤNG
Chương 2: Một Chiếc Cửa Sổ Vỡ	37
Chương 3: Ân Phước Bởi Một Sự Tàn Phá	39
Chương 4: Các Đề Án Công Cộng Đồng Nghĩa Với Các Sưu Thuế	47
Chương 5: Sưu Thuế Làm Giảm Khả Năng Sản Xuất	55
Chương 6: Chương Trình Cho Vay Tín Dụng Làm Giảm Mức Sản Xuất	59
Chương 7: Lời Nguyền Rủa Các Máy Móc	69
Chương 8: Chiêu Bài "Mở Rộng Công Ăn Việc Làm"	83
Chương 9: Những Đoàn Quân Nhạc Không Kèn, Trống Và Những Quan Lại	89
Chương 10: Sự Tôn Thờ Tình Trạng Không Thất Nghiệp	93
Chương 11: Ai Sẽ Được "Bảo Vệ" Bởi Thuế Nhập Khẩu?	97
Chương 12: Khuynh Hướng Xuất Cảng	109
Chương 13: Những Giá Cả "Cân Bằng"	115
Chương 14: Hãy Cứu Vãn Kỹ Nghệ X	125
Chương 15: Hệ Thống Giá Cả Được Điều Khiển Như Thế Nào?	133
Chương 16: "Làm Bền Vững" Các Hàng Hóa Thông Dụng	143
Chương 17: Việc Sửa Chữa Giá Cả Bởi Chính Phủ	153
Chương 18: Sự Kiểm Soát Thuê Mướn Nhà Sẽ Gây Ra Những Kết Quả Gì?	167
Chương 19: Các Luật Lương Bổng Tối Thiểu	177

Chương 20: Các Nghiệp Đoàn Lao Động Có Thực Sự
  Tăng LươngCho Công Nhân Không?   185
Chương 21: "Đủ Để Mua Lại Các Sản Phẩm"   199
Chương 22: Chức Vụ Của Lợi Nhuận   209
Chương 23: Ảo Ảnh Của Nạn Lạm Phát   217
Chương 24: Tấn Công Vào Tiết Kiệm   235
Chương 25: Bài Học Được Giảng Lại   253

PHẦN III: BÀI HỌC SAU 30 NĂM
Chương 26: Bài Học Sau Ba Mươi Năm   267

CÁC PHẦN GHI CHÚ CÓ ĐÁNH SỐ   278
THƯ MỤC   282
TIỂU SỬ CỦA DỊCH GIẢ   289

LỜI NÓI ĐẦU CỦA KỲ TÁI BẢN LẦN THỨ NHẤT

Năm 1946 là năm mà cuốn sách này xuất hiện lần đầu tiên. Nó đã được phiên dịch ra bằng tám thứ tiếng, và cũng đã được tái bản nhiều lần bởi các thứ tiếng đó. Trong một kỳ tái bản vào năm 1961, tôi đã cộng thêm một chương về sự kiểm soát việc cho mướn nhà như là một phụ đề của chủ đề chính về việc sửa chữa giá cả của chính phủ. Một vài thống kê và các tham khảo hợp thời cũng được bổ sung.

Tuy nhiên, những tài liệu mới này không cần thiết lắm. Cuốn sách của tôi được viết ra là để nhấn mạnh những nguyên tắc tổng quát thuộc về môn kinh tế học, chứ không phải là để nhấn mạnh những tai hại của một pháp luật đặc biệt nào đó. Trong khi các thí dụ của tôi đưa ra chỉ dựa vào kinh nghiệm của nền kinh tế Hoa Kỳ, thì những sự can thiệp về kinh tế của chính phủ đã trở nên quốc tế hóa đến nỗi rằng, đối với một số độc giả ngoại quốc, tôi được coi như là đang diễn tả những chính sách kinh tế của đất nước riêng của họ.

Tuy thế, con đường mà tôi đã theo trong ba mươi hai năm, bây giờ, dường như đang kêu gọi tôi để cải tiến sâu xa hơn. Cộng thêm với việc cập nhật hóa các thống kê và các thí dụ, tôi đã viết trọn một chương mới về sự kiểm soát việc cho mướn chung cư vào năm 1961.

Nhưng vẫn còn chưa đầy đủ, và tôi đã viết thêm một chương sau cùng, *"Bài Học Sau Ba Mươi Năm"*, để nói rõ lý do tại sao bài học đó quan trọng hơn bao giờ hết.

Henry Hazlitt
Wilton, Connecticut
Tháng Sáu, 1978

LỜI NÓI ĐẦU TRONG LẦN XUẤT BẢN ĐẦU TIÊN

Cuốn sách này là một phân tích về những ngộ nhận trong kinh tế học mà cuối cùng đã rất thịnh hành đến nỗi nó gần như trở thành một phân tích chính thống mới. Một điều cản trở trong cuốn sách này là sự tự phủ nhận mà đã giúp phân biệt những độc giả của nó với những ai đã từng chấp nhận những tiền đề tương tự trong hàng trăm trường học khác nhau về kinh tế.

Với một lý do đơn giản rằng những vấn đề đụng chạm tới đời sống thực tiễn thì không thể bị coi là sai lầm một cách chắc chắn. Nhưng sự khác biệt giữa một trường học mới và một trường học khác thì cũng giống như việc một nhóm người thức dậy sớm hơn một nhóm khác trong việc nhận thức được tính phi lý mà những tiền đề của nó đang dẫn dắt mọi người. Và từ giây phút đó, bằng cách hoặc là cố ý bỏ rơi những tiền đề sai lầm, hoặc là chấp nhận những kết luận mà chúng ít gây rắc rối và tuyệt vời hơn những tiền đề mà lý luận đòi hỏi.

Không có một chính phủ chính thức nào trên thế giới ở tại giây phút này mà những chính sách kinh tế của họ không bị ảnh hưởng nếu như những chính sách này hầu như hoàn toàn không được xác định như là đã chấp nhận một số những ngộ nhận trong cuốn sách này. Có lẽ cách ngắn nhất và chắc chắn nhất để hiểu rõ kinh tế học là việc mổ xẻ những lỗi lầm, một cách đặc biệt là việc mổ xẻ cái lỗi lầm trung tâm mà từ đó đã mọc ra các lỗi lầm khác.

Đó là những gì mà quyển sách này và cái tựa đề hiếu chiến đầy tham vọng của nó đã nhận lãnh để giải thích.

Quyển sách này, do đó, là một sự trưng bày chủ yếu, nó không dựa vào cái bản tính cội nguồn của nó là có liên quan đến những ý kiến chủ yếu mà nó cắt nghĩa. Mà sự cố gắng của cuốn sách này là để trình bày cho thấy những ý kiến hiện tại đã vượt qua được những cải tiến và sáng tạo thông minh đã từng là những địch thủ của các lỗi lầm xưa cũ. Cuốn sách này cũng là một bằng chứng của một cách ngôn rằng bất cứ ai mà bỏ qua các lỗi lầm trong quá khứ thì sẽ bị kết án rằng những kẻ đó chính là những người sẽ tái phạm những lỗi lầm đó.

Cuốn sách này hiện tại tôi coi nó như là một cuốn tư tưởng cổ truyền chính thống mà không hổ thẹn, và ít nhất nó là một hình dung tự dùng để diễn tả những ai, có những lời biện luận quỷ quyệt đang được phân tích ở trong quyển sách này, sẽ một cách không nghi ngờ là xa lánh nó. Nhưng các học sinh môn kinh tế học mà mục đích của họ là nhằm để chiếm hữu được một sự thật càng nhiều càng tốt, sẽ không bị làm cho hoảng sợ bởi những hình dung tự đó. Những học sinh sau khi đọc quyển sách này sẽ không còn mãi mãi tìm kiếm một cuộc cách mạng nào khác, hay tìm kiếm một sự bắt đầu mới nào khác trong cách suy nghĩ về kinh tế học. Tâm trí của những học sinh này sẽ dễ dàng để mà tiếp thu những ý kiến mới cũng như những ý kiến cũ, nhưng họ sẽ bị bắt buộc phải dẹp đi những sự căng thẳng có tính cách phô trương và không ngừng nghỉ của chủ nghĩa tiểu thuyết hóa và nguyên thủy hóa. Như Morris R. Cohen đã nhận định: *"Cái nhận thức rằng, chúng ta có thể bỏ qua các quan điểm của tất cả các tư tưởng gia, một cách chắc chắn sẽ không để lại một cơ bản nào cho việc hy vọng rằng công trình này của chúng ta sẽ chứng minh những giá trị của nó đối với những tư tưởng gia khác."*

Bởi vì công trình viết quyển sách này là một sự trưng bày những ý kiến của những người khác mà tôi đã sắp đặt lại một cách thuận lợi cho chính những ý kiến của riêng tôi, mà không thừa nhận những chi tiết là của những người khác. Đây là một việc không thể tránh được khi một tác giả đang viết về một môn học mà trong đó những trí tuệ cao siêu nhất của nhân loại đã từng khó nhọc để xây dựng. Nhưng tôi có một món nợ lớn nhất đối với ba nhà kinh tế mà những tư tưởng đặc biệt của họ khó có thể làm cho tôi bỏ qua việc không nhắc nhở đến họ. Món nợ lớn nhất của tôi là việc tôn trọng công trình làm việc của Frederic Bastiat, đó là đại luận *"Ce qu'on voit et ce qu'on ne voit pas"*, mà nay đã già gần một thế kỷ. Quyển sách hiện tại này của tôi thực ra chỉ là một việc tối tân hóa, tổng quát hóa và làm trải rộng hơn những kết luận trong quyển pamphlet của Bastiat. Món nợ lớn thứ nhì của tôi là món nợ với Philip Wicksteed: một cách đặc biệt cho những chương về lương bổng và chương tóm tắt sau cùng đã vay mượn nhiều những tư tưởng của ông ấy trong tác phẩm *Những Ý Thức Hệ Thông Thường Của Môn Kinh Tế Chính Trị*. Món nợ thứ ba của tôi là món nợ đối với Ludwig Von Mises. Xem xét một cách tổng quát lại những gì mà cuốn luận văn sơ đẳng này đã trình bày, chúng ta thấy rằng cuốn sách này đã diễn tả một cách tổng quát những tư tưởng chính của ông ấy. Món nợ đặc biệt nhất của tôi là việc trình bày các phương thức của ông mà trong đó bàn về sự lạm phát tài chính.

Khi phân tích những sự ngộ nhận, tôi nghĩ rằng tôi vẫn còn ít đề cập những tư tưởng đặc biệt hơn là đánh giá những tư tưởng này. Để làm những chuyện đề cập đến những tư tưởng này đòi hỏi những sự phán xét đặc biệt tới mỗi nhà văn đã được phê bình với những lý do chính xác trong việc nhấn mạnh những quan điểm mà họ đưa ra, cũng như những mâu thuẫn và sự hàm hồ. Vì vậy, tôi hy vọng rằng không ai sẽ thất vọng khi tôi đã không đề cập đến những tên tuổi nổi tiếng như Karl Marx, Thorstein Veblen, Major Douglas, nam tước Keynes, giáo sư Alvin Hansen và những người khác trong quyển sách này. Mục đích của quyển sách này không những chỉ để phô bày những lỗi lầm đặc biệt của các nhà văn, mà còn là để phơi bày những lỗi lầm thuộc về kinh tế học trong những tư tưởng đã được coi như là phổ thông và có tính cách quảng đại quần chúng. Những ngộ nhận, khi mà chúng đã đạt đến mức phổ thông thì cũng trở nên vô nghĩa thôi. Những sự tinh vi và những sự tối tăm được tìm thấy trong các nhà văn chịu trách nhiệm trong việc tuyên truyền đã bị rửa sạch. Một học thuyết đã trở thành đơn giản; một chủ nghĩa triết học mà có thể đã bị chôn vùi trong một mạng lưới của những điều hợp lẽ, của những phương trình toán học không hàm hồ thì luôn luôn đứng vững. Tôi hy vọng rằng tôi sẽ không bị buộc tội trong việc phán xét không công bình rằng những học thuyết thời trang, trong những hình thức mà tôi đã trình bày, là những học thuyết chính xác như là nó đã được lập công thức bởi nam tước Keynes hay một vài tác giả khác. Những niềm tin mà chúng ta đề cập ở trong cuốn sách này là những gì mà các nhóm chính trị gia đã nắm giữ và các chính khách gia đã dựa vào đó để hành động chứ không phải là những niềm tin bắt nguồn từ lịch sử.

Cuối cùng, tôi hy vọng rằng tôi sẽ được tha thứ cho việc làm một sự suy luận hiếm hoi dựa trên những thống kê trong những chương sách theo sau. Tôi đã cố gắng để trình bày các thống kê một cách chính xác khi nói về những tác dụng của thuế nhập khẩu, việc sửa chữa giá cả hàng hóa, tình trạng lạm phát, và những sự kiểm soát các hàng hóa thông dụng như than, cao su, bông gòn… để chúng không làm phồng cuốn sách này lên quá kích thước suy nghĩ của nó. Với tư cách là một nhà báo, tôi nhận biết một cách chính xác tầm quan trọng nhanh chóng của môn thống kê khi nó đã trở nên quá cũ và bị thay thế bởi những thống kê mới. Đối với những ai đang chú tâm trong những vấn đề kinh tế đặc biệt thì được khuyên bảo để đọc những thảo luận thực tế về những vấn đề này với những tài liệu đã được thống kê. Họ sẽ tìm thấy, một cách không khó khăn, để phiên dịch những thống kê này một cách chính xác dưới sự hướng dẫn của những nguyên tắc căn bản mà họ đã học, qua quyển sách này.

Tôi cố gắng để viết cuốn sách này một cách đơn giản và một cách tránh khỏi việc tạo ra các kỹ thuật rườm rà, không hợp lý với sự chính xác, ngõ hầu, nó sẽ được hiểu một cách dễ dàng và hoàn toàn bởi các độc giả không có kinh nghiệm trước với môn kinh tế học.

Henry Hazlitt
New York
March 25, 1946

PHẦN I
MỘT BÀI HỌC

CHƯƠNG 1
MỘT BÀI HỌC

Kinh tế học là một môn học có nhiều ngộ nhận hơn bất cứ một môn học nào khác. Đây không phải là một chuyện ngẫu nhiên, nhưng tính chất khó khăn của môn học này có đủ trong mọi trường hợp. Những hiểu lầm này càng ngày càng tăng thêm so với các môn học khác như vật lý, toán, hay y khoa. Trong khi mỗi trường hợp có những nét đặc điểm về kinh tế học giống với những đặc điểm của các trường hợp khác, mỗi trường hợp cũng có những đặc điểm đối kháng với những đặc điểm của những trường hợp khác. Trong khi một số chính sách phổ thông, trong trường tồn, vẫn có ích lợi cho mọi người, thì một số chính sách khác chỉ có ích lợi trong sự bất lợi của những chính sách khác. Trường hợp mà một chính sách có lợi như vậy, nó sẽ bảo vệ những quan điểm của nó một cách hợp lý và trường kỳ. Nó sẽ mướn những bộ óc thông minh nhất để chuyên vào việc trình bày trường hợp của nó. Và cuối cùng, hoặc là nó sẽ thuyết phục quần chúng, về sự chính xác của trường hợp của nó, hoặc là nó sẽ làm cho sự lý luận về một chủ đề trở nên đảo lộn và không áp dụng được.

Cộng thêm vào những biện hộ không kết thúc của một yếu tố chính, luôn luôn có một yếu tố chính thứ hai mà nó sẽ đẻ thêm ra những hiểu lầm kinh tế học mỗi ngày.

Con người thường có một khuynh hướng lâu dài là họ chỉ thấy được những tác dụng tức thời của một chính sách kinh tế nào đó, hay là những tác dụng chỉ có trên một nhóm nào đó mà bỏ quên những tác dụng trường tồn khác, và những tác dụng của nó trên một nhóm khác. Khuynh hướng này được gọi là một sự ngộ nhận hay là một cái nhìn thiển cận bỏ qua những kết quả phụ.

Những sự ngộ nhận này chính là một khác biệt giữa một nền kinh tế xấu và một nền kinh tế tốt. Những kinh tế gia non nớt chỉ thấy được những gì trước mắt, những nhà kinh tế lão luyện thì biết nhìn xa hơn. Những kinh tế gia dở chỉ thấy những kết quả trực tiếp của một đề án, còn các kinh tế gia giỏi thì xem xét lâu hơn và thấy được những kết quả gián tiếp của nó. Một kinh tế gia thiếu khả năng chỉ thấy được những tác dụng của một chính sách trên một trường hợp đặc biệt, một kinh tế gia thừa khả năng sẽ tìm hiểu luôn những tác dụng của nó trên tất cả các trường hợp khác.

Thoạt đầu, cái quan niệm của việc cứu xét mọi tác dụng của một chính sách kinh tế gần như là một quan niệm sơ đẳng. Nhưng đâu phải bất cứ ai cũng biết rằng những kẻ lười biếng nhàn rỗi khi đang tiêu xài phung phí sẽ có một tương lai đầy nợ xấu và nghèo khó. Nhưng đâu phải tất cả những đứa trẻ con đều biết rằng các viên kẹo ngọt mà chúng ăn có thể làm chúng đau ốm? Cũng như đâu phải bất cứ một bợm nhậu nào cũng biết được rằng những ly rượu mà hắn ta uống tối hôm qua có thể làm dạ dày hắn bị đau và đầu hắn bị nhức khi hắn thức dậy ngày hôm sau. Tại vì nếu tất cả họ đều biết những gì sẽ xảy ra thì họ đã không làm như vậy. Cuối cùng, để hiểu được cách suy nghĩ kinh tế học vẫn còn là một đề tài phụ thuộc vào lãnh vực trình độ của mỗi người.

Tuy thế, khi chúng ta đi vào ngành kinh tế công cộng, những quan niệm sơ đẳng đó đã bị bỏ qua. Có những người được coi là những kinh tế gia đại tài, không tán thành các hành động tiết kiệm và khuyến khích các hành động phung phí những tài nguyên quốc gia, và cho đó là một cách để cứu vãn nền kinh tế; và khi có một người nào đó chỉ ra cho họ thấy những kết quả tai hại của những chính sách của họ trong thời gian lâu dài, thì họ trả lời một cách bất lịch sự rằng: *"Tất cả chúng ta đều già và chết khi cái ngày lâu dài ấy đến"*. Và sự pha trà vô duyên nông cạn đó lại được coi như là một sự thông thái trưởng thành.

Nhưng có một thảm kịch là chúng ta đang phải gánh chịu những kết quả lâu dài của những chính sách kinh tế lạc hậu vừa qua đó. Ngày hôm nay thì đã là cái ngày lâu dài ấy mà những kinh tế gia xấu đã bỏ qua. Những kết quả lâu dài của một chính sách kinh tế có thể trở nên rõ rệt chỉ trong một vài tháng, những kết quả khác có thể cần nhiều năm để lộ ra, và cũng có những kết quả phải cần hàng chục năm mới có thể thấy được.

Như vậy, từ việc nhận thức trên, kinh tế học có thể rút gọn lại thành chỉ một bài học, và bài học này có thể rút gọn lại chỉ thành một câu: Nghệ thuật kinh tế học không phải chỉ là một sự khảo sát tức thời của những tác dụng lâu dài, gây ra bởi một chính sách, mà nó còn bao gồm cả việc theo dõi những kết quả của chính sách đó không những đối với một trường hợp mà còn đối với tất cả những trường hợp khác nữa.

2

Chín phần mười của những ngộ nhận thuộc về kinh tế mà đã gây ra những tai hại đáng sợ cho thế giới ngày nay là kết quả của việc bỏ qua bài học này. Những ngộ nhận này đến từ một trong hai ngộ nhận, hoặc đến từ cả hai. Đó là việc chỉ khảo sát những kết quả tức thời của một dự án, và chỉ khảo sát kết quả trên một trường hợp mà bỏ qua các trường hợp khác.

Dĩ nhiên một lỗi lầm ngược lại cũng có thể xảy ra. Khi cứu xét một chính sách, chúng ta phải không những chỉ tập trung vào kết quả lâu dài của nó như là một tổng thể, đây là cái lỗi mà các nhà kinh tế cổ điển thường phạm phải. Kết quả là nó gây ra một sự chai đá cho vận mệnh của một số người bị tổn thất qua sự phát triển của chính sách sai lầm đó. Nhưng ngày nay, có ít người phạm phải những lỗi lầm này và số ít người này bao gồm luôn các nhà kinh tế học chuyên môn. Cái ngộ nhận thông thường nhất là cái ngộ nhận mà nó xảy ra, lặp đi lặp lại, trong các áp phe về kinh tế, trong các diễn đàn chính trị, và trong chủ nghĩa triết học của một nền kinh tế học, đó là việc tập trung vào các tác dụng ngắn hạn của các chính sách trên một số trường hợp; và chỉ khảo sát một vài tác dụng trường kỳ mà thôi. Những nhà tân kinh tế học nịnh hót rằng đây là một sự phát triển có tính chất cách mạng đảo chính các "học thuyết cổ điển", bởi vì những cựu học thuyết chỉ cứu xét những tác dụng ngắn hạn mà thôi. Nhưng thực tế họ lại chính là những kẻ bỏ qua các tác dụng trường kỳ. Kết quả là họ tìm thấy rằng họ đã sử dụng lại cái vũ khí mà các nhà kinh tế học của chủ nghĩa quốc doanh đã sử dụng. Và chính họ lại rơi vào các lỗi lầm cổ xưa mà các nhà kinh tế học cổ điển đã một lần thoát khỏi.

3

Một ghi nhận đáng buồn là một nhà kinh tế học dở thì lại phơi bày các lỗi lầm của họ một cách dễ hiểu hơn là một nhà kinh tế học giỏi phô bày các chính sách đúng đắn của họ. Người ta thường khiếu nại rằng những nhà kinh tế mị dân thường đưa ra những sự vô lý nghe hợp lẽ hơn là một kinh tế gia thành thật đang cố gắng để giải thích sự sai lầm của một chính sách. Lý do là vì những kẻ mị dân và các kinh tế gia dở có cùng một đặc điểm là chỉ trình bày có phân nửa sự thật, đó là cái tác dụng ngắn hạn của một dự án trên một trường hợp nào đó, và sự giải thích này thì bao giờ cũng đúng. Nhưng để cứu xét tất cả các tác dụng chính của một dự án kinh tế thường đòi hỏi một chuỗi lý luận dài và phức tạp mà hầu hết các khán giả sẽ nhận thấy khó khăn trong việc theo kịp các chuỗi lý luận này, và sẽ sớm trở nên nhàm chán và bỏ cuộc. Những kinh tế gia dở đã sớm nhận thức được sự lười biếng dễ nản lòng này của khán giả đã bảo đảm với họ rằng họ không cần phải theo kịp các lý luận hay phán xét chung bởi vì các lý lẽ này chẳng qua chỉ là một sự biện giải mà thôi.

Chúng ta đã thấy được hết các điểm tự nhiên của bài học, nhưng bài học này sẽ chưa chấm dứt, và các sự hiểu lầm vẫn chưa được ý thức rõ rệt trừ khi chúng được dẫn giải qua các thí dụ điển hình. Xuyên qua các thí dụ này, chúng ta mới có thể di chuyển từ một vấn đề sơ đẳng trong môn học kinh tế tới những vấn đề khó khăn và phức tạp hơn. Chỉ có thể qua các thí dụ, chúng ta mới có thể khám phá ra và tránh được những ngộ nhận sống sượng trong một địa bàn rộng rãi; cũng như những ngộ nhận quỷ quyệt và lừa dối nhất trong môn kinh tế học. Với mục đích này, chúng ta sẽ thẳng tiến cuộc hành trình của chúng ta trong các chương kế tiếp sau này.

PHẦN II
MỘT BÀI HỌC ĐƯỢC ÁP DỤNG

CHƯƠNG 2
MỘT CHIẾC CỬA SỔ VỠ

Chúng ta hãy bắt đầu bằng một thí dụ đơn giản nhất, hãy bắt chước Bastiat qua thí dụ về một chiếc cửa sổ vỡ.

Một tên du đãng vị thành niên liệng một viên gạch vào cửa sổ của một cửa hàng bánh mì, người quản lý đã chạy ra nhưng đứa trẻ đã chạy mất. Đám đông quây quần lại và chăm chú dòm ngó cái lỗ thủng trên mặt kiếng và những mảnh kiếng rơi rớt xuống những ổ bánh mì. Vài phút sau đó, đám đông nhận thấy cần thiết để giải thích cho sự kiện đã xảy ra, họ nói với người quản lý và nói với nhau rằng đó chỉ là một sự rủi ro. Đám đông bắt đầu suy nghĩ ra một cách để giải quyết. Việc đầu tiên mà họ nhận thấy là việc phải kiếm một người thợ lắp kính để sửa chữa. Cần phải tốn bao nhiêu cho một tấm kính mới? Hai trăm năm chục đồng? Đó là một món tiền không nhỏ. Cái gì sẽ xảy ra cho thợ lắp kính nếu cái cửa sổ đã không vỡ? Người thợ lắp kính sẽ có được 250$ nữa để tiêu xài cho các tiệm buôn khác khi ông ta cần mua kính, và một cách luân phiên như vậy, người buôn này sẽ phải sử dụng 250$ cho một tiệm buôn khác. Hành động phá hoại này ngay tức khắc sẽ gây ra một công việc cho người thợ lắp kính. Nhưng đối với người quản lý của tiệm bánh thì ông ta sẽ mất đi 250$ mà ông ta định dùng số tiền này để mua sắm một bộ đồ. Tại vì ông ta phải thay chiếc cửa sổ, nên ông ta sẽ phải bỏ đi ý định mua sắm quần áo, và thay vì có một cái cửa sổ mới, ông ta có thể ngay bây giờ có được một bộ đồ mới. Hoặc là nếu ông đã trả tiền mua bộ đồ rồi, thì bây giờ ông ta lại có một bộ đồ mà không có một chiếc cửa sổ mới. Nếu chúng ta xem người quản lý này như là một phần tử của một cộng đồng thì cộng đồng này đã mất một quyền làm chủ một sở hữu và trở nên nghèo hơn.

Người thợ lắp kính thì có thêm một công việc trong khi người thợ may mặc thì mất đi một công việc. Đám đông đã chỉ nghĩ đến hai phần tử của một tiến trình trao đổi, đó là người quản lý tiệm nướng bánh và người thợ lắp kính, mà bỏ quên đi một phần tử thứ ba, đó là người thợ may mặc. Họ đã quên người thợ may mặc vì kể từ giờ phút này, người thợ này đã không có liên quan gì đến hoàn cảnh hiện tại, tại vì họ chỉ trông thấy cái cửa sổ mới trong một vài ngày tới mà không bao giờ trông thấy bộ đồ mới vì người quản lý đã không bao giờ may nó. Họ chỉ có thể thấy được những gì có thể trông thấy được trước mắt họ mà thôi.

CHƯƠNG 3
ÂN PHƯỚC BỞI MỘT SỰ TÀN PHÁ

Chúng ta vừa mới học xong bài học của một chiếc cửa sổ vỡ, mà bài học này đã cho chúng ta thấy được một ngộ nhận sơ đẳng. Tuy thế, sự ngộ nhận trong chiếc cửa sổ vỡ cùng với hàng trăm câu chuyện khác vẫn còn đang tiếp diễn trong lịch sử kinh tế học. Những ngộ nhận này được lặp đi, lặp lại hàng ngày bởi những lãnh tụ của các nền kỹ nghệ, bởi các phòng thương mãi, các nhà lãnh đạo các nghiệp đoàn lao động, bởi các chủ bút, các nhà báo, các nhà phê bình vô tuyến truyền hình và các đài phát thanh, và bởi các nhà thống kê và các giáo sư đại học ở các giảng đường nổi tiếng nhất.

Mặc dù một số những người kể trên thường phê bình một cách lạnh nhạt rằng có một sự thuận lợi gây ra bởi những tàn phá như vậy, họ, một cách thực sự, thấy được nhiều thuận lợi hơn là những gì họ đã phê bình. Họ cho chúng ta thấy những thuận lợi thuộc về kinh tế mà chúng ta có thể có trong thời gian chiến tranh hơn là trong hòa bình. Họ đã thấy được những kỳ diệu trong sản xuất mà phải nhờ vào một cuộc chiến tranh mới có thể đạt được. Và họ thấy rằng, một sự thịnh vượng chỉ có được qua một nhu cầu "gia tăng" và một nhu cầu của một kế hoạch "dự trữ". Ở Âu châu, sau thế chiến lần thứ hai, họ đã vui mừng đếm từng căn nhà đã bị tàn phá hết chỉ còn sót lại một cái nền gạch để mong việc xây dựng những căn khác để thay thế. Ở Hoa Kỳ, họ đã đếm những căn nhà mà đã không thể xây dựng được trong chiến tranh, những kho bao nhựa mà đã không được sản xuất, những chiếc xe hơi và những cái bánh xe hư mòn, và những cái tủ lạnh, những cái máy truyền thanh phế thải, và đã thu thập được một tổng số lớn phi thường.

Trong chương một, sự ngộ nhận của chúng ta là một chiếc cửa sổ vỡ, lần này là cả một bó những ngộ nhận có liên lạc với nhau, đó là sự nhầm lẫn giữa cần thiết và nhu cầu. Chiến tranh tàn phá càng nhiều, làm cho nghèo nàn càng tăng thì sự cần thiết để xây dựng lại sau chiến tranh càng lớn. Nhưng sự cần thiết thì khác với việc đòi hỏi, hay là nhu cầu. Vì kinh tế học ứng dụng khẳng định rằng nhu cầu không những đòi hỏi sự cần dùng mà còn đòi hỏi một mức mua tương ứng. Những sự cần dùng của Ấn Độ ngày nay, một cách không thể so sánh, thì lớn hơn những sự cần dùng của Hoa Kỳ; nhưng khả năng mua sắm của đất nước này, hay là việc thiết lập các doanh nghiệp mới, thì nhỏ hơn một cách so sánh.

Vượt qua được một điểm ngộ nhận này, chúng ta sẽ tìm thấy ngay một cơ hội để gặp phải một ngộ nhận khác. Khi người ta nghĩ đến mãi lực (khả năng mua sắm) là nghĩ đến vấn đề tài chính. Ngày nay, tài chính, hay tiền bạc thì được sản xuất ra qua một nhà máy in, và công việc ấn bản tiền tệ là một trong những kỹ nghệ lớn nhất của thế giới. Nhưng nếu tiền bạc được so sánh như là một khả năng mua sắm thì mỗi đơn vị của tiền tệ sẽ giảm đi cái giá trị của nó. Sự giảm giá trị này có thể được đo lường qua việc tăng giá các loại hàng tiêu thụ.

Một cách chắc chắn là mọi người đều có một thói quen so sánh sự giàu có và lợi tức như là một sự thu thập tiền nong vào nhiều hơn. Nhưng họ đâu biết rằng mặc dù có nhiều tiền của, hàng hóa vẫn luôn luôn không đủ để cho họ làm chủ và mua sắm. Một nền kinh tế tốt mà đã quy công cho cuộc thế chiến thứ hai thì chẳng qua chỉ là một nạn lạm phát trong thời gian chiến tranh. Một nền kinh tế trong chiến tranh có thể có một mức sản xuất tương đương với một nạn lạm phát trong thời gian hòa bình. Chúng ta sẽ trở lại với cái ảo tưởng về tiền bạc này trong các chương sau.

Có một sự thật trong vấn đề ngộ nhận về một nhu cầu "dự trữ" cũng như là một sự ngộ nhận trong trường hợp của chiếc cửa sổ vỡ. Cái cửa sổ vỡ, sự thật, đã tạo ra nhiều công ăn việc làm hơn cho người thợ lắp ráp cũng như sự tàn phá trong chiến tranh đã mang lại nhiều công ăn việc làm hơn cho những nhà chế tạo hàng hóa, sự tàn phá nhà cửa và thành thị đã mang thêm công việc cho các kỹ nghệ xây cất và xây dựng. Sự vô hiệu hóa khả năng sản xuất xe hơi, máy truyền thanh và tủ lạnh trong thời gian chiến tranh đã làm tăng thêm các nhu cầu cho những sản phẩm tương tự như vậy sau chiến tranh.

Đối với một nhóm người, đây có thể coi như là một sự gia tăng của một nhu cầu tổng cộng, hay là một mãi lực thấp hơn, hiểu theo nghĩa tiền bạc. Cái gì thực sự đã xảy ra thì chỉ là một thú vui tiêu khiển đóng vai trò như là một nhu cầu đòi hỏi một số sản phẩm này nhiều hơn một số sản phẩm khác. Người dân Âu châu đã xây dựng nhiều nhà cửa hơn sau chiến tranh bởi vì họ bắt buộc phải làm như vậy. Nhưng khi họ xây nhiều nhà hơn thì họ cũng còn lại ít nhân lực và khả năng sản xuất hơn cho việc sản xuất các loại hàng hóa khác. Điều này cũng đồng nghĩa với việc nói rằng khi họ xài hết tiền vào việc mua một căn nhà thì họ sẽ không còn đủ tiền để xài cho các phẩm vật khác. Bất cứ khi nào mà công việc doanh thương tăng lên theo một hướng này thì một sự giảm tương đương như vậy trong doanh thương sẽ xảy ra theo một hướng khác.

Cuộc chiến tranh đã thay đổi một cách trực tiếp những nỗ lực sau chiến tranh, nó cũng đã góp phần cân bằng và thay đổi các cấu trúc của các nền kỹ nghệ.

Từ khi thế chiến lần thứ hai kết thúc ở Âu châu, một sự tăng trưởng kinh tế liên tục và nhanh chóng đã xảy ra không những ở trong các quốc gia bị tàn phá bởi chiến tranh mà còn ở trong các quốc gia không bị tàn phá bởi chiến tranh. Một số các quốc gia bị tàn phá nhiều nhất bởi chiến tranh như Đức, đã phát triển một cách nhanh và mạnh hơn các quốc gia khác, như Pháp, mà sự phát triển thì thấp hơn. Tại vì dân chúng Đức thì, một cách khẩn bách, cần phải xây dựng lại những căn nhà đã sụp đổ, và những điều kiện sống căn bản của đất nước họ. Nhưng điều này không có nghĩa là khi có một sở hữu bị tàn phá là có một sở hữu mới được tạo dựng. Không một ai muốn đốt nhà của hắn ngõ hầu chỉ để mà cất lên một căn nhà mới.

Bắt đầu cho chương ba của cuốn sách *Lịch Sử Của Anh Quốc* của Macaulay, ông có viết rằng: "*Không có một sự rủi ro thông thường nào hay một chính phủ lầm lẫn nào làm cho một quốc gia của mình trở thành cùng khốn bằng những tiến bộ vật chất, hoặc bằng những nỗ lực trường kỳ chỉ với một mục đích là muốn làm cho quốc gia của mình thịnh vượng. Những sự tiêu xài phung phí, đánh thuế nặng nề, những hạn chế thương mãi vô lý, những tòa án tồi bại, thối nát; các cuộc nổi loạn, bắt bớ; các nạn hỏa tai, cũng không thể nào tiêu hủy các vốn liếng nhanh bằng khả năng tạo ra chúng của tư nhân."*

Không một người nào muốn sở hữu của mình bị tàn phá trong chiến tranh cũng như trong hòa bình. Những gì có sức tàn phá và tai hại cho một cá nhân thì cũng có sức tàn phá và tai hại cho cả tập thể của một quốc gia.

Một trong những ngộ nhận thông thường nhất trong việc lý luận kinh tế là cái khuynh hướng tự nhiên của việc suy nghĩ một cách trừu tượng rằng: quốc gia có nghĩa là một tập hợp hay một tập thể mà bỏ quên đi vai trò của một cá nhân đã tạo nên tập thể đó.

Những ai mà nghĩ rằng sự tàn phá bởi chiến tranh sẽ làm gia tăng nhu cầu thì quên rằng nhu cầu và cung cấp chỉ là hai mặt của một đồng bạc. Chúng giống như nhau khi nhìn từ các hướng khác nhau. Cung cấp tạo ra nhu cầu bởi vì ở dưới đáy của nó là nhu cầu. Cung cấp là tất cả những gì mà người ta có thể biếu, tặng để đổi lấy những gì mà người ta cần. Theo luật lệ này, những nông gia cung cấp lúa mì ngõ hầu để lấy được những nhu cầu của họ là xe hơi và các sản phẩm khác.

Dữ liệu căn bản này thì luôn luôn đúng cho tất cả mọi người qua những phương tiện như lương bổng và một phương tiện gián tiếp như việc mua bán bằng tài chính. John Stuart Mill và những nhà văn cổ điển khác, mặc dù họ đôi khi thất bại trong việc viện đủ các lý do cho các kết quả phức tạp gây ra bởi việc sử dụng tiền nong; ít nhất, họ đã thấy được, xuyên qua tấm voan mỏng của đồng tiền, một sự thật nằm bên dưới. Đi xuyên qua sự hiểu biết đó thì họ đã tiến xa hơn vào trong những ngày của sự khủng hoảng, của sự hỗn độn về tiền bạc hơn là được sự hướng dẫn của tiền bạc. Một nạn lạm phát mà trong đó tiền bạc được in ra nhiều hơn do kết quả của việc gia tăng giá cả hàng hóa và lương bổng có thể trông giống như là một sự sáng tạo ra nhu cầu nhiều hơn, nhưng nếu tính theo mức sản xuất và trao đổi thực sự thì nó không có nghĩa là như vậy.

Khả năng mua sắm thật thì bị loại ra cùng một mức độ với sự loại ra của khả năng sản xuất. Chúng ta không nên để cho chúng ta bị lừa dối bởi những tác dụng của việc lạm phát tài chính khi giá cả tăng, hay lương bổng gia tăng hiểu theo quan niệm của tiền tệ.

Đức và Nhật Bản đã có nhiều cơ hội sau chiến tranh hơn là Hoa Kỳ bởi vì các nhà máy cũ của họ đã bị tàn phá một cách hoàn toàn bởi bom đạn trong một thời gian chiến tranh. Do đó, họ phải thay thế chúng với những nhà máy và các dụng cụ tối tân hơn, và như vậy sản xuất được nhiều hàng hóa hơn, ở một giá cả thấp hơn là Hoa Kỳ với những nhà máy đã cũ kỹ và các dụng cụ đã lỗi thời. Thực ra thì tất cả các nhà chế tạo trong mọi quốc gia đều có thể phá hủy các hãng xưởng và các máy móc của họ mỗi năm để thay thế bằng những hãng xưởng và các máy móc tối tân hơn. Nhưng sự thật là có một điều kiện tối hậu cho việc thay thế này, đó là thời gian tốt nhất để thay thế. Một nhà chế tạo sẽ có ưu thế hơn nếu như chiến tranh đã tàn phá đúng ngay vào lúc mà các hãng xưởng và máy móc phế thải của họ cần phải được thay thế. Như vậy tình trạng cũ kỹ và hư hỏng của tài sản sẽ giảm bớt đi cái giá trị phế thải của nó vì các nhà chế tạo không cần phải chi phí thêm cho việc phá hủy các tài sản vô dụng đó mà chỉ cần nhờ vào chiến tranh để trừ khử chúng. Nhưng nếu các chủ hãng của các nhà máy này quyết định để sử dụng chúng lâu hơn ngõ hầu để cực đại hóa lợi nhuận của họ thì việc chiến tranh tàn phá chúng trước thời gian ấn định để tiêu hủy sẽ gây ra một sự lỗ lã trong việc khai thác tối đa các lợi nhuận đó.

Nói tóm lại, việc chiến tranh tàn phá các nhà máy không bao giờ là một cơ hội tốt trừ khi các nhà máy đó đã trở nên phế thải và vô giá trị trong việc điều hành chúng.

Như vậy, chúng ta có thể đi đến một kết luận, đó là máy móc và hãng xưởng không thể được thay thế bằng một cá nhân trừ khi những máy móc này hay chủ nhân của nó đã tiết kiệm được một vốn liếng cần thiết để dùng trong việc thay thế. Nhưng mà chiến tranh thì phá hủy các vốn liếng. Những khám phá khoa học kỹ thuật tân tiến xảy ra trong thời gian chiến tranh có thể làm tăng cường mức sản xuất của một nền kỹ nghệ hay một quốc gia, và cũng có thể gây ra một sự gia tăng hậu trừ trong lợi nhuận của việc sản xuất. Nhu cầu sau chiến tranh không bao giờ có thể đẻ ra một ước lượng chính xác như những nhu cầu trước chiến tranh. Nhưng những khám phá ra các điều kiện trên cũng không thể làm cho chúng ta xao lãng đi việc nhìn nhận một sự thật rằng sự tàn phá bất cứ một cái gì có giá trị luôn luôn là một sự lỗ lã, một rủi ro, hay một tai họa và các kết quả trong những trường hợp tàn phá này không bao giờ mang đến một lợi tức hay một ân phước nào cả.

CHƯƠNG 4
CÁC ĐỀ ÁN CÔNG CỘNG ĐỒNG NGHĨA VỚI CÁC SƯU THUẾ

Không có một sự trung thành trường tồn nào trên thế giới mà không phải là một sự trung thành vào chi tiêu của chính phủ. Khắp nơi, các chi phí của chính phủ tượng trưng cho một liều thuốc vạn ứng dùng để chữa các bệnh trạng của nền kinh tế. Có phải điều này có nghĩa là nền kỹ nghệ tư nhân thì tắc nghẽn và không lưu thông không? Chúng ta có thể sửa chữa mọi tình trạng bằng các chi phí của chính phủ. Như vậy có thể có nạn thất nghiệp không? Vì điều này có nghĩa một cách rõ ràng là *"tư nhân đang thiếu hụt trong khả năng mua sắm"*. Và phương pháp trị liệu thì cũng rõ ràng, đó là việc chính phủ phải chi tiêu để bù đắp vào sự thiếu hụt đó.

Có một cái lỗi văn học to lớn dựa vào sự ngộ nhận này cũng như đó là một ngộ nhận thông thường cho một tư tưởng của việc suy nghĩ đại loại như vậy. Một mạng lưới của những ngộ nhận nâng đỡ lẫn nhau. Chúng ta không thể thám hiểm cả một mạng lưới ngay lúc này, nhưng chúng ta có thể quan sát cái ngộ nhận chính mà đã đẻ ra các ngộ nhận khác.

Bất cứ những hàng hóa gì, ngoài các sản phẩm cung cấp bởi thiên nhiên, cũng đều phải mua mới có. Thế giới thì đầy rẫy những nhà kinh tế học với chiêu bài vật chất miễn phí. Họ bảo đảm rằng chính phủ có thể chi tiêu một cách liên tục mà không cần phải đánh thuế, có nghĩa là chúng ta có thể chồng chất nợ nần mà không cần phải trả. Chúng ta sẽ trở lại với những học thuyết dị thường đó sau, bây giờ tôi e rằng chúng ta phải độc đoán để chỉ ra rằng những giấc mơ đầy lý thú đó trong quá khứ đã luôn luôn bị phá vỡ bởi khả năng không trả nổi nợ và các nạn lạm phát vô phương cứu chữa của quốc gia. Điều này có nghĩa là, nói một cách đơn giản, các chi tiêu của chính phủ phải gây ra một kết quả là việc tăng thuế, và nạn lạm phát, chính nó, chỉ là một hình thức đánh thuế đặc biệt. Sau khi đã để qua một bên việc cứu xét những ngộ nhận trong mạng lưới bao gồm các chủ đề về tình trạng vay mượn kinh niên và nạn lạm phát kinh niên, chúng ta sẽ cứu xét trong chương này cái hiện tượng rằng cứ một đồng chi tiêu của chính phủ sẽ gây một kết quả là tăng thuế lên một đồng. Như vậy, cái quan niệm về sự mầu nhiệm của việc chính phủ tài trợ sẽ biến mất.

Một số các đề án xây dựng công cộng như đề án xây cất đường sá, cầu cống, đường hầm, xưởng vũ khí, và các trại lính... thì cần thiết cho việc cung cấp các dịch vụ công cộng. Các đề án xây dựng công cộng kể trên không phải là một quan tâm của tôi trong bài học này. Ở đây, tôi chỉ quan tâm đến các đề án công cộng được đưa ra dưới chiêu bài là "để cung cấp việc làm", và mang lại sự thịnh vượng cho cộng đồng, mà nếu như không, nó đã không có nghĩa như vậy. Một chiếc cầu được xây là nhằm để đáp ứng nhu cầu khẩn khoản của quần chúng, nó phải được xây để giải quyết cho một vấn đề giao thông hay chuyên chở, nếu không, nó không thể giải quyết được một vấn đề nào cả. Nhưng một cây cầu được xây chủ yếu là để "cung cấp công ăn việc làm" thì là một loại cầu khác. Khi việc cung cấp việc làm đã thực hiện xong, nhu cầu cũng trở nên là một phụ đề cho việc cứu xét cái dự án xây dựng này. Một kế hoạch xây dựng phải được phát minh thay vì chỉ suy nghĩ xem cây cầu phải được xây ở địa điểm nào, các chuyên gia chính phủ lại phải tự hỏi xem nó nên được xây ở chỗ nào? Họ có thể nghĩ ra một lý do hợp lý coi tại sao cần phải xây thêm một cây cầu nữa để nối liền Easton và Weston không? Những ai nghi ngờ về sự cần thiết để xây cầu thì sẽ bị đuổi việc và bị coi như là một kẻ cản trở hay phản động. Có hai vấn đề tranh cãi được đặt ra cho cây cầu, một thì được đưa ra trước khi xây nó, cái thứ hai thì được đưa ra sau khi đã xây xong nó. Vấn đề tranh cãi thứ nhất là nó có cung cấp việc làm không? Nếu có, thí dụ như 500 công việc một năm, thì điều này, ám chỉ rằng những công việc này đã không tồn tại nếu như không có việc xây cầu.

Đây là những gì mà chúng ta có thể trông thấy ngay tức khắc. Nhưng nếu chúng ta đã được huấn luyện để nhìn xa hơn, vào cái kết quả phụ, một bức tranh khác sẽ hiện ra. Sự thật là sẽ có một nhóm thợ xây cầu được nhận công ăn việc làm, nhưng phí tổn trả cho việc xây cầu thì được rút ra từ việc trả thuế. Cứ mỗi một đồng được trả cho phí tổn xây cầu là một đồng được thâu thập từ những người đóng thuế. Nếu phí tổn xây cầu là 10 triệu đồng thì người trả thuế sẽ mất 10 triệu đồng. Họ sẽ bị mất một số tiền, mà nếu không, họ có thể đã dùng số tiền đó để mua những gì họ cần. Như vậy, cho mỗi việc làm được tạo ra bởi đề án xây cầu sẽ có một việc làm tư nhân bị mất mát ở đâu đó. Chúng ta có thể thấy được những người công nhân làm việc trên công trường xây dựng chiếc cầu, nhưng có nhiều thứ khác mà chúng ta sẽ không trông thấy, bởi vì những thứ này không bao giờ được cho phép để tồn tại. Đó là những công việc bị mất đi bởi việc tốn ra 10 triệu đồng cho việc xây cất chiếc cầu, điều này có nghĩa là khi có nhiều thợ xây dựng cầu hơn, thì sẽ có ít thợ làm ra ô tô hơn, ít thợ sửa vô tuyến truyền hình hơn, và ít những thợ may mặc cũng như nông gia hơn.

Thế rồi chúng ta cũng đi đến một tranh luận thứ hai. Chiếc cầu đã tồn tại, nó là một chiếc cầu tuyệt đẹp chứ không phải xấu xí. Nó đã được tạo ra qua sự tiêu xài của ngân quỹ của chính phủ. Nếu như các kẻ cản trở việc xây cầu đã thắng thì chúng ta có lẽ đã không trông thấy cây cầu và quốc gia thì có lẽ đã nghèo hơn. Những nhà chi tiêu chính phủ đã thắng những người mà họ không thể trông thấy được cái kết quả phụ. Nếu họ đã được huấn luyện để nhìn vào các kết quả trực tiếp và không trực tiếp trong cái nhìn của sự tưởng tượng, họ có thể đã trông thấy những căn nhà đã không được xây, các xe ô tô đã không được sản xuất ra, những bộ quần áo đã không được may mặc và thậm chí các thực phẩm đã không được trồng trọt. Để trông thấy được những thứ chưa được làm ra này đòi hỏi một loại tưởng tượng mà nhiều người đã không trông thấy. Chúng ta có thể chỉ nghĩ đến những tạo vật này một lần, nhưng chúng ta không thể giữ chúng nó ở trước mắt chúng ta mãi mãi như chiếc cầu mà chúng ta đi qua nó hằng ngày. Cái gì mà đã xảy ra thì chỉ là một vật được tạo dựng để thay thế các vật khác.

2

Một lý luận tương tự như vậy có thể áp dụng cho mọi hình thức công cộng quần chúng khác Nó có thể áp dụng một cách chính xác vào sự xây dựng những ngân quỹ công cộng, những việc xây dựng gia cư cho các gia đình có lợi tức thấp. Tất cả thì chỉ có nghĩa là, ngân quỹ cho các dự án công cộng là: tiền được rút ra từ việc đánh thuế các công dân có lợi tức cao hơn để bắt họ phải tài trợ cho những gia đình có lợi tức thấp hơn, và giúp cho những gia đình này sống tốt hơn với một tiền thuê mướn bằng hay thấp hơn những gì họ đã trả trước đây. Tôi chỉ muốn vạch ra những lỗi lầm trong hai vấn đề tranh luận thường được đưa ra nhất trong vấn đề gia cư của quần chúng. Một tranh luận là "nó tạo ra công ăn việc làm"; tranh luận kia là nó tạo ra sự thịnh vượng, mà nếu không, đã không được sản xuất. Cả hai tranh luận đó đều sai, bởi vì chúng bỏ sót những mất mát xuyên qua việc đánh thuế. Việc thâu thuế cho đề án gia cư sẽ làm mất đi nhiều công ăn việc làm trong những ngành khác. Nó cũng phá vỡ việc xây cất gia cư cho các tự nhân, việc sản xuất ra những máy giặt, và những tủ lạnh, và hàng loạt các hàng hóa và dịch vụ thông thường khác. Và không có một câu trả lời nào mà có thể vạch ra rằng kế hoạch gia cư công cộng không cần phải được tài trợ bằng một số tiền khổng lồ, mà chỉ bằng những tài trợ thuê mướn hàng năm thôi. Điều này có nghĩa là phí tổn của những người trả thuế thì được trang trải trong nhiều năm thay vì phải được tập trung vào chỉ một năm.

Sự thuận lợi vĩ đại nhất thuộc về tâm lý học của đề án gia cư công cộng biện luận rằng quần chúng muốn trông thấy các công nhân làm việc trên các công trường xây dựng nhà cửa và họ muốn trông thấy các căn nhà đẹp sau khi chúng được xây xong. Người ta sống trong những căn nhà đó và hãnh diện khoe khoang cùng bè bạn từng căn phòng trong khi những việc làm bị mất qua kế hoạch xây cất đó thì đã không được trông thấy, cũng như là những hàng hóa và những dịch vụ mà đã không bao giờ được trông thấy sản xuất ra.

Chúng ta phải áp dụng cùng một lý luận, một lần nữa, cho những đề án vĩ đại như Thẩm Quyền Thung Lũng Tennessee. Ở đây, bởi vì cái kích thước của dốc thẳm, sự nguy hiểm của một ảo giác quang học thì lớn hơn bao giờ hết. Đây là một cái hồ kỳ diệu, cần phải có một vòng cung đồ sộ bằng bê tông cốt sắt, một kỳ quan mà chỉ có một vốn liếng tư bản nhất mới có thể xây được, một vật được tôn thờ bởi các nhiếp ảnh gia, một thiên đàng của những nhà xã hội học, một biểu hiện thông thường nhất của sự mầu nhiệm của việc xây dựng công cộng. Đây là một nhà máy năng lượng và phát điện mạnh mẽ nhất. Đây là cả một vùng có khả năng kinh tế cao, một vị trí lý tưởng cho các nhà máy và các nền công nghệ mà không thể có được ở một nơi nào khác. Và như nó đã được trình bày ở trên, trong một sự tán tụng và tuyên dương, người ta nhìn thấy được cả một lợi nhuận khổng lồ có thể thu thập vượt quá các phí tổn. Bây giờ, chúng ta cần làm một nỗ lực đặc biệt trong sự tưởng tượng, mà ít có ai có thể làm được, đó là để nhìn vào vế trái của cuốn sổ kế toán. Nếu thuế được rút ra từ các công dân và các công ty để chi tiêu vào việc xây dựng một khu vực nào đó trong một quốc gia thì tại sao nó có thể gây ra kinh ngạc, tại sao nó lại được coi như là một mầu nhiệm, nếu khu vực này trở nên giàu có thì các khu vực khác trong quốc gia sẽ trở nên nghèo nàn hơn. Cái vốn liếng tư bản vĩ đại đó chẳng qua chỉ là cái ngân quỹ thuế đã bị truất hữu. Một lần nữa chúng ta phải dùng nỗ lực của trí tưởng tượng để trông thấy cái nhà máy năng lượng vĩ đại cùng một lúc với các nhà cửa tư nhân, những chiếc bàn đánh máy, và những bộ vô tuyến truyền hình và các vật phẩm khác bị tước mất quyền sinh tồn bởi vì tiền đã bị tước đoạt từ dân chúng trong nước để mà xây lên cái đập Norris ăn ảnh đó.

3

Tôi đã cố tình để chọn những thí dụ điển hình nhất của các chiêu bài chi tiêu công cộng mà thường được đề ra bởi các nhà tài trợ của chính phủ. Tôi còn chưa nói đến hàng trăm những đề án đùa giỡn khác đã được thi hành dựa trên cái chủ đề chính là "để cung cấp công ăn việc làm cho mọi người" mà cho cái mục đích ích lợi đó của các đề án, chính nó, một cách không thể tránh được, đã trở thành những vấn đề cần được cứu xét lại. Đề án càng phí phạm bao nhiêu, và càng tốn nhân lực bao nhiêu, thì nó càng cung cấp công ăn việc làm một cách tốt hơn. Trong những trường hợp này, những đề án mà được nghĩ ra bởi các quan lại sẽ mang lại sự giàu có và trợ cấp dựa trên mỗi đồng được chi tiêu thì được cung cấp bởi việc đóng thuế của mỗi người dân. Nếu những người dân này được cho phép dùng số tiền đóng thuế đó để mua những gì mà họ cần thì có lẽ những đề án đó đã không bao giờ có thể được thực hiện.

CHƯƠNG 5

SƯU THUẾ LÀM GIẢM KHẢ NĂNG SẢN XUẤT

Vẫn còn có một yếu tố cho thấy tính chất vô lý của việc nói rằng sự giàu có được tạo ra bởi các chi tiêu thuộc về chính phủ thì có thể đền bù cho sự nghèo nàn gây ra bởi việc đóng thuế. Tại vì vấn đề không chỉ đơn giản như là việc móc từ một cái túi bên phải để bỏ vào một cái túi bên trái. Sự tiêu xài của chính phủ cho chúng ta thấy rằng nếu lợi tức của một quốc gia là 1,500 tỷ đô la và tổng số thuế liên bang trong một năm là 360 tỷ đô la thì có nghĩa là chỉ có 24% lợi tức của quốc gia là được chuyển từ các mục đích tư nhân sang các mục đích công cộng[1]. Hay nói rằng nếu một quốc gia có một khả năng tài chính giống như một công ty khổng lồ, thì tất cả các đề án chỉ là các con số dùng để tính toán trong cuốn sổ kế toán. Những nhà chi tiêu chính phủ quên rằng họ thì đang lấy tiền từ A ngõ hầu để mà cho vào B. Nhưng khi đang thổi phồng lên những lợi ích cho kế hoạch xây dựng B, và những lợi ích mà họ sẽ không có nếu như không có tiến trình B, thì họ đã quên đi những tác dụng của việc điều khiển công việc ở A. B thì được thấy, còn A thì bị bỏ quên.

Trong thế giới mới của chúng ta ngày nay, không bao giờ có một tỷ lệ thuế lợi tức bằng nhau áp đặt trên mọi người, và những thuế lợi tức này phải được bổ sung bằng những loại thuế khác. Những loại thuế này, một cách không tránh khỏi, sẽ ảnh hưởng đến những động cơ và hành động của người dân đóng thuế. Khi một công ty mất đi 100 xu của mỗi đồng lỗ lã và chỉ được phép giữ 50 xu của mỗi đồng lợi nhuận, và khi mà nó không thể cân bằng giữa lợi nhuận và lỗ lã, chính sách của công ty sẽ thay đổi. Công ty sẽ không thể bành trướng được, và khi tình trạng này xảy ra thì một doanh nghiệp khác phải được bắt đầu. Các máy móc cải tiến và các nhà máy tối tân hơn sẽ không được xây dựng thêm. Kết quả trường kỳ là giới tiêu thụ sẽ không còn mua được các hàng hóa tốt hơn và rẻ hơn, và lương bổng thật thì sẽ thấp hơn so với mức độ cũ.

Có một tác dụng tương tự khi mà lợi tức cá nhân bị đánh thuế từ 50 đến 60 và 70 phần trăm. Người ta bắt đầu tự hỏi tại sao họ phải làm 6 tháng, 8 tháng, hay 9 tháng cho chính phủ và chỉ làm có 6 tháng, 4 tháng hay 3 tháng cho chính họ. Nếu các nhà kinh doanh mất nguyên một đồng khi thua lỗ nhưng chỉ giữ được một phần khi họ có lời thì đó là một dấu hiệu của tài chính đang gặp nguy cơ. Vốn liếng đang thâu nhỏ lại và đang bị rút đi bởi thuế má. Do đó, lương quỹ dùng để trả cho công nhân thì bị giảm đi và cũng không còn đủ tài chính để mà bắt đầu một nền kinh doanh mới. Những nhà tài trợ chính phủ đã tạo ra thêm tình trạng thất nghiệp khó khăn mà họ đã hứa hẹn để giải quyết.

Có những thuế thì được đánh một cách nhẹ nhàng vào dân chúng và các loại thuế này thì không có hại cho nền sản xuất nhiều. Và có những kế hoạch mà chính phủ có thể cung cấp, để bảo vệ nền sản xuất, đó là những kế hoạch có thể đền bù cho các sự hao tổn về sưu thuế. Nhưng nếu tỷ lệ thuế rút ra từ lương bổng càng lớn thì nền sản xuất tư nhân và tình trạng thuê mướn càng giảm hiệu lực của nó.

CHƯƠNG 6

CHƯƠNG TRÌNH CHO VAY TÍN DỤNG LÀM THAY ĐỔI MỨC SẢN XUẤT

Chính phủ đôi khi khuyến khích và cũng đôi khi ngăn cấm các kinh doanh của tư nhân. Sự khuyến khích thường là dưới hình thức của việc cung cấp một chương trình tín dụng hay dưới hình thức những cho vay từ các ngân hàng tư được đảm bảo bởi chính phủ.

Vấn đề những chương trình tín dụng thì hơi phức tạp bởi vì nó có thể gây ra một tình trạng lạm phát. Nhưng chúng ta sẽ dời lại việc phân tích những tác dụng của các nạn lạm phát trong các chương sau. Bây giờ, để đơn giản hóa, chúng ta sẽ giả sử rằng trường hợp tín dụng mà chúng ta đang thảo luận thì không gây ra nạn lạm phát. Nạn lạm phát mà sẽ được giải thích sau, dù có phức tạp cho việc phân tích, nhưng cuối cùng, cũng không làm thay đổi những kết quả của những chính sách mà chúng ta đang thảo luận.

Một dự án thông thường của chương trình tín dụng là chương trình dành cho các nông gia. Dưới con mắt của những dân biểu quốc hội, những nông gia không bao giờ có đủ tài chính. Những chương trình cho vay nợ được cung cấp bởi các công ty tài trợ gia phí (tiền mua nhà), những công ty bảo hiểm hay những ngân hàng quốc gia thì không bao giờ đủ. Quốc hội luôn luôn tìm thấy những lỗ hổng mới gây ra bởi việc thiếu hụt các công ty cho vay nợ, bất kể là có bao nhiêu loại công ty tư như vậy đang tồn tại. Những nông gia có thể có đủ các tín dụng dài hạn, hoặc ngắn hạn nhưng họ không bao giờ có đủ tín dụng "trung gian"; hoặc là vì lãi suất quá cao, hay là các tiền cho vay của tư nhân chỉ được chấp thuận cho những nông gia giàu có hay những nông gia đã có một nền kinh doanh đã được thiết lập vững vàng. Vì vậy, các cơ quan cho vay nợ của chính phủ và các loại tiền cho vay thuộc về nông nghiệp thì ngày càng mọc ra nhiều qua sự hỗ trợ của các hiến luật.

Sự tin tưởng vào các chính sách này mọc ra từ hai hành động thiển cận. Một hành động là chỉ nhìn vào các vấn đề từ quan điểm của những nông gia. Hành động kia là chỉ nghĩ về nửa phần đầu của tiến trình cho vay nợ. Tất cả các món nợ cho vay, dưới con mắt người mượn, thì phải được trả. Tất cả các tín dụng là các món nợ, những dự án nhằm để gia tăng số lượng tín dụng chỉ là những dự án nhằm để gia tăng các món nợ. Những sự cho vay này có lẽ đã ít mời mọc hơn nếu chúng đã có một cái tên khác hơn là cái danh từ tín dụng.

Chúng ta không cần thảo luận ở đây những sự cho vay được cung cấp cho các nông gia bởi những cơ quan tư nhân như: cơ quan tài trợ gia phí, các cơ quan tín dụng và các công ty cung cấp các tiền vay dùng để mua ô tô và các gia cụ chính như máy giặt, tủ lạnh, máy cày và các nông cụ khác cho đến khi những nông gia có thể bán được các vụ mùa của họ để trả nợ. Ở đây, chúng ta chỉ quan tâm đến những sự cho vay trực tiếp bởi chính phủ hay bởi các cơ quan của chính phủ đảm bảo việc vay mượn. Có hai loại cho vay chính, một loại dùng để giúp các nông gia cho đến ngày gặt của các vụ mùa. Đây là một loại cho vay nguy hại, nhưng nó sẽ tiện lợi cho chúng ta khi chúng ta khảo sát đến vấn đề kiểm soát hàng hóa thông dụng của chính phủ. Một loại khác là để cung cấp vốn liếng – thường là để thiết lập các cơ sở kinh doanh cho các nông gia bằng cách giúp họ mua các nông trại và các nông cụ. Thoạt đầu, khi mới nhìn vào, thì loại cho vay thứ hai này dường như tốt hơn loại cho vay thứ nhất. Thí dụ điển hình là có một gia đình nghèo khó đang sống một cách nhàn rỗi, và không có ý nghĩa qua chương trình trợ cấp của chính phủ. Hãy mua cho họ một nông trại và thiết lập cho họ một cơ sở doanh thương để làm cho họ trở nên một nhà sản xuất có ích lợi cho mọi người, hãy để họ đóng góp vào các sản phẩm của nước nhà và trả hết nợ nần của họ bằng những gì mà họ sản xuất được. Một thí dụ khác là trường hợp của một nông gia nghèo đang thiếu tài chính để mua một chiếc máy cày, cho người nông dân này mượn tiền để anh ta mua chiếc máy cày là một cách để giúp anh ta gia tăng mức sản xuất. Và do đó, anh ta sẽ có thêm lợi tức từ vụ mùa gia tăng đó mà trả nợ. Tuy vậy, nhưng nhân viên chính phủ kết luận một cách tranh luận rằng những món nợ này chỉ là một sự tự thanh toán và tự trang trải, có nghĩa là, đây không phải là trợ cấp miễn phí mà chỉ là một sự vay mượn và hoàn trả đầy đủ, và không tốn của chính phủ một đồng xu nào trong ngân quỹ.

Tương tự như vậy, các cơ quan cho vay nợ tư nhân cũng dựa vào nguyên tắc cơ bản như trên để mà điều hành việc cho vay nợ. Nếu một nông gia muốn mua một nông trại và chỉ có 1/3 hay một nửa số tiền so với giá bán của nông trại đó, một người láng giềng hay một ngân hàng tiết kiệm sẽ cho anh ta mượn số tiền mà anh ta thiếu dưới hình thức như là một món tiền mua nhà. Nếu anh ta muốn mua một chiếc máy cày, công ty máy cày hay một công ty tài chính khác sẽ giúp anh ta mua chiếc máy này với giá chỉ bằng 1/3 giá bán chính thức của chiếc máy, với phần tiền còn lại sẽ được trả sau khi anh ta đã thu hoạch được lợi tức cho việc sử dụng chiếc máy này.

Nhưng có một sự khác biệt giữa sự quyết định cho vay bởi một cơ quan tư nhân và bởi một cơ quan chính phủ. Mỗi cơ quan cho vay nợ, nhận lãnh một mối nguy hiểm trên số nợ mà họ cho vay. Khi họ nhận lãnh một nguy hiểm như vậy, thường thì họ điều tra rất cẩn thận các yếu tố khác như tài sản, hay khả năng điều hành doanh thương, và sự thật thà của những người vay mượn, trước khi các cơ quan này quyết định để cung cấp số tiền cho vay. Nếu các cơ quan chính phủ cũng điều hành các dịch vụ của họ dựa trên cùng một nguyên tắc như vậy thì tại sao lại có một sự cần thiết hay nhu cầu cho các cơ quan cho vay nợ của chính phủ để gia nhập dịch vụ này? Thực sự ra lý do để cho chính phủ gia nhập các dịch vụ cho vay mượn là vì có một số người vay không thể vay mượn từ các cơ quan tư nhân được.

Các nhà tranh luận chính phủ đã nhìn nhận rằng sự lỗ lã trên các số tiền cho vay của các cơ quan chính phủ thì cao hơn là của tư nhân. Nhưng họ cho rằng nền sản xuất sẽ tăng bởi các người có trả nợ cũng như bởi các người không có khả năng để trả. Sự tranh luận đó thì hợp lý bởi vì cái gì mà được cho vay thì không phải là tiền bạc mà là vốn liếng. Một cách thực sự mà nói, đó là các nông trại và các máy cày. Nhưng số nông trại và số máy cày chỉ có giới hạn, những nông trại hay máy cày mà được dùng để cho A vay, thì B không thể vay được. Câu hỏi bây giờ là ai sẽ vay được cái nông trại, A hay B? Thắc mắc cho vấn đề này chỉ giải quyết được dựa trên công trạng của A và B, sự đóng góp hay khả năng đóng góp vào sản xuất của A và B. Giả sử A là người vay được cái nông trại qua các cơ quan của tư nhân. Các nhà băng và các người láng giềng biết lý lịch và hồ sơ của anh ta, họ biết rằng anh ta là một nông gia giỏi và là một người đàn ông chân thật và không thất hứa. Anh ta đã có kinh nghiệm kinh doanh, có tính cần kiệm và lo xa và đã có đủ số tiền để trả cho ¼ giá bán của nông trại, họ cho anh ta vay ¾ còn lại, và anh ta vay được cái nông trại.

Nhưng có hai khác biệt nằm trong ý nghĩa của chữ tín dụng. Một có nghĩa là món nợ của nhà băng cung cấp cho người vay mượn, một ý nghĩa khác ngược lại của chữ tín dụng là sự tín nhiệm: được coi như là một đặc tính của các người đi vay nợ. Anh ta có sự tín nhiệm có nghĩa là anh ta có những tài sản có giá trị hơn giá trị của số nợ mà anh ta đang vay, cộng với việc anh ta có một cá tính chân thật, và một lý lịch làm việc tốt. Đó là lý do tại sao ngân hàng chấp thuận cho anh ta vay, ngân hàng không làm cho ai bất cứ một việc gì mà không có lợi cho họ.

Bây giờ mới giả sử A có tín nhiệm và ngân hàng đã đồng ý cho anh ta vay nợ. Nhưng chính phủ thì lo cho B tại vì B đã không vay được nợ. B không có tiền tiết kiệm và cũng không có một lý lịch của một nông gia tốt, tại sao không làm cho anh ta trở nên một thành viên hữu ích và có khả năng sản xuất trong xã hội bằng cách cho anh ta vay một nông trại và một chiếc máy cày để anh ta có thể thiết lập một doanh nghiệp? Có lẽ trong trường hợp cá nhân, thì điều này có thể xảy ra, nhưng trong một trường hợp tổng quát, một nhóm người được giúp bởi chính phủ sẽ gây ra nhiều nguy hiểm hơn là nhóm người được giúp bởi tư nhân. Nhiều sự cho vay sẽ bị mất hơn vì các nhóm người này, tỷ lệ phần trăm của những món nợ không bao giờ trả nổi sẽ cao hơn. Họ sẽ trở nên vô ích và tài nguyên sẽ bị hao phí vì họ. Khi B có được một nông trại thì A bị mất cái nông trại đó, A bị loại ra vì lãi suất đã tăng lên, hay là vì giá bán của nông trại đã tăng lên, hay có thể vì không còn một nông trại nào khác trong vùng láng giềng của anh ta. Trong bất cứ trường hợp nào, những tín dụng của chính phủ đã không gia tăng mức sản xuất của cộng đồng mà còn làm giảm đi mức sản xuất tại vì sự hạn chế của vốn liếng (bao gồm nông trại, máy cày…) đã được đặt vào tay của những người vay mượn không hữu ích hơn là những người vay mượn hữu ích.

2

Những trường hợp ứng dụng thì càng rõ rệt hơn khi chúng ta đổi sang khảo sát các loại kinh doanh không thuộc về nông nghiệp. Những dự án thì thường thường được đưa ra bởi chính phủ với một ước tính rằng những dự án này thì quá nguy hiểm đối với tư nhân. Điều này có nghĩa là những văn phòng chính phủ được phép nhận lãnh những nguy hiểm trên đồng tiền của những người đóng thuế mà không có một cơ quan tư nhân nào muốn nhận lãnh cho nền kinh doanh riêng của họ. Một chính sách như vậy sẽ gây ra những trường hợp cửa quyền như chủ nghĩa thiên vị (chỉ cho bạn bè hay người thân vay), hay các hình thức ăn hối lộ (nhận tiền biếu của người vay mượn). Một cách không tránh được là nạn cửa quyền này sẽ gây ra các tai tiếng xấu, nó sẽ làm cho mọi người trở nên yêu mến xã hội chủ nghĩa hơn. Bởi vì có một câu hỏi sẽ được đặt ra, đó là nếu chính phủ sẵn sàng để chấp nhận các nguy hiểm trong việc cho vay nợ thì tại sao họ không có quyền hưởng lợi tức? Tại sao lại bất cứ những người trả thuế phải trả thêm thuế trong khi chính phủ lại cho phép các cơ quan cho vay nợ tư nhân được hưởng mọi lợi tức trong việc cho vay?

Nhưng bây giờ giả sử chúng ta hãy bỏ qua các tình trạng không tốt đẹp ở trên để chỉ tập trung vào việc phân tích các kết quả của các loại cho vay nợ này. Trở lại việc cho vay của chính phủ, ta thấy rằng họ đang phung phí ngân quỹ và làm giảm đi mức sản xuất vì những người mà họ cho vay là những kẻ không có khả năng điều hành việc kinh doanh và thường không có một sự tín nhiệm cao trong tính thành thật. Bởi vì ngân quỹ của chính phủ thì có giới hạn, cái gì được đặt vào tay của B sẽ không thuộc vào tay của A.

Mọi người muốn đầu tư vốn liếng riêng của họ. Do đó, hầu hết các cơ quan cho vay nợ điều tra rất kỹ các dự án cho vay của họ trước khi họ bỏ tiền vào các dự án này. Họ đo lường những món tiền lời và những sự lỗ lã, đôi khi họ lầm lỗi trong các việc tính toán này. Nhưng với mọi nguyên nhân, các cơ quan cho vay tư nhân thường ít phạm phải các lỗi lầm hơn là các cơ quan của chính phủ. Bởi vì tiền cho vay của các cơ quan của tư nhân là tiền riêng của họ, trong khi tiền của các cơ quan cho vay của chính phủ là tiền của dân chúng đóng thuế mà có. Do đó, tiếng riêng của tư nhân chỉ được đầu tư vào các nơi mà tiền lời và lợi tức thì được hy vọng một cách chắc chắn là có. Đây là một dấu hiệu cho thấy rằng các người vay nợ sẽ có hy vọng để sản xuất tốt hơn và nhiều hơn cho thị trường qua việc vay được nợ. Các cơ quan cho vay của chính phủ, thì ngược lại, ít có hy vọng có lời hơn vì cái mục đích cho vay của họ là "để tạo công ăn việc làm cho mọi người", và đó là một sự tính toán mơ hồ không có ăn nhập gì đến việc cho vay để kiếm lời. Do đó mà các cơ quan chính phủ bao giờ cũng bị lỗ lã vì những món nợ không bao giờ được trả. Bởi vì các dự án cho vay của các cơ quan chính phủ, nói một cách ngắn gọn, là chỉ thấy B mà không thấy A. Họ dùng tiền thuế của người dân để làm một ngân quỹ cho vay nợ, và ngân quỹ này càng tăng thì tiền thuế của người dân càng tăng. Họ chỉ quan tâm về những người nghèo đang đi vay nợ của họ mà quên đi những người dân đóng thuế đang nghèo hơn vì phải trả thêm thuế. Họ chỉ thấy các lợi tức của việc cho vay mà quên đi sự giàu có của người dân đang bị suy giảm. Họ chỉ thấy kết quả của một hành động mà bỏ sót việc nhìn thấy kết quả của tác dụng của các hành động đó.

Trường hợp chống lại các món nợ gia phí và các loại cho vay khác được bảo đảm bởi chính phủ cho các xí nghiệp hay gia đình tư nhân thì cũng tương tự như vậy. Những nhân viên chính phủ của các công ty bảo đảm tài trợ gia phí cũng luôn luôn quên đi rằng tiền cho vay thì có giới hạn và nếu B mượn được thì A sẽ không mượn được. Một cách đặc biệt là tình trạng không trả nổi nợ thì càng cao cho các căn nhà được bán mà không đòi hỏi tiền đặt cọc mua trước. Chính phủ bắt buộc các người dân đóng thêm thuế để tài trợ thêm những nguy hiểm của chương trình cho vay nợ. Chính phủ đang khuyến khích các tư nhân đi mua một căn nhà mà họ thực sự là không thể trả nổi. Chương trình cho vay tiền mua nhà của chính phủ đang khuyến khích thêm cho việc xây cất những căn nhà mới, và làm gia tăng phí tổn xây dựng những gia cư mới. Nói tóm lại là chính phủ đang khuyến khích những công trình xây cất gia cư chớ không phải là khuyến khích việc sản xuất hàng hóa.

3

Một cách tổng kết, chính phủ không bao giờ tài trợ hay cho vay bất cứ một cái gì mà không lấy cái đó ra từ các doanh nghiệp của tư nhân. Chúng ta thường nghe nói về các chương trình *"Cứu các doanh nghiệp ra khỏi tù tội"* của chính phủ như Hiệp Hội Tài Chính Tái Xây Dựng, Hiệp Hội Cho Vay Của Những Gia Chủ và nhiều cơ quan chính phủ khác từ năm 1932 trở đi. Nhưng chính phủ không thể trợ giúp tài chính cho các doanh nghiệp mà không lấy tiền trước từ các doanh nghiệp đó. Ngân quỹ của chính phủ là do tiền thuế mà có. Ngay cả những "tín dụng của chính phủ" cũng dựa vào một ức đoán rằng những món nợ này cuối cùng sẽ được trả hết bằng cách thu thuế. Khi chính phủ cho vay nợ hay tài trợ cho các doanh nghiệp, thì có nghĩa là họ phải đánh thuế vào các kinh doanh tư nhân thành công ngõ hầu để mà nâng đỡ các doanh nghiệp tư nhân thất bại.

CHƯƠNG 7
LỜI NGUYỀN RỦA CÁC MÁY MÓC

Một trong những sai lầm kinh tế mà có thể tồn tại được là niềm tin rằng máy móc gây ra nạn thất nghiệp. Càng phá hủy quan niệm này bao nhiêu lần thì nó lại từ đống tro tàn mọc lại ngay bấy nhiêu lần. Bất cứ khi nào mà có một tình trạng thất nghiệp hàng loạt và lâu dài, máy móc là một tin tức mà người ta đổ lỗi cho. Sự ngộ nhận này vẫn còn là một chính sách căn bản của các nghiệp đoàn lao động. Quần chúng che chở cho những chính sách này vì họ hoặc là tin tưởng rằng các nghiệp đoàn lao động luôn luôn đúng hoặc là họ bị lẫn lộn đến nỗi rằng không biết được tại sao các nghiệp đoàn lao động lại sai lầm. Niềm tin rằng máy móc gây ra tình trạng thất nghiệp mặc dù với bản tính cương quyết trong lý luận của nó, đã dẫn đến những kết quả không hợp lý. Ngày nay, chúng ta không những đã gây ra tình trạng thất nghiệp với mỗi một phát minh ra các máy móc mới, mà con người thời cổ xưa cũng đã bắt đầu gây ra tình trạng này với những cố gắng đầu tiên của họ để cứu họ ra khỏi sự làm lụng vất vả, và sự đổ mồ hôi vô ích.

Chúng ta hãy trở lại với các kinh nghiệm gần đây hơn qua cuốn sách *Sự Thịnh Vượng Của Những Quốc*

Gia của Adam Smith, xuất bản năm 1776. Chương đầu tiên của cuốn sách này được gọi là "Thuộc Về Một Chi Bộ Lao Động", và trong trang thứ nhì của chương đầu tiên này, tác giả cho chúng ta thấy rằng một công nhân không quen sử dụng máy trong việc sản xuất ra kim tây chỉ có thể làm ra một cây kim tây một ngày, trong khi trước khi có máy, ông ta đã làm được bằng tay 24 chiếc kim tây một ngày, và sự thật nếu ông biết sử dụng chiếc máy này, ông ta có thể sản xuất 4.800 cây kim tây trong một ngày. Như vậy, theo Adam Smith, cho một ngày đầu tiên mà một người thợ chưa sử dụng được máy, đã có từ 240 đến 4.800 cây kim tây không được sản xuất và việc mỗi người thợ chỉ làm ra được một kim tây cho ngày đó nên số lượng này tương đương số lượng từ 240 đến 4.800 người thợ không có việc làm. Mọi thứ có trở nên đen tối hơn không? Mọi thứ trở nên đen tối hơn khi Cuộc Cách Mạng Kỹ Nghệ mới bắt đầu phôi thai. Chúng ta hãy nhìn vào một vài biến cố của cuộc cách mạng này. Cái gì đã xảy ra cho kỹ nghệ may vớ, khi những khung dệt vớ tự động vừa mới được phát minh, hàng ngàn người thợ dệt vớ bằng tay đã nổi dậy phá vỡ các nhà máy này, đốt nhà của những người phát minh ra nó và những nhà phát minh đã phải chạy trốn thoát sự đe dọa của những người thợ đó cho đến khi quân đội được gọi tới để dẹp tan những cuộc nổi loạn này.

Ngày nay, sự kiện trên vẫn còn quan trọng để giúp cho chúng ta nhớ rằng sự phản đối việc tạo ra các máy móc của những người công nhân thủ công nghệ thì vẫn hợp lý. William Felkin, trong cuốn sách *Lịch Sử Của Những Nhà Chế Tạo Ra Kỹ Nghệ Dệt Vớ* (1867), đã kể cho chúng ta thấy rằng 50.000 gia đình các thợ thủ công nghệ dệt vớ đã không bị đói và mất việc sau khi các chiếc máy dệt vớ đã ra đời. Những người nổi loạn đã tin tưởng một cách không nghi ngờ rằng máy móc đã thay thế họ mãi mãi trong việc sản xuất. Nhưng họ đã lầm, trước khi thế kỷ thứ 19 kết thúc, kỹ nghệ dệt vớ đã mướn vào ít nhất 100 người thợ thay thế cho mỗi người thợ đã được mướn vào đầu thế kỷ.

Arkwright đã phát minh ra chiếc máy dệt bông gòn vào năm 1760. Vào lúc đó, một thống kê xấp xỉ đã cho thấy ở bên Anh đã có 2.500 công nhân sử dụng những bánh xe dệt này và 2.700 người thợ dệt trong số 7.900 người gia nhập vào việc sản xuất vải sợi này. Khi phát minh này của Arkwright mới được giới thiệu trên thị trường, những người thợ dệt tay đã phản đối và đe dọa đốt cháy các nhà máy này, tuy nhiên các cuộc nổi loạn đều bị dẹp xuống. Đến năm 1787 – 27 năm sau ngày phát minh đó, thống kê cho thấy tổng số công nhân gia nhập kỹ nghệ quay dệt bông gòn đã tăng từ 7.900 đến 320.000 người, một sự gia tăng của 4.400%.

Độc giả nào đã đọc cuốn *Những Sự Thay Đổi Kinh Tế Gần Đây* của David Ames Wells, xuất bản năm 1898, không tính ngày và các số liệu tuyệt đối, đã kể cho chúng ta biết qua đoạn sau đây:

"Trong những năm từ 1870 đến 1880, những chiếc tàu thương mãi người Anh, trong phong trào kỹ nghệ hóa, đã gia tăng khả năng trọng tải của nó lên 22 triệu tấn. Tuy thế, số công nhân được thuê mướn vào trong kỹ nghệ này đã giảm vào năm 1880, so sánh với năm 1870, xuống đến con số vào khoảng 3.000 người (một cách chính xác là 2.999 người) vì việc phát minh ra các máy kéo hàng chạy bằng hơi nước và các thang máy dịch chuyển hàng hóa ở các bến tàu, và các xưởng đóng tàu."

"Năm 1873, hãng thép Bessemer ở Anh quốc, khi mà giá cả chưa được cải tiến lắm, đã bán với giá 80 đồng mỗi tấn; năm 1886, thép đã được chế tạo một cách nhiều hơn và được bán ra với giá thấp hơn 20 đồng một tấn. Cùng trong thời gian đó, số lượng sản xuất hàng năm đã gia tăng gấp 4 lần với một số lượng lao động không tăng bao nhiêu.

Năng lực được tạo ra bởi các động cơ chạy bằng hơi nước đã tồn tại lâu đời, hiện tại có khả năng sản xuất vào khoảng 200 triệu mã lực, theo một ước tính của sở thống kê Berlin, tượng trưng cho một nhân lực của khoảng 1 tỷ người, hay là 1/3 số lượng công nhân trên toàn thế giới."

Một người, khi đọc những thống kê cuối cùng ở trên, có thể sẽ dừng lại và tự hỏi có bao nhiêu công nhân còn lại có thể được thuê mướn trong năm 1889, nhưng đó chỉ là một sự kết luận bi quan, hay đồng nghĩa với kết luận rằng: *"Trong những trường hợp như thế, khả năng dư thừa sản xuất có thể trở nên trường kỳ".*

Năm 1932, tình trạng kinh tế trở nên sút kém và người ta lại đổ lỗi cho máy móc trở lại. Trong vòng một vài tháng, một nhóm trí thức gọi chính họ là các kỹ thuật gia dân tộc đã nhanh chóng bành trướng khắp nơi như một cơn cháy rừng. Tôi không muốn làm độc giả nản lòng với việc trần thuật các số liệu tuyệt vời mà nhóm này đã đưa ra, và cũng không muốn phê bình đâu là những số liệu đúng. Tôi chỉ muốn nói rằng những kỹ thuật gia dân tộc này đã trở lại với cái lỗi lầm nguyên thủy của quan niệm rằng máy móc thì thay thế con người một cách hoàn toàn – ngoại trừ họ đã trình bày các lỗi này như là một sự khám phá cách mạng mới của chính họ thì tôi không nói đến. Đây chỉ là một thí dụ điển hình của câu cách ngôn của Santayana nói rằng: *"Những ai mà không nhớ đến những lỗi lầm trong quá khứ thì sẽ lặp lại các lỗi lầm đó"*. Những nhà kỹ thuật quốc gia này, sau cùng, đã không thể vui mừng được nữa, nhưng học thuyết của họ thì vẫn còn tồn tại. Chủ trương của họ đã được phản ánh trong hàng trăm luật lao động và những chính sách của các nghiệp đoàn lao động; và những luật lệ và chính sách này thì được che chở và ngay cả chấp nhận bởi vì vẫn còn những nhầm lẫn trong việc suy nghĩ của quần chúng. Năm 1941, ông Corwin Edward, một nhà tư pháp, đại diện cho Bộ Công lý Hoa Kỳ, đã khai trước Ủy Ban Kinh Tế Quốc Gia Lâm Thời (TNEC) vô số những trường hợp của các chính sách đó. Nghiệp đoàn điện khí của thành phố New York bị tố cáo vì đã từ chối không gắn những dụng cụ điện mà đã không được chế tạo bởi thành phố New York. Ở Houston, Texas, những người thợ sửa ống nước chuyên nghiệp và nghiệp đoàn ống nước đã đồng ý rằng các ống nước mà đã được bọc vải trước thì chỉ được lắp ráp bởi các công nhân là hội viên của nghiệp đoàn mà thôi; với điều kiện là một số vải bọc phải đã được cắt bỏ trước ở một đầu, và số vải còn lại sẽ được cắt khi được lắp ráp tại công trường. Những nghiệp đoàn địa phương của những công nhân sơn nhà đã hạn chế việc sử dụng máy phun sơn; những hạn chế này, trong nhiều trường hợp, chỉ là một biện pháp để yêu cầu các công nhân sơn nhà dùng cọ khi sơn mà thôi. Một nghiệp đoàn lao động địa phương của những người thợ hơi nước đã đòi hỏi rằng: bất cứ một chiếc xe tải nào đi vào vùng ngoại ô của thành phố New York đều phải có một tài xế phụ cộng thêm vào với tài xế chính đang lái. Trong nhiều thành phố khác nhau, nghiệp đoàn điện khí bắt buộc rằng bất cứ các nguồn điện tạm thời nào được dùng trên một công trường xây dựng đều phải có một kỹ thuật gia bảo trì điện làm việc toàn phần để giám thị, và các chuyên gia này không được phép làm bất cứ việc gì khác ngoài việc khảo sát và trông chừng. Ông Edwards đã phê bình rằng: *"Luật lệ này gây ra việc thuê mướn những công nhân nhàn rỗi, không làm việc gì, ngoài việc vặn và tắt đèn mỗi ngày"*. Trong kỹ nghệ đường hỏa xa, các nghiệp đoàn buộc các lính cứu hỏa phải được mướn vào để làm việc với các đầu máy xe lửa, trong khi những công việc làm này không cần họ. Trong các kịch trường, các nghiệp đoàn lao động buộc phải mướn các công nhân đổi màn phong cảnh trong các vở kịch mà không đòi hỏi cần phải có các màn phong cảnh, hoặc buộc phải mướn cả nguyên dàn hòa nhạc trong nhiều trường hợp mà chỉ có những chiếc máy hát là cần dùng đến.

Trước năm 1961, không có dấu hiệu nào cho thấy sự ngộ nhận này đã bị tiêu diệt. Không những là các nhà lãnh đạo các nghiệp đoàn lao động mà các quan chức chính phủ cũng đã cho rằng sự tự động hóa hay máy móc hóa là nguyên nhân chính gây ra tình trạng thất nghiệp. Các máy móc tự động luôn được coi như là một cái gì hoàn toàn mới mẻ đang xảy ra trên thế giới. Nó gần như là một cái danh từ dùng để chỉ chung cho các tiến bộ kỹ thuật, cho việc phát minh ra các dụng cụ dùng để tiết kiệm sức lao động.

2

Cho đến ngày nay, những sự chống đối các máy móc tiết kiệm sức lao động thì không được xem như là một sự dốt nát về kinh tế học. Năm 1970, một cuốn sách kinh tế học được viết bởi một nhà văn đã được đánh giá cao và đã nhận được giải thưởng Nobel mà nội dung cuốn sách này đã chống lại việc phát minh ra các máy móc tiết kiệm sức lao động trong những quốc gia chưa phát triển với lý do rằng các máy móc này làm giảm nhu cầu lao động. Theo cái kết luận lý lẽ của cuốn sách này thì phương cách duy nhất để cực đại hóa công ăn việc làm là phải tận dụng sức lao động một cách không có tác dụng và thiếu kỹ thuật càng nhiều càng tốt. Nó ám chỉ rằng các cuộc nổi dậy của người Anh vào đầu thế kỷ 19 đã tàn phá các khung dệt vớ, các khung cửi chạy bằng hơi nước và các máy xén lông là các cuộc nổi loạn đúng.

Một người nào đó có thể thu thập các số liệu trong quá khứ để cho thấy rằng máy móc thì không cần và không đúng trong vấn đề tạo công ăn việc làm, nhưng những số liệu đó thì không có ích lợi gì trừ khi chúng ta hiểu được tại sao. Thống kê và lịch sử thì vô ích đối với môn kinh tế học trừ khi chúng được giải thích bởi một phương pháp suy luận rõ rệt tại sao những sự phát minh ra máy móc để tiết kiệm sức lao động là một tiến trình không thể ngăn cản được. Bà Eleanor Roosevelt, trong một bài báo đăng ngày 19 tháng 9 năm 1945, đã viết: *"Chúng ta đã đạt đến trình độ mà những máy móc dùng để tiết kiệm sức lao động thì chỉ hữu ích khi chúng không làm cho các công nhân bị mất công ăn việc làm"*.

Nếu việc chế tạo ra các máy móc tiết kiệm sức lao động là một nguyên nhân mà nó tiếp tục gây ra nạn thất nghiệp và sự lầm than thì chúng ta không những xem các tiến bộ kỹ thuật sau này là một sự bất hạnh mà tất cả các tiến bộ kỹ thuật trong quá khứ cũng là một bất hạnh. Nhưng thực sự thì các tiến bộ kỹ thuật có là một bất hạnh cho chúng ta hay không, khi mà hàng ngày vẫn còn vô số con người đang cố gắng để tạo ra các dụng cụ có khả năng giảm bớt sức lao động của họ mà vẫn giúp cho họ đạt được các thành tựu sản xuất đáng kể? Tại sao hàng hóa phải được chuyên chở bằng đường hỏa xa từ Chicago đến New York khi mà chúng ta có thể mướn hàng tá công nhân để chuyên chở bằng cách vác chúng trên lưng họ? Những lý thuyết biện minh sai lầm ở trên để đổ lỗi cho máy móc thì thật là vô lý, nhưng những lý thuyết đó vẫn được tồn tại dù cho chúng đã gây tai hại không ít. Bây giờ, chúng ta hãy xét một thí dụ để xem một cách chính xác cái gì đã xảy ra khi những cải tiến kỹ thuật để tiết kiệm sức lao động như máy móc được chế tạo. Giả sử, một nhà máy sản xuất quần áo đã gắn thêm các máy móc mà nó có thể sản xuất ra cùng một lượng quần áo mà chỉ dùng có một nửa sức lao động của công nhân so với trước đây. Khi mới nhìn vào, chúng ta sẽ thấy ngay là có một số công nhân sẽ bị giảm đi, nhưng những máy móc này sẽ cần một số công nhân mới biết điều khiển nó mà nếu như không có các máy móc mới thì các công nhân đó sẽ không có việc làm. Người chủ hãng mà mua các máy móc này, hoặc là sẽ tiết kiệm được sức lao động, hoặc là sẽ tiết kiệm được phí tổn sản xuất vì các quần áo chế tạo ra sẽ tốt hơn và số lượng sẽ được làm ra nhiều hơn khi làm bằng tay, do đó ông ta sẽ bán được nhiều hơn và kiếm thêm được lời. Nếu ông ta tiết kiệm được thêm phí tổn sản xuất khi tiết kiệm thêm sức lao động thì có nghĩa là phí tổn mua máy không thể lớn hơn các phí tổn khác. Vả lại, những chiếc máy mà ông ta đã mua đã tạo ra thêm nhiều việc làm cho các công nhân chế tạo ra những chiếc máy đó, và việc này sẽ bù lại cho việc một số công nhân ở hãng ông đã bị giảm bớt. Khi chủ hãng bắt đầu thu lợi thì lợi tức này không chỉ dành riêng cho ông ta mà cho cả xã hội. Vì ông ta sẽ dùng lợi tức này để đầu tư vào các kỹ nghệ khác, và dùng cho cả việc tiêu xài cho gia đình của ông. Ngoài ra, ông ta còn mua thêm máy móc để tăng thêm lượng hàng hóa sản xuất nữa. Bất cứ những gì mà ông ta dùng lợi tức kiếm được đều tạo ra thêm công ăn việc làm cho xã hội để bù lại cho số công nhân bị giảm đi ở hãng của ông ta. Những tiêu xài thêm cho cả gia đình ông sẽ làm cho xã hội cần nhiều công nhân hơn để sản xuất ra hàng hóa cần dùng cho sự tiêu xài riêng của gia đình ông cũng như cho các cá nhân khác trong xã hội. Nhưng vấn đề này chưa dừng lại ở đây. Khi ông ta thấy hãng quần áo này bán được nhiều quần áo hơn, ông ta sẽ mua thêm máy móc, như vậy, nhiều thợ sẽ được cần hơn để chế tạo thêm các máy móc đó. Các hãng quần áo khác sẽ bắt đầu bắt chước ông ta và mua thêm máy móc để nâng lượng quần áo sản xuất. Như vậy giá cả quần áo sẽ sụt xuống vì sự cạnh tranh này, và những người tiêu thụ hay khách hàng sẽ được lợi vì giá cả quần áo đã giảm xuống. Như vậy giá cả giảm sẽ làm cho khách hàng mua hàng hóa nhiều hơn theo định luật nhu cầu và quần áo phải được chế tạo ra nhiều hơn. Do đó, nhiều công nhân sẽ được mướn vào nhiều hơn để sản xuất thêm quần áo. Như vậy thì công ăn việc làm sẽ gia tăng nhiều hơn chớ không ít hơn trước khi máy móc được chế tạo thêm.

Nhưng các hãng sản xuất không phụ thuộc vào tính đáp ứng của nhu cầu cho chỉ bất cứ một sản phẩm đặc biệt nào. Giả sử rằng mặc dù giá cả của một chiếc áo khoác đã giảm đi một nửa của giá cả trước đây, thí dụ từ 150$ giảm xuống còn 100$. Kết quả là khách hàng sẽ tiết kiệm được 50$ mà họ đã không tiết kiệm được khi mua với giá 150$ trước đây. Do đó, họ sẽ dùng 50$ tiết kiệm được này để mua các loại hàng hóa khác và làm gia tăng công ăn việc làm cho việc sản xuất các loại hàng hóa khác.

Nói tóm lại, việc cải tiến kỹ thuật và chế tạo các máy móc, sự tự động hóa, không gây ra nạn thất nghiệp như mọi người đã tưởng.

3

Không phải tất cả các phát minh và các khám phá đều là dùng để chế tạo ra các máy móc tiết kiệm sức lao động. Một số các khám phá ra các loại hàng hóa như: ni-lông, ván ghép là chỉ để cải tiến chất lượng của hàng hóa. Những loại hàng hóa khác như điện thoại và máy bay là để dùng cho các hoạt động mà sức lao động tay chân của con người không thể so sánh, hay có thể làm tương tự như vậy được. Những loại hàng hóa khác như máy phát điện quang tuyến X, vô tuyến truyền hình, radio, máy nóng và lạnh… là những loại máy móc mới lạ không có liên quan gì đến vấn đề tiết kiệm sức lao động nhưng vô cùng cần thiết cho đời sống hàng ngày của con người. Và do đó, dĩ nhiên là sự tranh luận rằng máy móc không phải là nguyên nhân gây ra nạn thất nghiệp vẫn tiếp tục bành trướng được qua các thí dụ cho thấy rằng máy móc sáng tạo ra nhiều công ăn việc làm hơn là trường hợp nếu như không có chúng. Trong nhiều trường hợp thì điều này cho thấy là đúng, máy móc được phát minh ra càng nhiều thì càng có nhiều công ăn việc làm hơn cho mọi người. Những số liệu của thế kỷ thứ 18 về nền kỹ nghệ vải dệt cho thấy được đặc điểm này. Năm 1910, 140 ngàn người được mướn ở Hoa Kỳ để làm việc cho nền kỹ nghệ mới này. Năm 1920, khi hàng hóa của nó được cải tiến và giá cả thì giảm đi, kỹ nghệ này đã mướn vào 250 ngàn công nhân. Năm 1930, khi hàng hóa của nền kỹ nghệ này tiếp tục cải tiến và giá cả tiếp tục giảm thì số công nhân được mướn lên đến 380 ngàn người. Năm 1973 con số này gia tăng đến 941 ngàn. Năm 1973, có 514 ngàn người được mướn vào bởi kỹ nghệ hàng không và 393 ngàn người được mướn vào để lắp ráp các bộ phận điện tử[2].

Việc cho rằng máy móc làm gia tăng công ăn việc làm có một ý nghĩa rõ rệt. Dân số trên thế giới hiện nay nhiều gấp bốn lần vào giữa thế kỷ thứ 18 trước khi xảy ra Cuộc Cách Mạng Kỹ Nghệ. Người ta cho rằng máy móc đã làm gia tăng dân số; tại vì nếu không có máy móc, thế giới đã không thể nuôi nổi số lượng dân chúng gia tăng nhanh như vậy. Ba trong số bốn người của chúng ta không những chỉ lệ thuộc vào việc làm mà còn lệ thuộc vào máy móc nữa.

Tuy nhiên, nếu nghĩ rằng chức vụ hay kết quả của việc sử dụng máy móc một cách chính là để tạo ra công ăn việc làm là một sự suy nghĩ sai lầm. Chức vụ chính của máy móc là để nâng cao mức sản xuất, để nâng cao điều kiện sống căn bản và để gia tăng sự thịnh vượng cho nền kinh tế. Khi công nhân đã được thuê mướn đủ, việc chế tạo ra máy móc mới, các phát minh và khám phá mới không thể gia tăng việc thuê mướn trừ khi có sự gia tăng về dân số. Tôi muốn lặp lại rằng máy móc được chế tạo là để gia tăng năng lượng sản xuất và điều kiện sống căn bản bằng hai cách, một là để tạo ra hàng hóa với giá rẻ hơn, hai là để tăng mức lương bổng lên vì máy móc gia tăng số lượng hàng sản xuất. Nói một cách khác, người ta chế tạo ra máy móc để làm ra hàng hóa với giá rẻ hơn cho khách hàng, vì máy móc gia tăng phẩm chất và sự phục vụ cho cùng một giá tiền mà khách hàng phải trả, và để tăng mức lương bổng cho công nhân, hoặc cho cả hai lý do trên. Cái gì thực sự xảy ra thì phải còn tùy thuộc vào chính sách tài chính trong một quốc gia. Nhưng trong bất cứ trường hợp nào, máy móc và những phát minh về kỹ thuật đều gia tăng lương bổng.

4

Những nhà kinh tế học cổ điển luôn luôn quan tâm đến những kết quả thứ hai và những tác dụng của các chính sách kinh tế và những sự phát triển trường kỳ trong toàn thể cộng đồng. Nhưng họ cũng có một yếu điểm đó là sự quan tâm của họ vào các kết quả lâu dài sẽ làm họ bỏ quên các kết quả ngắn hạn. Chúng ta đã thấy rằng những người thợ đan vớ đã phải chịu những thảm kịch do việc chế tạo ra những khung dệt vớ tự động, một trong những phát minh cổ nhất của Cuộc Cách Mạng Kỹ Thuật. Những dữ kiện này đã đưa những nhà văn viết về kinh tế học đến một cái nhìn khác vào những tác dụng của một chính sách kinh tế. Joe Smith bị thảy ra khỏi công việc thủ công mà anh đã có vì sự chế tạo ra những máy móc mới có khả năng thay thế bàn tay của anh ta. Nhưng những nhà kinh tế học đã chỉ nhìn vào trường hợp của Joe Smith mà quên trường hợp của Tom Jones, là người mới tìm được một việc là chế tạo ra những chiếc máy mới có khả năng thay thế cho Joe Smith; và Ted Brown, là một công nhân vừa được mướn vào để điều khiển chiếc máy mới này; và Daisy Miller, là một khách hàng mà bây giờ vừa mua được một chiếc áo khoác với giá chỉ bằng phân nửa giá mà trước kia cô ta đã trả cho cũng một chiếc áo khoác này. Và chỉ vì họ chỉ nhìn thấy trường hợp mất việc của Joe Smith thì họ đều la toáng lên rằng máy móc là nguyên nhân gây ra nạn thất nghiệp. Đúng vậy, chúng ta nên trông chừng cho Joe Smith, anh ta đã bị mất việc vì máy móc thay thế bàn tay của anh. Nhưng có lẽ, không bao lâu anh ta sẽ kiếm được một việc làm khác, có thể là một việc làm tốt hơn việc cũ. Tuy vậy, anh ta cũng đã dâng hiến nhiều năm của cuộc đời của anh để chiếm hữu và cải tiến một nghề thủ công đặc biệt mà giờ đây không còn có ích lợi nữa. Anh ta đã mất đi cuộc đầu tư của chính anh, của khả năng và tài nghệ của anh, cũng như người chủ nhân cũ của anh ta cũng đã mất đi sự đầu tư của ông ta vào những chiếc máy hay những kỹ thuật thủ công trở nên vô dụng vì một chiếc máy tốt đã ra đời. Bây giờ, từ một người thợ tài giỏi, Joe Smith đã trở thành vô nghề nghiệp, và chỉ được trả lương như một người công nhân không có tay nghề, vì nghề thủ công cũ của anh nay không còn có giá trị nữa vì đã có máy móc thay thế. Tuy nhiên, chúng ta không thể và không được phép để quên Joe Smith. Thảm trạng của anh là một tai nạn cho hầu hết các nền kỹ nghệ và các tiến bộ kinh tế.

Để khảo sát trường hợp giúp đỡ Joe Smith – chúng ta phải tự hỏi có nên để anh ta tự quyết định lấy nghề nghiệp của anh không, hay là trả lương thất nghiệp và tiền bồi thường sa thải, và trợ cấp xã hội cho anh ta, hay huấn luyện cho anh ta một nghề nghiệp khác bằng chương trình trợ cấp của chính phủ… – thì không phải là bổn phận của tôi trong chương sách này. Trung tâm của bài học này là để giúp cho các bạn độc giả nhìn thấy được tất cả các kết quả của một chính sách kinh tế hay một phát triển kinh tế nào đó – những tác dụng trực tiếp trên một nhóm người đặc biệt, và tác dụng trường kỳ của nó trên một nhóm người khác.

CHƯƠNG 8

CHIÊU BÀI MỞ RỘNG CÔNG ĂN VIỆC LÀM

Trong chương trước, tôi đã trình bày những chính sách khác nhau của các nghiệp đoàn chống lại việc máy móc hóa nền kỹ nghệ. Những chính sách này, với sự ủng hộ của quần chúng, bắt nguồn từ cùng một ngộ nhận căn bản của cái lý luận kinh tế học mà cho rằng máy móc là một nguyên nhân gây ra nạn thất nghiệp. Ngộ nhận này đồng nghĩa với lý luận mà cho rằng chỉ có một số công việc nhất định trên thế giới, và không thể tạo ra thêm công việc bằng những đường lối phức tạp hơn.

Cái lỗi lầm này nằm sau Chi Bộ Lao Động mà những nghiệp đoàn đang dựa vào đó để tồn tại. Những thợ lát gạch thì không được phép để dùng đá cho việc xây cất các ống khói vì đó là công việc riêng của các thợ nề đá. Một thợ điện không thể cắt gỗ ra để gắn vào một ổ cắm điện rồi đặt miếng gỗ trở lại, vì đó là công việc đặc biệt dành riêng cho thợ mộc. Một thợ ống nước không được phép để tháo ra hay gắn lại một viên gạch để sửa một ống nước đang rỉ, vì đó là công việc đặc biệt dành cho thợ lót gạch.

Những cuộc đình công giận dữ trong các nghiệp đoàn để tranh đấu cho độc quyền để làm những loại công việc nào đó luôn luôn xảy ra. Trong một lời khai được sửa soạn bởi Công Ty Đường Sắt Mỹ Châu dành cho Ủy Ban Về Thủ Tục Hành Chánh của Bộ Tư Pháp, công ty này đã đưa ra nhiều thí dụ của các quyết định của hội đồng cải tiến đường sắt quốc gia như sau:

Mỗi điều khiển thuộc về đường sắt, không kể dài hay ngắn, như các cuộc đàm thoại qua điện thoại hay việc mở và đóng các công tắc là tài sản độc quyền của một nhóm công nhân đặc biệt mà nếu một công nhân của một nhóm khác khi đang thi hành phận sự của mình cũng làm cùng một động tác thì không được trả thêm cho công tác này. Thêm vào đó, các công nhân đặc biệt được hưởng quyền lợi để làm các công tác điều khiển này khi bị thất nghiệp hay bị đình việc ngắn hạn phải được trả lương trong khi nghỉ làm.

Có một sự thật là chỉ có một thiểu số người có thể kiếm được lợi nhuận trên sự chi phí của tất cả chúng ta, và Bộ Lao Động đã công nhận điều này là trường hợp của họ. Nhưng bất cứ những ai mà nâng đỡ sự thật này như là một chính sách tổng quát thì sẽ thất bại, vì chính sách này luôn luôn làm gia tăng những phí tổn sản xuất mà kết quả là mức lao động bị giảm đi và mức sản xuất hàng hóa cũng giảm đi. Gia đình nào bị bắt buộc để thuê mướn hai người làm công để làm công việc chỉ dành cho một người là đã mướn dư ra một. Bởi vì nhà tắm của ông ta bị rỉ nước đã được sửa với phí tổn gấp đôi phí tổn thật của nó, do đó ông ta không còn tiền để mà quyết định mua thêm một chiếc áo lạnh. Tình trạng lao động thì không trở nên tốt hơn vì một ngày làm việc của một thợ lát gạch có nghĩa là một ngày thất nghiệp của một thợ đan áo lạnh hay một thợ máy. Gia đình cũng trở nên xấu hơn vì thay vì có một cái nhà tắm được sửa chữa và một cái áo lạnh, gia đình này chỉ còn có một cái nhà tắm lành lặn mà thiếu đi cái áo lạnh. Và nếu chúng ta tính cái áo lạnh như là một tài sản quốc gia thì quốc gia sẽ thiếu mất một cái áo lạnh. Tình trạng này biểu hiện cho thấy kết quả của một nỗ lực tạo ra thêm công việc qua một Bộ Lao Động chuyên quyền.

Còn có nhiều chiêu bài "mở rộng công ăn việc làm" khác được đưa ra bởi các ủy viên của nghiệp đoàn và các nhà lập pháp. Chiêu bài thông dụng nhất là dự án làm ngắn lại tuần làm việc bằng luật pháp. Cái niềm tin của chiêu bài mở rộng kinh doanh và tạo ra thêm công ăn việc làm là một trong những lý do chính nằm sau sự bao hàm của dự án làm thêm giờ trong luật trả lương theo giờ hiện tại của liên bang. Những luật pháp trước đây của tiểu bang đã cấm việc thuê mướn phụ nữ và dân thiểu số cho các công việc làm trên 40 giờ/một tuần được dựa vào kết quả rằng làm việc 40 giờ trong một tuần làm mất hiệu quả của sức lao động. Nhưng ủy ban dự thảo luật liên bang cho rằng các chủ nhân phải trả cho công nhân thêm 50% số lương giờ cho tất cả những giờ mà công nhân phải làm thêm trong một tuần thì không được dựa vào việc tin tưởng rằng 45 giờ làm việc trong một tuần có thể gây ra tai hại cho sức khỏe hay hiệu quả làm việc. Luật này được tạo ra thêm với hy vọng sẽ thúc đẩy lương bổng hàng tuần của công nhân cao hơn và để hy vọng sẽ ngăn chặn việc các chủ nhân buộc công nhân phải làm việc nhiều hơn 40 giờ trong một tuần. Ở vào lúc đang viết quyển sách này, vẫn còn có nhiều chiêu bài "phòng tránh nạn thất nghiệp" bằng các phương thức như một tuần làm việc 30 giờ, hay một tuần chỉ có 4 ngày làm việc.

Chúng ta hãy nhìn vào phương thức thứ nhất, giả sử rằng tuần làm việc đã bị cắt từ 40 giờ xuống còn 30 giờ, và lương thì không thay đổi. Nếu có một tình trạng thất nghiệp đang phát triển khi kế hoạch này được đưa ra, thì không có nghi ngờ gì để cho rằng kế hoạch này cung cấp thêm công ăn việc làm. Chúng ta không thể giả sử rằng kế hoạch này cung cấp đủ công ăn việc làm, trừ khi chúng ta giả thiết rằng trong mỗi kỹ nghệ có cùng một tỷ lệ thất nghiệp như nhau, và rằng những công nhân mới mướn vào thì khả năng làm việc của họ cũng không kém những công nhân cũ. Nhưng giả sử rằng vẫn còn một số công nhân cần phải mướn vào thêm và số công nhân mới mướn vào không làm gia tăng phí tổn sản xuất, thì việc rút giờ làm việc trong một tuần sẽ gây ra kết quả gì khi mà lương giờ của công nhân không được tăng? Mặc dù có nhiều công nhân được mướn vào hơn nhưng mỗi người thì lại làm ít giờ hơn vì số giờ làm việc bị rút lại, do đó số giờ làm việc coi như không có tăng lên. Tổng cộng lương phí và khả năng mua sắm coi như không có gia tăng. Tất cả những điều trên sẽ xảy ra ngay cả trong trường hợp có một giả thiết thuận lợi nhất như là những công nhân mới mướn vào sẽ tài trợ cho những công nhân vừa mới thất nghiệp. Vì ngõ hầu cho những công nhân mới sẽ được trả ¾ số lương trong một tuần như những công nhân cũ đã được trả, những công nhân cũ bây giờ sẽ nhận được chỉ ¾ số lương trong một tuần, và những công nhân cũ bây giờ dĩ nhiên cũng làm ít giờ hơn. Những nhà lãnh đạo công đoàn mà đòi hỏi những tuần làm việc ít giờ hơn để "mở rộng thương nghiệp" thì nhận thấy được kết quả này, do đó họ đẩy dự án này ra thành luật. Họ nói với chúng ta rằng việc rút giờ làm việc từ 40 giờ xuống còn 30 giờ là để gia tăng thêm công ăn việc làm; nhưng để bồi thường cho một tuần làm việc ngắn hơn thì lương giờ phải được tăng lên 33,33%. Thí dụ những công nhân được trả 226$ một tuần cho 40 giờ làm việc trước đây; ngõ hầu để cho họ vẫn được trả 226$ mà chỉ làm việc có 30 giờ thì số lương giờ phải được tăng lên đến mức trung bình của khoảng hơn 7,53$ một giờ. Kế hoạch này sẽ gây ra những kết quả gì? Kết quả đầu tiên và rõ rệt nhất là phí tổn sản xuất sẽ tăng lên. Nếu chúng ta giả sử rằng những công nhân được mướn trước đây, với 40 giờ trong một tuần, với số lương được trả ít hơn phí tổn sản xuất và giá thành cộng lại thì họ có thể có lương giờ tăng lên mà không cần rút giờ làm việc lại. Nói một cách khác, họ có thể làm việc cùng một số giờ và có tổng số lương tuần của họ tăng lên thay vì họ chỉ làm có 30 giờ/một tuần và lương thì được tăng lên để bù lại cho số giờ đã mất. Nhưng nếu dưới kế hoạch 40 giờ làm việc một tuần, những công nhân mà đã lãnh lương cao hơn phí tổn sản xuất và giá thành cộng lại thì sự gia tăng của lương giờ lên 33,33% sẽ làm gia tăng giá cả hàng hóa. Sự gia tăng của lương giờ như vậy sẽ làm gia tăng nạn thất nghiệp. Tại vì những hãng có khả năng sản xuất kém sẽ bị lỗ lã và sẽ đóng cửa hãng và thảy công nhân ra. Mức sản xuất sẽ kém đi, phí tổn sản xuất sẽ cao hơn và nguyên liệu sản xuất sẽ khan hiếm. Cái gì sẽ xảy ra sau cùng hết tùy thuộc vào các chính sách tiền tệ được áp dụng. Thí dụ nếu một chính sách gia tăng tiền tệ được áp dụng, thì việc tăng giá cả hàng hóa vì sự gia tăng lương giờ sẽ không gì khác hơn là một bộ mặt ngụy trang của tình trạng giảm lương bổng thật. Tại vì lương bổng khi được tăng mà giá cả hàng hóa cũng tăng thì có nghĩa là lương bổng không có tăng gì cả. Kết quả thì cũng giống như vậy nếu giờ làm việc đã giảm mà lương bổng thì không tăng.

Chiêu bài "mở rộng công ăn việc làm" nói tóm lại dựa trên cùng một cái nhìn ảo giác mà kết quả của nó chúng ta đã phân tích ở trên. Những người nâng đỡ chiêu bài này chỉ nghĩ rằng họ có thể cung cấp thêm công ăn việc làm cho một nhóm hay một số người mà quên nghĩ đến tác dụng của nó trên một tập thể của mọi người.

Chiêu bài "mở rộng công ăn việc làm" mà chúng ta đã phân tích ở trên dựa trên một nhận định chỉ có một số công ăn việc làm nhất định có thể kiếm được trong xã hội. Không có một sự ngộ nhận nào mà đúng hơn để dành cho nó. Tại vì công ăn việc làm có thể kiếm được thì không có giới hạn khi con người luôn luôn có những nhu cầu cho hàng hóa. Trong kỹ nguyên kinh tế trao đổi hiện đại, công việc có nhiều nhất khi giá cả, phí tổn sản xuất và lương bổng thì hòa hợp với nhau theo một chiều hướng tốt nhất. Những sự hòa hợp này chúng ta sẽ khảo sát trong các chương sau.

CHƯƠNG 9

NHỮNG ĐOÀN QUÂN NHẠC KHÔNG KÈN, TRỐNG VÀ NHỮNG QUAN LẠI

Sau mỗi trận đại chiến, người ta thường dự trù để giải ngũ những binh chủng quân đội, và luôn luôn có những e ngại rằng không có đủ công ăn việc làm để cung cấp cho các binh chủng này và kết quả là họ sẽ bị thất nghiệp. Những e ngại này thì luôn luôn đúng khi mà có hàng triệu người bất ngờ bị mất việc, và các kỹ nghệ tư thì cần nhiều thời gian hơn để mướn tất cả những người thất nghiệp này, mặc dù trong quá khứ, những ghi nhận cho thấy có một sự nhanh chóng trong việc thuê mướn các người lính bị thất nghiệp. Sự sợ hãi nạn thất nghiệp gia tăng vì con người chỉ nhìn vào một khía cạnh của vấn đề.

Họ chỉ nhìn thấy những người lính bị mất việc trên thị trường lao động. Làm sao để có ngân quỹ để mướn những người này? Nếu chúng ta giả sử rằng ngân quỹ công cộng thì cạn, câu trả lời thì đơn giản là chính phủ sẽ ngưng giúp đỡ những người lính này. Như vậy, những người trả thuế được cho phép để giữ lại ngân quỹ mà đã được trả ra cho những người lính và họ sẽ có thêm tiền để mua thêm hàng hóa. Nhu cầu dân sự, như vậy, sẽ gia tăng và sẽ làm cho có thêm công ăn việc làm cho các người lính.

Nếu những người lính được nâng đỡ bằng một ngân quỹ không cân bằng, có nghĩa là chính phủ thì thiếu hụt tài chính và phải đi vay mượn thêm, thì trường hợp này sẽ khác. Một câu hỏi sẽ được đưa ra: đó là những tác dụng của tình trạng thiếu hụt tài chính, nhưng chúng ta sẽ khảo sát những tác dụng này trong một chương sau. Những người lính mà trước đây được tài trợ bởi dân sự sẽ không trở nên những người dân sự được tài trợ bởi những dân sự khác, họ sẽ trở thành những dân sự tự nuôi sống lấy họ. Nếu chúng ta giả sử rằng những người lính mà bộ quốc phòng nay không cần họ nữa (thì sự lưu giữ họ lại chỉ làm hao tổn tài chính) đã trở nên vô ích trong sản xuất, thì những người trả thuế không được lợi gì khi phải nuôi họ. Nhưng bây giờ nếu những người trả thuế dùng ngân quỹ của họ để nâng đỡ những người lính mà nay đã trở thành dân sự thì họ sẽ được lợi khi những người dân sự này tạo ra sản phẩm và dịch vụ.

2

Cùng một lý luận trên có thể áp dụng cho những công chức chính phủ; khi mà có những nỗ lực để sa thải họ thì sẽ có những khiếu nại cho rằng đây là một tình trạng "sa sút kinh tế". Chúng ta có muốn lấy đi cái khả năng mua sắm của những quan lại và công chức này không? Chúng ta có muốn gây tổn thương cho các chủ nhà và các thương gia mà họ đang lệ thuộc vào khả năng mua sắm đó không? Chính phủ đang cắt giảm lợi tức quốc gia và đang làm tăng tình trạng yếu kém về kinh tế.

Một lần nữa, sự ngộ nhận này đến từ việc chỉ nhìn vào những kết quả của một hành động về phía những công chức chính phủ bị sa thải và về phía các thương gia cần lợi tức từ việc buôn bán với các công chức này mà quên rằng nếu những công chức này không còn được giữ lại trong văn phòng thì các người dân trả thuế sẽ được lợi vì không phải trả thêm thuế để nâng đỡ họ. Như vậy, lợi tức hay tiền lương của những người trả thuế sẽ tăng lên vì tiền lương được trả cho các công chức chính phủ bây giờ bị giảm xuống vì họ bị sa thải bớt. Nếu những người chủ tiệm buôn bán mà trước kia các viên chức chính phủ này thường mua hàng hóa của họ bây giờ bị mất đi khách hàng là những công chức thất nghiệp này thì các chủ tiệm buôn của các cửa hàng khác sẽ thu hoạch thêm lợi tức vì các người dân trả thuế bây giờ có thêm tiền để mua sắm. Thủ đô Washington bị nghèo đi không thể nâng đỡ các tiệm buôn nào đó, thì các thành phố khác sẽ trở nên giàu lên và nâng đỡ các tiệm buôn khác.

Tuy nhiên, vấn đề sẽ không ngừng ở đây, quốc gia không phải là trở nên nghèo khi không còn những công chức văn phòng nữa mà quốc gia sẽ trở nên vững vàng về kinh tế hơn. Vì những công chức văn phòng tuy bị chính phủ sa thải nhưng họ có thể kiếm được việc ở những hãng tư bằng cách cung cấp cùng một dịch vụ như họ đã làm khi còn là những nhân viên chính phủ, hay họ có thể tự làm chủ các cơ sở kinh doanh để kiếm lợi tức. Và sự năng mua sắm gia tăng của các người dân trả thuế sẽ khuyến khích cho các nền kinh doanh tư nhân này. Thay vì làm những con ký sinh trùng, những nhân viên chính phủ bây giờ đang trở nên có ích lợi và sản xuất ra hàng hóa cho mọi người.

Khi viết những điều trên, tôi không đang nói về

những nhân viên chính phủ mà sự phục vụ của họ thì thật sự cần thiết như: cảnh sát, lính chữa cháy, các lao công làm sạch đường phố, các nhân viên y tế, các luật sư hay quan tòa, các nhà lập pháp, và các công chức cao cấp làm những nhiệm vụ quan trọng như các kỹ nghệ tư nhân để đảm bảo luật pháp, trật tự, và trị an trong xã hội mà sự ngay thẳng của họ bao gồm việc phục vụ công cộng của họ. Mà tôi muốn phê bình đến cái "khả năng mua sắm" của những người làm tiền tự mạo danh là các nhân viên chính phủ để cướp tiền của các người dân đóng thuế. Sau khi những người này được trả lương của chính phủ, họ sẽ dùng tiền này để quăng vào các hộp đêm, phòng trà, quán rượu, tiệm may quần áo, và nhà hàng. Cho mỗi một việc làm mà các nhân viên chính phủ này nắm giữ, một người trả thuế sẽ mất đi một việc làm. Khi tiền bạc của dân chúng bị tước đoạt bởi một thằng ăn cắp, họ sẽ không còn tài sản gì cả. Khi tiền bạc của các bạn bị lấy đi bởi việc trả thuế để nuôi những nhân viên chính phủ vô ích đó thì cũng tương tự như là tiền bạc của bạn bị trộm cắp đi vậy. Thật vậy, chúng ta sẽ may mắn nếu có ít những quan lại chính phủ hơn mà những người này chỉ là những kẻ đi lang thang rảnh rỗi. Ngày nay, các nhân viên chính phủ này là những nhà cải tiến không có bổ ích và làm gây rắc rối thêm cho quá trình sản xuất của quần chúng. Khi chúng ta không tìm thấy những tranh luận nào tốt hơn để duy trì những nhóm nhân viên chính phủ này hơn là cái khả năng mua sắm của họ mà chúng ta không cần đến, thì tốt hơn là chúng ta không nên giữ họ lại để làm việc.

CHƯƠNG 10
SỰ TÔN THỜ
TÌNH TRẠNG KHÔNG THẤT NGHIỆP

Mục đích kinh tế của bất kỳ một quốc gia nào hay một cá nhân nào là để lấy được những kết quả nhiều nhất với một sự cố gắng ít nhất. Sự phát triển toàn bộ về kinh tế của nhân loại đã luôn luôn bao gồm việc chiếm hữu được nhiều sản phẩm hơn với cùng một sức lao động được sử dụng. Cũng chính vì lý do đó mà con người đã bắt đầu làm việc bằng cách đặt những gánh nặng chuyên chở lên những con lừa thay vì trên lưng của chính họ; và họ đã đi đến việc phát minh ra cái bánh xe và cái cỗ xe, rồi đường rầy xe lửa, rồi đến những chiếc xe cam-nhông tải hàng. Cũng chính vì lý do đó mà con người đã sử dụng tài năng của họ để phát triển hàng trăm ngàn những phát minh tiết kiệm sức lao động khác.

Và lý do đó thì căn bản đến nỗi rằng nó sẽ được nhắc lại nếu như người ta quên nó, hay nếu họ đưa ra những khẩu hiệu hay lý do khác. Được thông dịch ra nhiều ngôn ngữ khác nhau, cái nguyên tắc căn bản đầu tiên này có nghĩa rằng mục đích thật của chúng ta là để cực đại hóa việc sản xuất. Nhưng sản xuất là cái lưỡi của một con dao trong khi việc thuê mướn công nhân là cái cán. Chúng ta không thể sử dụng con dao mà không có cái cán để cầm. Chúng ta không thể có một tình trạng sản xuất toàn thiện mà không có một sự thuê mướn toàn thiện. Nhưng một sự thuê mướn toàn thiện thì không dẫn đến một nền sản xuất toàn thiện. Hay nói cách khác chúng ta vẫn có một sự thuê mướn toàn thiện trong khi nền sản xuất thì vẫn yếu kém.

Những bộ lạc thời nguyên thủy thì trần truồng, thiếu ăn và nhà cửa thì nghèo nàn nhưng họ không có tình trạng thất nghiệp. Trung Hoa và Ấn Độ thì nghèo hơn chúng ta, nhưng vấn đề khó khăn chính mà họ phải đương đầu là những phương pháp sản xuất của họ còn thô sơ (mà nguyên nhân là do sự thiếu hụt vốn liếng) chớ không phải là vấn đề thất nghiệp. Không có gì có thể dễ dàng để mà đạt được hơn là tình trạng không thất nghiệp một khi mà nó không được xem như là một mục đích chính để tạo ra một nền sản xuất hoàn toàn, và khi mà nó được xem như là một cái cán dao chớ không phải cái lưỡi. Hitler đã cung cấp một tình trạng thuê mướn đầy đủ với một chương trình chuẩn bị võ trang khổng lồ. World War II đã tạo ra một vị trí hữu nghiệp cho mọi quốc gia mà đã tham chiến. Lực lượng nô lệ lao động ở Đức đã được mướn đầy đủ. Những nhà tù và những toán ăn cướp cũng có đầy đủ việc làm.

Tuy thế, những nhà lập pháp đã không trình ra những dự luật của một kế hoạch sản xuất toàn thiện mà chỉ là những dự luật của việc thuê mướn toàn thiện. Ngay cả những ủy ban của các thương gia cũng đã lập ra *"một chủ tịch của Ủy ban Chống thất nghiệp"*; không phải là cho mục đích là để tạo ra một nền sản xuất toàn thiện, hoặc cho cả hai mục đích là một sự thuê mướn toàn thiện và một nền sản xuất toàn thiện.

Người ta đã thảo luận lương bổng và việc thuê mướn như thể là chúng có liên quan đến vấn đề sản xuất và sản phẩm. Dựa trên giả thiết cho rằng chỉ có một số công ăn việc làm nhất định, người ta đã đưa ra một kết luận rằng một tuần làm việc 30 tiếng sẽ cung cấp thêm công ăn việc làm và do đó sẽ được ưa thích hơn là một tuần với 40 tiếng làm việc. Hàng trăm chính sách tạo công ăn việc làm của các nghiệp đoàn lao động do đó đã được che chở một cách nhầm lẫn. Khi một Petrillo đe dọa đóng cửa đài phát thanh trừ khi họ mướn một số lượng nhạc sĩ gấp đôi số lượng cần thiết, thì ông ta được ủng hộ vì họ nghĩ rằng ông ta chỉ muốn tạo thêm công ăn việc làm cho các nhạc sĩ. Khi ông ta có WPA của chúng ta, thì người ta nghĩ rằng những nhà hành chánh đã có thiên tài để nghĩ ra những dự án mà có thể mướn nhiều nhân viên nhất và làm giảm bớt sự lao động nhiều nhất.

Thật sự là sẽ tốt hơn nếu có một sự lựa chọn – mà thật ra thì không có – để cực đại hóa việc sản xuất bằng những sự giúp đỡ giả tạo qua nhiều hình thức được giả trang như là một mục tiêu để tạo công ăn việc làm hơn là cái chiêu bài "một sự thuê mướn toàn thiện". Sự phát triển của một nền văn minh đã cho thấy có một sự suy giảm trong vấn đề thuê mướn chớ không phải là một sự gia tăng. Lý do là tại vì chúng ta đã trở nên một quốc gia giàu có hơn, và vì chúng ta đã có thể xóa bỏ bớt tình trạng bắt trẻ con lao động, cũng như để xóa bỏ sự bắt buộc làm việc ở một số người lớn tuổi, và cũng vì chúng ta đã có thể xóa bỏ việc bắt buộc hàng triệu người phụ nữ phải đi làm. Chỉ có một số nhỏ tỷ lệ dân số Hoa Kỳ cần phải làm việc so với tỷ lệ của Trung Hoa và Liên Xô. Câu hỏi thật sự không phải là có bao nhiêu triệu công ăn việc làm ở Hoa Kỳ mười năm sau, mà là chúng ta sẽ sản xuất bao nhiêu? Và cái tiêu chuẩn sống của chúng ta sẽ là những gì? Vấn đề phân phối mà tất cả những căng thẳng đang tập trung vào nó ngày hôm nay là tất cả những gì mà được giải quyết một cách dễ dàng hơn là việc có sản phẩm để phân phối.

Tóm lại, chúng ta có thể lập luận một cách rõ ràng nếu chúng ta đặt tất cả những trọng tâm chính vào những chính sách mà nó sẽ làm cực đại hóa việc sản xuất.

CHƯƠNG 11

AI SẼ ĐƯỢC "BẢO VỆ" BỞI THUẾ NHẬP KHẨU?

Một chương trình độc tấu những chính sách kinh tế của chính phủ trên khắp thế giới thì được tính toán để làm cho bất cứ một học sinh đứng đắn nào của môn kinh tế học cũng đều phải thất vọng. Và anh học sinh này sẽ hỏi rằng có thể có những quan điểm gì, trong việc thảo luận về những sự chọn lọc và những cải tiến trong các lý thuyết về kinh tế học, khi mà những tư tưởng phổ thông và những chính sách hiện thực của chính phủ có liên quan đến vấn đề quốc tế vẫn chưa theo kịp các quan điểm của Adam Smith? Ngày nay, thuế nhập khẩu và những chính sách thương mãi thì không những vẫn còn tệ như những chính sách của thế kỷ thứ 17 và thế kỷ thứ 18, mà còn tệ hơn. Những lý do chính cho những thuế nhập khẩu đó và các luật cấm thương mãi thì vẫn giống nhau.

Từ khi quyển sách kinh tế học nổi tiếng *The Wealth of Nations* của Adam Smith đã xuất hiện cách đây hai thế kỷ, trường hợp tự do trao đổi đã được xác định hàng ngàn lần, nhưng có lẽ chưa bao giờ có một sự xác định đơn giản trực tiếp hay một nỗ lực đơn giản nào có thể vượt qua được quyển sách này. Một cách tổng quát, Smith đã thử nghiệm trường hợp của ông ta trên một vấn đề căn bản, đó là: *"Trong mỗi quốc gia, quần chúng vĩ đại thì luôn luôn thích mua bất cứ cái gì mà họ muốn từ bất cứ một người bán nào bán nó với một giá rẻ nhất"*. *"Vấn đề này là một bản tuyên ngôn được nói nhiều nhất"*, Smith tiếp tục, *"đến nỗi mà không cần có một nỗ lực nào để chứng minh nó; và cũng không cần có một câu hỏi nào được đặt ra bởi các thương gia hay các nhà sản xuất mà đã sáng lập ra một nền kinh tế thực tiễn của nhân loại để hỏi về nó."*

Từ một quan điểm khác, tự do thương mãi đã được coi như là một khía cạnh của việc chuyên môn hóa lao động.

Mỗi gia đình phải cẩn thận cực đại, không bao giờ thử sản xuất tại nhà bất cứ một sản phẩm nào mà phí tổn để sản xuất nó thì nhiều hơn là giá để mua nó. Một thợ may không nên thử để may những chiếc giầy cho chính ông ta, mà phải mua nó từ thợ đóng giầy. Ngược lại, một thợ đóng giầy không nên cố gắng may quần áo cho mình mà nên mướn một người thợ may để làm chuyện này. Một nông gia không nên thử làm một hay trong hai chuyện trên mà phải mướn các thợ giỏi tay nghề khác. Tất cả mọi người sẽ tìm thấy rằng họ nên mướn cả một kỹ nghệ trong một cách thức mà nó mang lợi cho mọi người, và để mua một phần của những sản phẩm này với một giá riêng của nó, hay để mua bất cứ một sản phẩm nào mà họ có cơ hội để mua. Sự kiên nhẫn này trong mọi gia đình tư nhân sẽ gây ra ít tai hại hơn cho toàn thể một cộng đồng.

Nhưng bất cứ điều gì mà đưa mọi người tới việc tự hỏi rằng cái sự kiên nhẫn nào trong mỗi gia đình tư nhân mà có thể là một tai hại cho toàn thể một cộng đồng? Thì câu trả lời là những sự ngộ nhận mà nhân loại vẫn còn chưa có thể tránh được là nguyên nhân. Và những ngộ nhận chính yếu là một trọng tâm mà cuốn sách này đang nói đến. Nó là cái ngộ nhận mà chỉ nhìn thấy những tác dụng tức thời của một thuế nhập khẩu trên những nhóm đặc biệt, và bỏ sót những tác dụng lâu dài trên cả một cộng đồng.

2

Một nhà chế tạo ra những chiếc áo lạnh bằng len của Hoa Kỳ đi đến quốc hội hay chính phủ của tiểu bang và trình bày với ủy ban của những viên chức chính phủ rằng việc họ bãi bỏ hay giảm bớt thuế nhập khẩu đánh vào những chiếc áo lạnh được nhập cảng từ Anh quốc là một tai hại cho quốc gia. Hiện tại, ông ta đang bán những chiếc áo len của ông ta với giá 30 đồng một chiếc, nhưng những nhà chế tạo Anh quốc thì với một thuế nhập khẩu giảm bớt, họ có thể bán với giá chỉ 25 đồng một chiếc. Ông ta không đang nghĩ chỉ cho ông ta, mà dĩ nhiên, còn cho hàng ngàn công nhân nam giới và nữ giới mà ông ta đang mướn, và những người mà sự mua sắm của họ tạo ra công ăn việc làm. Nếu sa thải họ, thì các bạn sẽ tạo ra nạn thất nghiệp, và cũng tạo ra một sự giảm thiểu của khả năng mua sắm. Và nếu như ông ta có thể chứng minh rằng ông ta bị bắt buộc phải đóng cửa hãng sản xuất của ông ta khi mà thuế nhập khẩu được bãi bỏ hoàn toàn, thì việc khiếu nại của ông ta chống lại những luật lệ của quốc hội sẽ được cứu xét.

Nhưng sự ngộ nhận là việc chỉ nhìn thấy một hãng chế tạo và các công nhân của hãng này, hay chỉ nhìn vào một kỹ nghệ áo lạnh bằng len mà thôi. Sự ngộ nhận này đến từ việc chỉ nhận thấy những kết quả duy nhất mà được trông thấy ngay và bỏ sót những kết quả mà không được trông thấy bởi vì những kết quả này bị ngăn cản không cho chúng được trông thấy.

Những người khách của văn phòng tiếp tân ở quốc hội về việc bảo vệ thuế nhập khẩu thì vẫn còn đang tiếp tục tranh luận với chính phủ về những khiếu nại không đúng của họ. Nhưng giả sử nếu như chúng ta cho rằng những sự kiện trong trường hợp của nhà chế tạo áo lạnh bằng len đã đưa ra là đúng. Giả sử rằng một thuế nhập khẩu 5 đồng thì cần thiết để đánh vào mỗi chiếc áo lạnh được nhập cảng từ Anh quốc để giúp cho hãng của ông ta không bị phá sản và vẫn cung cấp công ăn việc làm cho các công nhân làm áo lạnh. Chúng ta đã cố ý để chọn một thí dụ hay nhất cho việc xóa bỏ thuế nhập khẩu. Nhưng chúng ta vẫn chưa lý luận tại sao việc đánh thuế thì cần thiết để mang một kỹ nghệ mới gia nhập thị trường, và một sự tranh luận cho rằng việc duy trì một thuế nhập khẩu, để giúp cho một kỹ nghệ đang điều hành, không thể loại bỏ đi mà sẽ không gây tai hại cho một nền kỹ nghệ nào đó.

Nếu thuế nhập khẩu bị thủ tiêu thì hãng sản xuất đó sẽ đóng cửa, hàng ngàn công nhân bị sa thải. Đây là kết quả tức thời mà mọi người đều trông thấy. Nhưng cũng có những kết quả khó để mà trông thấy thì có lợi không ít hơn. Bởi vì những chiếc áo lạnh mà trước kia phải tốn 30 đồng để mua thì bây giờ chỉ tốn có 25 đồng. Nếu những khách hàng vẫn mua được cùng một chiếc áo lạnh với cùng một phẩm chất với giá rẻ hơn, họ không những được một cái áo lạnh mà còn dư ra 5 đồng để mua các sản phẩm khác. Vì với 25 đồng mà họ trả cho một cái áo lạnh nhập cảng, họ giúp cho việc thuê mướn các công nhân trong kỹ nghệ áo lạnh của Anh quốc, và với 5 đồng dư ra đó họ cũng giúp thuê mướn các công nhân của các nền kỹ nghệ khác ở Hoa Kỳ.

Nhưng cái kết quả thì chưa kết thúc ở đây. Bằng cách mua áo lạnh Anh quốc, khách hàng sẽ cung cấp cho Anh quốc Mỹ kim để họ có thể dùng tiền Mỹ kim này để mua thêm hàng hóa của Hoa Kỳ. Thực sự là như vậy, đây là một điều kiện duy nhất mà người Anh có lợi trong việc sử dụng đồng Mỹ kim. Bởi vì chúng ta đã cho phép người Anh để bán hàng hóa của họ nhiều hơn, do đó họ sẽ có tiền nhiều hơn để mua hàng hóa của chúng ta. Thật sự là họ sẽ bắt buộc để mua hàng hóa của chúng ta nhiều hơn để tránh việc ứ đọng vĩnh viễn đồng Mỹ kim trong ngân khố của họ. Như vậy, kết quả của việc nhập cảng nhiều hàng hóa của Anh quốc có nghĩa là chúng ta sẽ xuất cảng nhiều hàng hóa Hoa Kỳ hơn. Và mặc dù có ít người được thuê mướn hơn vào kỹ nghệ áo len ở Hoa Kỳ, nhưng sẽ có nhiều người được thuê mướn hơn vào các kỹ nghệ chế tạo ra máy giặt hay kỹ nghệ hàng không ở Hoa Kỳ. Tình trạng thuê mướn không đi xuống và mức sản xuất của Anh cũng như Hoa Kỳ thì đang đi lên. Sức lao động trong mỗi quốc gia thì được tận dụng vào việc chế tạo những gì mà nó có thể chế tạo một cách hữu hiệu nhất, thay vì bị tận dụng vào việc chế tạo những gì mà nó không thể chế tạo một cách hữu hiệu. Các giới tiêu thụ của cả hai quốc gia đều có lợi hơn, họ có thể mua bất cứ những gì mà họ muốn ở nơi mà họ có thể mua nó với giá rẻ nhất. Những người tiêu thụ của Hoa Kỳ thì được cung cấp với những chiếc áo lạnh có giá rẻ hơn, còn các người tiêu thụ của Anh quốc thì được cung cấp với những chiếc máy giặt và những chiếc phi cơ với giá rẻ hơn.

3

Bây giờ chúng ta hãy khảo sát một trường hợp ngược lại. Giả sử nếu như đã không có thuế nhập khẩu đánh vào những hàng hóa bằng len của người ngoại quốc, và dân chúng Hoa Kỳ thì chỉ quen việc mua những chiếc áo lạnh ngoại quốc như là một bổn phận công dân, và việc tranh luận rằng chúng ta có thể giúp cho kỹ nghệ áo len tồn tại bằng cách đánh thuế 5 đồng vào mỗi chiếc áo len nhập cảng.

Không có gì sai một cách hợp lý cho những lý luận trên. Giá cả của những chiếc áo len Anh quốc có thể bị bắt buộc phải tăng cao đến nỗi rằng các nhà chế tạo Hoa Kỳ sẽ nhận thấy rằng họ sẽ được lợi nếu họ gia nhập vào kỹ nghệ buôn bán áo len này. Nhưng, giới tiêu thụ Hoa Kỳ sẽ bị bắt buộc để tài trợ cho các kỹ nghệ này. Trên mỗi chiếc áo len Hoa Kỳ mà người dân phải mua, họ sẽ bị buộc để trả thêm 5 đồng thuế như là một giá cao hơn của những chiếc áo len này. Những người Hoa Kỳ sẽ được thuê mướn thêm vào kỹ nghệ áo len này. Nhưng sẽ không có sự thuê mướn thêm vào các kỹ nghệ khác, vì những người tiêu thụ Hoa Kỳ bây giờ không còn dư ra 5 đồng để mua thêm các loại hàng hóa khác. Ngõ hầu để cho một kỹ nghệ được bành trướng, hàng trăm các kỹ nghệ khác phải bị rút lại hay yếu thế hơn. Ngõ hầu để cho 50 ngàn người được mướn vào kỹ nghệ áo len, sẽ không có 50 ngàn người được mướn vào các kỹ nghệ sản xuất khác.

Nhưng kỹ nghệ len thì có thể được nhìn thấy một cách rõ ràng. Số công nhân của nó, vốn liếng được đầu tư vào nó và giá trị thị trường của hàng hóa của nó có thể đếm được. Những người láng giềng có thể trông thấy các công nhân và đi vào nhà máy mỗi ngày. Nhưng sự rút lại của các kỹ nghệ khác, hay 50 ngàn công ăn việc làm bị mất ở đâu đó thì không dễ dàng để mà nhận thấy. Các nhà thống kê học sẽ không dễ dàng để mà đếm được một cách chính xác bao nhiêu nam giới và nữ giới đã bị sa thải từ các xí nghiệp của các loại hàng hóa khác bởi vì giới tiêu thụ bây giờ bị bắt buộc để trả nhiều hơn cho các chiếc áo len. Sẽ không dễ dàng để cho bất cứ một người nào đó để mà tính một cách chính xác những người tiêu thụ sẽ dùng 5 đồng để mua những loại hàng hóa gì nếu như họ được cho phép để giữ lại 5 đồng này mà không dùng nó vào việc mua chiếc áo lạnh bằng len. Một số lớn quần chúng, như vậy, sẽ phải chịu đựng cái kết quả lừa dối rằng kỹ nghệ áo len không có gây ra thêm phí tổn cho tất cả họ.

4

Người ta dễ dàng nhận thấy rằng một thuế nhập khẩu mới sẽ không làm tăng lương ở Hoa Kỳ. Tại vì họ muốn chắc chắn những người dân Hoa Kỳ làm việc trong kỹ nghệ áo len ở một mức lương trung bình, thay vì phải cạnh tranh với mức lương bổng của kỹ nghệ này được trả ở Anh quốc. Không có sự tăng lương bổng ở Hoa Kỳ một cách tổng quát vì như chúng ta đã thấy, không có sự gia tăng thêm công ăn việc làm vì không có nhu cầu mua sắm hàng hóa và cũng không có gia tăng trong số lượng sản xuất. Mức sản xuất lao động sẽ giảm và kết quả là thuế nhập khẩu làm giảm mức lương bổng ở Hoa Kỳ. Chúng ta hãy nhìn một cách rõ ràng hơn làm thế nào mà điều này có thể xảy ra. Chúng ta đã vừa mới trông thấy rằng số tiền mà người tiêu thụ phải trả thêm cho chiếc áo len được bảo vệ bởi thuế nhập khẩu làm cho họ không có khả năng mua thêm những hàng hóa khác. Như vậy không có thêm lợi nhuận vào trong các nền kỹ nghệ. Nhưng điều kiện chính yếu là vốn liếng và sức lao động của Hoa Kỳ bị làm cho quay sang việc sản xuất những hàng hóa mà họ không chuyên môn hay sản xuất một cách hữu hiệu. Do đó mà mức sản xuất trung bình của lao động và vốn liếng cũng bị giảm. Nếu chúng ta nhìn vào vấn đề dưới con mắt của một người tiêu thụ, chúng ta thấy rằng ta sẽ mua hàng hóa ít hơn vì có ít tiền hơn. Bởi vì anh ta phải trả nhiều tiền hơn cho cái áo len và những hàng hóa được bảo vệ bởi thuế nhập khẩu khác, anh ta sẽ có ít tiền hơn để mua thêm hàng hóa khác. Tác dụng của các thuế nhập khẩu làm cho lương bổng có thấp xuống hay giá cả hàng hóa cao hơn hay không sẽ phụ thuộc vào các chính sách tiền tệ mà được thi hành theo sau nó. Nhưng cái gì được thấy rõ ràng là thuế nhập khẩu sẽ làm giảm mức lương bổng. Các kết quả nào khác mà chúng ta có thể hy vọng khi chúng ta đang cố ý sử dụng các nguồn tài nguyên, vốn liếng và nhân lực vào một cách sản xuất không hữu hiệu? Các kết quả nào khác mà chúng ta có thể hy vọng khi chúng ta đang cố ý cản trở một cách nhân tạo việc buôn bán và giao dịch quốc tế?

Bởi vì việc xây dựng một bức tường thuế nhập khẩu cũng có một tác dụng như xây dựng một bức tường thật. Những nhà bảo vệ học thường có thói quen dùng ngôn ngữ của một cuộc chiến tranh khi họ nói về các hàng hóa ngoại quốc. Họ nói rằng họ "đang đẩy lui cuộc tấn công của hàng ngoại quốc", và phương tiện mà họ đưa ra trong vấn đề tài chính thì cũng giống như là những phương tiện mà người ta dùng trong chiến tranh. Những pháo đài của thuế nhập khẩu được dựng lên để đẩy lui cuộc xâm lăng của hàng ngoại quốc giống như là các hầm hố, và các hàng rào dây kẽm gai dùng để ngăn chặn hay làm chậm lại các cuộc tiến công của quân đội địch. Và khi mà quân đội địch bị bắt buộc để tiêu dùng các phương tiện đắt tiền hơn để vượt qua các chướng ngại vật đó bằng các xe tăng khổng lồ hơn, những máy dò mìn và những đội kỹ sư cắt hàng rào gai.

Những phương tiện chuyên chở tối tân và đắt tiền hơn được phát triển để vượt qua các hàng rào thuế nhập khẩu. Một mặt, chúng ta đang cố gắng để làm giảm phí tổn chuyên chở hàng hóa giữa Anh và Hoa Kỳ, hay giữa Canada và Hoa Kỳ bằng cách phát minh ra các máy bay và tàu thủy đi nhanh hơn, hay các con đường sắt và các cây cầu tốt hơn, cũng như các xe tải hàng và các đầu máy xe lửa chạy nhanh hơn. Một mặt khác, chúng ta đang làm cho những đầu tư vào các phương tiện chuyên chở này ít hữu hiệu hơn bằng một thuế nhập khẩu mà đã làm cho việc chuyên chở hàng hóa trở nên khó khăn hơn một cách thương mãi hơn là trước đây. Nói một cách khác, chúng ta đã làm cho phương tiện chuyên chở rẻ hơn 1 đồng để mang các áo len này vào Hoa Kỳ và rồi tăng thuế nhập khẩu lên 2 đồng để ngăn chặn việc chuyên chở những chiếc áo len này. Bằng cách làm giảm đi số lượng hàng hóa có thể chuyên chở một cách ích lợi, chúng ta làm giảm đi cái giá trị của những phương tiện chuyên chở có ích.

5

Thuế nhập khẩu đã được diễn tả như là một phương tiện để làm lợi cho nhà sản xuất bằng các phí tổn riêng của người tiêu thụ. Những người mà ưa thích hay ủng hộ thuế nhập khẩu thì chỉ nghĩ đến những lợi lộc của các chủ hãng mà quên đi những tai hại của những người tiêu thụ mà bị bắt buộc để trả những thuế này. Tuy nhiên, chúng ta vẫn còn sai lầm khi nghĩ về thuế nhập khẩu như thể là nó đại diện cho sự xung đột giữa những lợi ích của những nhà sản xuất chống lại những lợi ích của người tiêu thụ. Ngược lại, như chúng ta đã thấy, thuế nhập khẩu giúp bảo vệ một số hãng sản xuất bằng các chi phí hay phí tổn của các hãng sản xuất khác, một cách đặc biệt là các hãng chế tạo mà có một thị trường xuất cảng rộng lớn.

Chúng ta có thể làm cho bài học rõ ràng hơn bằng một thí dụ cuối cùng có hơi thêu dệt sau đây. Giả sử, chúng ta làm cho thuế nhập khẩu cao đến nỗi rằng các hàng hóa ngoại quốc không thể nhập cảng từ thế giới bên ngoài được. Và giả sử rằng do kết quả này, giá cả của các chiếc áo len được sản xuất ở trong nước lên cao hơn 5 đồng. Thì giới tiêu thụ Hoa Kỳ vì phải trả thêm 5 đồng cho cái áo len, sẽ tiêu thụ 5 các ít hơn cho mỗi một hàng hóa khác hay những kỹ nghệ khác. Bây giờ, bởi vì các kỹ nghệ ngoại quốc nhận thấy rằng họ đã bị cắt mất một thị trường tiêu thụ hàng hóa của họ, đó là Hoa Kỳ. Họ sẽ không còn thâu vào được tiền Mỹ kim nữa, và do đó, họ không có Mỹ kim để mà mua hàng hóa sản xuất bởi Hoa Kỳ nữa. Kết quả là những kỹ nghệ Hoa Kỳ sẽ mất đi những tỷ số phần trăm của lợi tức do việc buôn bán với ngoại quốc mang vào. Những kỹ nghệ bị lỗ lã nhiều nhất là các hãng sản xuất bông gòn, đồng, những hãng chế tạo máy bay, máy nông nghiệp, bàn đánh máy, phi cơ dân sự…

Tác dụng của thuế nhập khẩu, do đó, là để thay đổi cấu trúc sản xuất của Hoa Kỳ. Nó làm thay đổi số nghề nghiệp, các loại công ăn việc làm, và kích thước của các nền kỹ nghệ. Nó làm cho những nền kỹ nghệ mà chúng ta không chuyên môn vào sẽ lớn mạnh ra và những kỹ nghệ mà chúng ta có thể điều khiển một cách hữu ích rút nhỏ lại. Do đó, thuế nhập khẩu làm giảm sự hữu hiệu của nền sản xuất Hoa Kỳ cũng như làm giảm việc thương mãi của Hoa Kỳ với các nước mà một cách khác đi có thể đã tăng hơn.

Trong trường tồn, thuế nhập khẩu có liên quan đến vấn đề của nạn thất nghiệp; thật vậy, những sự thay đổi bất ngờ của các loại thuế nhập khẩu có thể làm tăng hay giảm nạn thất nghiệp trong một thời gian ngắn. Nhưng một thuế nhập khẩu không có liên quan đến vấn đề lương bổng. Trong trường tồn, thuế nhập khẩu luôn luôn làm giảm mức lương bổng bởi vì nó làm giảm tính hữu hiệu của tiến trình sản xuất và sự giàu có.

6

Trên chủ đề về thuế nhập khẩu, chúng ta phải luôn nhớ đến một sự đề phòng cuối cùng. Nó cũng giống như là sự đề phòng mà cần thiết cho chúng ta khi khảo sát những tác dụng của máy móc. Không phải là vô ích khi cho rằng thuế nhập khẩu làm lợi cho những mục tiêu đặc biệt. Đúng vậy, nhưng nó chỉ làm lợi bằng các phí tổn của những người khác. Nếu một nền kỹ nghệ độc quyền nào đó được bảo vệ và chủ nhân và công nhân của nó được hưởng nhiều lợi tức hơn thì những kỹ nghệ khác và các công nhân của nó phải chịu thiệt thòi.

Như là một tái bút cho chương XI này, tôi nên nói thêm rằng những gì mà tôi đã thảo luận trên đây không phải là để chống lại tất cả các thuế nhập khẩu. Nó chỉ chống lại một ngộ nhận cho rằng *"thuế nhập khẩu cung cấp công ăn việc làm"*, *"làm gia tăng lương bổng"*, hay *"bảo vệ tiêu chuẩn sống của người dân Hoa Kỳ"*. Thuế nhập khẩu không có gây ra những kết quả trên, và cho tới bây giờ, lương bổng và tiêu chuẩn sống vẫn không có liên quan gì đến thuế nhập khẩu mà còn đi ngược lại nữa. Chúng ta cũng không có khảo sát vấn đề các tác dụng của việc hạn chế hàng nhập khẩu, hay vấn đề kiểm soát việc trao đổi tiền tệ, hay bất cứ các phương tiện làm giảm hay ngăn chặn các thương mãi quốc tế nào ở trong chương này, mặc dù những vấn đề đó cũng có gần một tác dụng như thuế nhập khẩu và thường có những tác dụng không tốt nếu chúng được thi hành. Những vấn đề phụ thêm này tạo thêm nhiều tác dụng phức tạp, và những kết quả của chúng thì cũng được xem như đồng loại với những gì mà một thuế nhập khẩu có thể gây ra.

CHƯƠNG 12
KHUYNH HƯỚNG XUẤT CẢNG

Bị ảnh hưởng bởi sự kinh hãi của việc nhập cảng, tất cả các quốc gia đều có khuynh hướng muốn xuất cảng nhiều hơn. Một cách hợp lý thì điều này là đúng, bởi vì không có gì có thể không vững chắc hơn điều này. Trong trường tồn, nhập cảng và xuất cảng phải cân bằng với nhau, bởi vì chính việc xuất cảng giúp cho việc nhập cảng. Chúng ta xuất cảng hàng hóa càng nhiều, thì chúng ta mới có đủ tài chính để nhập cảng hàng hóa thêm vào. Một tình trạng nhập cảng ít gây ra bởi tình trạng xuất cảng ít. Chúng ta sẽ không có nhập cảng nếu chúng ta không xuất cảng, bởi vì những người ngoại quốc sẽ không có ngân quỹ để mua hàng của chúng ta. Khi chúng ta quyết định giảm bớt nhập cảng, thì có nghĩa là chúng ta cũng giảm bớt xuất cảng. Khi chúng ta quyết định gia tăng xuất cảng, điều này sẽ ảnh hưởng đến việc gia tăng nhập cảng.

Lý do tại sao thì đơn giản. Một nhà xuất cảng Hoa Kỳ bán hàng hóa của ông ta cho một nhà nhập cảng người Anh và được trả bằng đồng Anh kim. Nhưng ông ta không thể dùng tiền Anh quốc này để trả lương cho công nhân của ông ta, hay mua quần áo và vé xem xi-nê cho vợ ông ta được. Cho những sự mua sắm này, ông ta cần phải có Mỹ kim. Vì vậy, những đồng Anh kim thì không có ích lợi gì cho ông ta trừ khi ông ta dùng tiền này để mua hàng hóa của Anh quốc, hoặc bán tiền này cho những nhà nhập cảng trong nước khác để họ mua hàng Anh quốc. Một tình trạng như vậy cũng xảy ra nếu sự đổi chác được diễn ra bằng đồng Mỹ kim thay vì đồng Anh kim. Những nhà nhập cảng Anh quốc không thể trả cho những nhà xuất cảng Hoa Kỳ bằng Mỹ kim trừ khi những nhà xuất cảng Anh quốc đã có một tín dụng bằng Mỹ kim cho những lần xuất cảng trước đây sang Hoa Kỳ. Những sự buôn bán quốc tế, nói tóm lại là một sự trao đổi rõ rệt ở Hoa Kỳ mà trong đó những món nợ tính bằng Mỹ kim thì được trả bằng những tín dụng Mỹ kim. Ở Anh, thì những món nợ Anh kim của người ngoại quốc phải được trả bằng các tín dụng Anh kim.

Không cần có những lý do kỹ thuật hay bất cứ một lý do mầu nhiệm nào cần thiết để giải thích sự kiện đó. Mỗi người trong chúng ta phải bán một món hàng nào đó, hay là một dịch vụ nào đó ngõ hầu để mà có tài chính để mà mua các hàng hóa khác. Các cuộc thương mãi hay buôn bán ở trong nước thì cũng được tiến hành theo một cách thức tương tự.

Có một sự thật rằng đôi khi những số liệu nhập cảng và xuất cảng không cân bằng do sự chênh lệch bởi giá vàng. Nhưng có khi sự cân bằng này cũng bị thay đổi bởi giá cả của bông gòn, thép, dầu thơm hay các hàng hóa thông dụng khác. Sự khác biệt chủ yếu nhất là khi có một nhu cầu cao cho vàng như là một phương tiện tiền tệ quốc tế, và khi mà các quốc gia không có ngăn cản việc thu vàng như họ thường làm để ngăn cản việc thu các loại hàng hóa khác trừ vàng.

Có một số người, đối với họ, chủ đề buôn bán quốc nội thì dễ hiểu và nhạy cảm hơn là chủ đề thương mãi quốc tế. Đối với vấn đề thương mãi quốc tế, họ thường cho rằng những nguyên tắc mà áp dụng cho nó thì không thể áp dụng việc buôn bán quốc nội được. Một thí dụ thông thường là họ tin rằng chính phủ nên cho vay những món nợ khổng lồ cho các nước ngoài ngõ hầu để mà gia tăng việc xuất cảng, không kể các món nợ này có được trả hay không.

Các công dân Hoa Kỳ, dĩ nhiên, nên được cho phép để cho người ngoại quốc vay các món tiền; và nhà nước không nên tạo ra những luật cấm cho vay tới các nước mà chúng ta không có chiến tranh với họ. Như là các cá nhân, chúng ta nên sẵn sàng một cách rộng rãi, vì lý do nhân đạo, để cung cấp cho những ai đang gặp khó khăn, nguy hiểm của tình trạng đói nghèo. Nhưng chúng ta phải luôn luôn biết một cách rõ ràng chúng ta đang làm gì, tại vì những hành động từ thiện mà chúng ta đang làm để giúp cho người ngoại quốc phải chứng minh được rằng họ thì không lợi dụng sự giúp đỡ này. Nếu những món nợ mà người ngoại quốc vay mượn, mà có thể giúp họ để mua hàng hóa của chúng ta, không bao giờ được trả thì cũng như là chúng ta đang cho không hàng hóa cho họ. Một quốc gia không thể trở nên giàu có bằng cách cho không hàng hóa mà quốc gia đó sản xuất.

Không ai có thể nghi ngờ tình trạng này khi nó được áp dụng một cách tư nhân. Nếu một công ty xe hơi cho một người đàn ông vay 5 ngàn đồng để mua một chiếc xe hơi có giá như vậy, và món nợ thì không được trả lại thì công ty xe hơi coi như là đã mất đi phí tổn để làm chiếc xe này. Nếu chiếc xe này tốn 4.000 đồng phí tổn và chỉ có một nửa số nợ được trả, thì công ty mất đi 4.000 đồng trừ ra 2.000 đồng, hay mất đi một số phí tổn là 1.500 đồng[3]. Nếu trường hợp này có thể ứng dụng đối với một công ty tư nhân thì tại sao chúng ta, những người thông minh, lại lẫn lộn khi áp dụng nó vào trường hợp của một quốc gia? Sự thật là những người điều hành những công việc xuất cảng có thể thâu được lợi tức sau khi đã trừ ra những món nợ xấu mà không được trả bởi người ngoại quốc. Tuy nhiên những sự lỗ lã thuộc về quốc gia thì khó mà phân biệt được. Những nhà cho vay tư nhân thì chịu lỗ lã một cách trực tiếp, trong khi các sự cho vay thuộc về chính phủ thì cuối cùng sẽ được trả hết bằng cách tăng thuế người dân trong nước.

Trong trường tồn, nền kinh doanh và công ăn việc làm của Hoa Kỳ sẽ bị tổn thất bởi những món nợ quốc tế mà không bao giờ được trả. Bởi vì cứ một Mỹ kim mà người ngoại quốc có thể mua hàng hóa Hoa Kỳ thì những người khách hàng trong nước bị mất đi 1 Mỹ kim để mua sắm. Những sự kinh doanh dựa trên những vụ buôn bán quốc nội cũng bị tổn thất nhiều như những vụ xuất cảng. Cho thí dụ, những công ty kỹ nghệ xe hơi Hoa Kỳ đã bán được 15% số lượng xe sản xuất trên thị trường quốc tế vào năm 1975. Họ đã không có lời nếu họ bán được 20% với kết quả là có những món nợ xấu và nếu họ đã mất 10% lợi tức cho số lượng bán ở trong nước vì kết quả của việc tăng thuế đối với khách hàng Hoa Kỳ để bù đắp cho các món nợ bị mất từ việc buôn bán với người ngoại quốc. Cùng một lý do đó, việc kích thích sự xuất cảng bằng các sự cho vay không bao giờ được trả thì cũng tương tự như sự khuyến khích để xuất cảng bằng những tài trợ xuất cảng. Một sự tài trợ xuất cảng là một trường hợp cho không người ngoại quốc bằng cách bán cho họ hàng hóa với giá thấp hơn những phí tổn sản xuất ra chúng. Chúng ta không thể nào giàu được nếu chúng ta cứ bố thí mãi.

Khi tôi đang viết về những điều này, thì chính phủ Hoa Kỳ đã và đang vẫn còn điều khiển chương trình *"Trợ giúp kinh tế quốc ngoại"* bằng những món quà tặng hàng tỷ Mỹ kim giữa các chính phủ. Ở đây, tôi chỉ muốn đề cập đến cái niềm tin ngây thơ của những người bảo lãnh cái chương trình này rằng: đó là một phương pháp khéo léo để *"tăng cường những xuất cảng của chúng ta"* và như thế duy trì sự thịnh vượng và công ăn việc làm. Người ta vẫn còn tin tưởng rằng một quốc gia có thể trở nên giàu có bằng cách cho không hàng hóa. Những người bảo lãnh chương trình này đã dựa trên một sự thật rằng những gì được biếu tặng cho người ngoại quốc là tiền bạc chớ không phải hàng hóa xuất cảng. Cá nhân những nhà xuất cảng vẫn có thể có lời, khi quốc gia bị lỗ, nếu lợi tức từ các vụ xuất cảng của cá nhân đó lớn hơn số tiền thuế mà họ trả cho chương trình đó của chính phủ.

Nếu chúng ta muốn theo dõi những tác dụng trường kỳ trên mọi người, thì chúng ta phải đi đến một kết luận phụ, đó là có một lý thuyết nghịch đảo mà các viên chức chính phủ đang bị nó khống chế. Như là John Stuart Mill đã chỉ ra một cách rõ ràng rằng lợi tức thật sự của việc kinh doanh quốc ngoại cho bất cứ một quốc gia nào không phải nằm trong những vụ xuất cảng mà nằm trong những vụ nhập cảng. Giới tiêu thụ hoặc là có thể mua được hàng hóa thông dụng quốc tế với một giá rẻ hơn là họ có thể mua từ trong nước, hoặc là họ không thể mua được hàng hóa thông dụng nào hết ở trong nước. Những thí dụ xuất sắc nhất ở Hoa Kỳ là trà và cà phê. Nói tóm lại, lý do chính để cho một quốc gia cần xuất cảng hàng hóa là để có đủ tài chính để mà trả cho những hàng hóa nhập cảng.

CHƯƠNG 13
NHỮNG GIÁ CẢ CÂN BẰNG

Lịch sử của thuế nhập khẩu đã nhắc nhở cho chúng ta những trọng điểm mà có thể được xem như là những lý do thông thường nhất để giải thích tại sao mà những thương gia lại có một thái độ cầu khẩn đặc biệt đến như vậy. Những nhà đại diện của những thương gia này trình bày một kế hoạch có lợi cho họ; và kế hoạch đó dường như là vô lý đến nỗi rằng những nhà kinh tế học không buồn để nhắc đến nó. Nhưng những người chú tâm đến những đặc điểm của nó cứ tiếp tục năn nỉ rằng họ thì đúng. Vai trò của kế hoạch đó có ý nghĩa to lớn cho lợi ích riêng của họ đến nỗi rằng họ phải trả tiền để mướn những nhà kinh tế học lão luyện để nhân danh họ mà tuyên truyền cho nó. Quần chúng thường nghe thấy những tranh luận được lặp đi lặp lại kèm theo với các thống kê, các biểu đồ, và các đường cong để dẫn chứng. Khi mà, sau cùng, các nhà kinh tế học dửng dưng cũng bắt buộc để mà nhận thấy cái tai hại của cái vai trò của chiêu bài đó là thật, nhưng đã quá trễ. Họ không thể nào mà trong một vài tuần có thể làm quen được với những chủ đề mà những bộ óc điêu luyện đã cống hiến hết thời gian của nó để bảo vệ trong nhiều năm. Những nhà kinh tế học dửng dưng bị buộc tội là thiếu kiến thức và họ đang lâm vào một tình trạng trở lại việc tranh cãi của những tiên đề.

Lịch sử của cái ý kiến "cân bằng" giá cả cho những sản phẩm nông nghiệp thì cũng tương tự. Tôi đã quên cái ngày đầu tiên khi mà ý kiến này được xuất hiện như là một dự luật; nhưng với sự xuất hiện của *Chính sách Mới* vào năm 1933, ý kiến đó đã trở nên một nguyên tắc đã được thiết lập một cách vững chắc, đóng vai trò một luật pháp. Và cứ mỗi năm trôi qua, những hệ luận vô lý của cái ý kiến đó cũng tự tuyên ngôn thành những luật pháp.

Việc tranh luận về những giá cả cân bằng xảy ra như vầy. Nông nghiệp là một trong những kỹ nghệ căn bản và quan trọng nhất, nó phải được bảo vệ với mọi giá. Hơn nữa, sự thịnh vượng của mọi người tùy thuộc vào sự thịnh vượng của những nông gia. Nếu một nông gia không có thẩm quyền để mua những sản phẩm kỹ nghệ, nền kỹ nghệ sẽ trở nên trì trệ. Đây là lý do của sự suy sụp của năm 1929 hay là ít nhất chúng ta đã thất bại để mà phục hồi nó. Bởi vì giá cả của những sản phẩm nông nghiệp đã giảm một cách trầm trọng, trong khi giá cả của những sản phẩm công nghiệp chỉ giảm một chút ít. Kết quả là những nông gia không thể mua những sản phẩm công nghiệp, những công nhân trong thành phố thì bị sa thải và không có tiền để mua những sản phẩm nông nghiệp, và tình trạng suy kém này đã lan rộng trên một địa bàn rộng lớn. Chỉ có một cách chữa trị và cách này thì đơn giản. Đó là đem giá cả của những sản phẩm nông nghiệp tới một mức cân bằng với giá cả của các sản phẩm công nghiệp. Sự cân bằng này đã tồn tại trong một thời kỳ từ năm 1909 đến năm 1914 và những nông gia đã trở nên thịnh vượng. Sự liên quan giá cả đó phải được hồi phục và bảo quản một cách vĩnh viễn.

Chúng ta sẽ cần một thời gian quá lâu và đi quá xa từ quan điểm chính của chúng ta là để khảo sát những điều vô lý bị che giấu trong cái chính sách hợp lẽ đó. Không có một lý do quan trọng nào để mà xem những liên quan về các giá cả đặc biệt mà đã chiếm ưu thế trong một thời gian là một cái gì bất khả xâm phạm. Ngay cả nếu như cái chính sách này được xem như là một chính sách thông thường đi chăng nữa, thì cũng không có lý do gì để mà bảo quản cho nó trong hơn sáu mươi năm sau, mặc cho những sự thay đổi to lớn trong các điều kiện sản xuất và nhu cầu đã xảy ra trong thời gian đó. Thời kỳ từ năm 1909 đến 1914, như là một thời kỳ căn bản của biến cố cân bằng giá cả, thì đã không xảy ra một cách tự nhiên. Nó là một trong những thời kỳ được ưa thích nhất trong lịch sử nông nghiệp.

Nếu như đã có một sự thành thật hay hợp lý trong chính sách đó, thì nó đã được phát triển một cách rộng lớn. Nếu sự liên quan về giá cả giữa những sản phẩm nông nghiệp và công nghiệp mà đã chiến thắng từ tháng 8 năm 1909 đến tháng 7 năm 1914 phải được duy trì một cách vĩnh viễn, tại sao không duy trì những liên quan giá cả của mọi hàng hóa thông dụng khác với nhau?

Khi cuốn sách này được xuất bản lần đầu tiên vào năm 1946, tôi đã sử dụng những thí dụ sau đây của những sự vô lý mà chính sách này có thể đưa tới:

Một chiếc xe hơi hiệu Chevrolet có 6 máy giá là 2.150 đồng trong năm 1912; một chiếc Chevrolet Sedan 6 máy có giá được cải tiến là 907 đồng trong năm 1942; đã được sửa lại cho "cân bằng" với những sản phẩm nông nghiệp căn bản, nếu không, nó có thể có giá là 3.270 đồng trong năm 1942. Một cân Anh của nhôm từ năm 1909 đến 1913 trị giá trung bình là 22,5 xu; giá của nó vào đầu năm 1946 là 14 xu; nhưng ở giá cân bằng nó sẽ có giá là 41 xu.

Tôi đã gặp khó khăn khi cố gắng để mà đưa ra hai sự so sánh trên bằng sự tính xấp xỉ không những cho nạn lạm phát trầm trọng giữa năm 1946 và 1978; mà còn cho những khác biệt về phẩm chất của kỹ nghệ ô tô trong hai thời kỳ đó.

Sau khi đã làm một sự so sánh được trình bày như ở trên trong kỳ xuất bản của quyển sách này năm 1946, tôi đã tiếp tục để chỉ rõ rằng một sự gia tăng sản xuất cũng đã dẫn đến việc giảm giá cả của những sản phẩm nông nghiệp. *"Trong thời kỳ 5 năm từ năm 1955 xuyên suốt năm 1959 có một ước tính trung bình khoảng 482 cân Anh của bông gòn đã được gia tăng cho mỗi mẫu đất ở Hoa Kỳ, khi được so sánh với một ước tính trung bình của khoảng 260 cân Anh trong thời kỳ 5 năm từ năm 1939 đến 1943, và trung bình của chỉ 188 cân Anh trong thời kỳ 5 năm từ 1909 đến 1913."* Khi những sự so sánh này được làm xuống trong những năm gần đây hơn, số liệu so sánh đã cho thấy rằng sự gia tăng sản xuất nông nghiệp vẫn tiếp tục trên một tốc độ giảm dần. Trong thời kỳ 5 năm từ năm 1968 đến năm 1972, một trung bình của khoảng 467 cân Anh bông gòn đã được tăng lên cho mỗi mẫu đất. Tương tự, trong thời kỳ 5 năm từ 1968 đến 1972, trung bình có khoảng 84 kiện bắp được sản xuất cho mỗi mẫu đất khi được so sánh với một trung bình của khoảng 26,1 kiện vào năm 1935 đến 1939; và một trung bình của 31,3 kiện lúa mì cho mỗi mẫu đất so sánh với một trung bình của chỉ 13,2 trong thời kỳ trước đây.

Phí tổn sản xuất đã được giảm một cách đáng kể cho các sản phẩm nông nghiệp bằng phương pháp áp dụng phân hóa học, những hạt giống tốt, và việc cơ khí hóa. Trong kỳ xuất bản năm 1946, tôi đã giải thích như sau: *"Ở những nông trại lớn mà đã được cơ khí hóa hoàn toàn và đã được điều khiển theo phương pháp dây chuyền đòi hỏi chỉ từ 1/3 đến 1/5 sức lao động mà đã sản xuất cùng một số lượng sản phẩm như vậy trong vài năm trước đây. Tuy thế, tất cả những dữ kiện đó đã bị bỏ qua bởi cái sứ mệnh của giá cả cân bằng".*

Việc từ chối để tổng quát hóa chính sách đó không những chỉ là cái chứng cớ duy nhất rằng nó không phải là một kế hoạch kinh tế được dẫn dắt bởi quần chúng mà còn là một phương tiện để tài trợ cho một mục đích đặc biệt. Một chứng cớ khác là khi giá cả nông nghiệp vượt trên giá cả cân bằng, hay bị bắt buộc bởi những chính sách của chính phủ, thì không có nhu cầu từ phía các nông gia trong quốc hội để mang những giá cả đó xuống trở lại cân bằng. Nó là cái chính sách mà chỉ làm việc có một chiều.

2

Hãy bỏ hết những sự cứu xét ở trên để mà trở lại với cái ngộ nhận trung tâm mà một cách đặc biệt đã gây chú ý của chúng ta hơn. Đây là sự tranh cãi rằng nếu các nông gia thu được một giá cả cao hơn cho sản phẩm của họ, họ có thể mua thêm hàng hóa công nghiệp, và như vậy, làm cho nền công nghiệp thịnh vượng và tạo ra thêm công ăn việc làm. Đối với sự tranh luận này thì việc các nông gia có thu được những giá cả cân bằng hay không cũng không thành vấn đề.

Mọi thứ tùy thuộc vào việc làm cách nào mà có thể mang một giá cả cao lên. Nếu nó là kết quả của một sự phục hưng tổng quát, nếu nó đến từ sự thịnh vượng của công việc kinh doanh, hay từ sự gia tăng của việc sản xuất công nghiệp, hay từ sự gia tăng của khả năng mua sắm của các công nhân thành phố, thì thực vậy, nó có thể làm gia tăng sự thịnh vượng không những chỉ cho các nông gia, mà còn cho cả mọi người nữa. Nhưng những gì mà chúng ta thảo luận ở đây là một sự gia tăng trong giá cả nông nghiệp được gây ra bởi sự can thiệp của chính phủ. Kế hoạch này có thể được thực hiện bằng những phương cách như sau: Một giá cả cao hơn có thể được tạo ra bởi một pháp lệnh thuần túy, mà nó là một phương pháp ít mất công nhất. Giá cả có thể thay đổi bằng việc mua lại tất cả những sản phẩm nông nghiệp bởi những chính phủ ở cái giá cả cân bằng. Nó có thể thay đổi bằng cách chính phủ cho những nông gia vay đủ tiền để họ có thể giữ lại những vụ mùa của họ mà không bán ra thị trường, cho tới khi một giá cả cao hơn, hay một giá cả cân bằng được chấp nhận. Nó cũng có thể thay đổi bằng một áp lực của chính phủ để hạn chế các kích thước của những vụ mùa. Giá cả có thể thay đổi, một cách thông thường nhất, bằng cách kết hợp nhiều hơn một trong các phương cách trên.

Kết quả là gì? Là những nông gia sẽ thu được một giá cả cao hơn cho những vụ mùa của họ ngay cả trong trường hợp mức sản xuất bị giảm đi. Do đó, mãi lực của họ sẽ cao hơn. Họ sẽ giàu có hơn và mua nhiều sản phẩm kỹ nghệ hơn. Tất cả những điều này, chỉ được thấy, bởi những ai mà chỉ nhìn vào những kết quả tức thời trên một nhóm người được bao gồm.

Nhưng có một kết quả khác mà không thể không

tránh được. Giả sử, lúa mì, khi chưa được sửa giá, có thể bán được 2 đồng 50 xu một kiện, thì được bán với giá 3 đồng 50 xu sau chính sách cân bằng giá cả đó. Những nông gia được lợi 1 đồng nhiều hơn cho mỗi kiện lúa mì, nhưng những công nhân trong thành phố, phải trả 1 đồng nhiều hơn khi mua 1 kiện lúa mì qua sự gia tăng giá của bánh mì. Nếu người nông gia bây giờ có thêm 1 đồng để mua các sản phẩm công nghiệp, thì người công nhân thành phố mất đi 1 đồng để mua sản phẩm công nghiệp. Như vậy nền công nghiệp, một cách tổng quát, không có lợi gì cả. Nếu nó mất đi những số tiền trong thành phố thì nó lấy lại được số tiền này ở vùng ngoại ô.

Dĩ nhiên là có một sự thay đổi trong tình trạng mua bán. Những nhà cải tiến nông nghiệp và những công ty bán hàng qua bưu điện sẽ kinh doanh tốt hơn, nhưng những thương xá trong thành phố thì có một lợi tức nhỏ hơn.

Tuy nhiên, vấn đề chưa dừng ở đây. Kết quả của chính sách này không phải lời mà là lỗ. Bởi vì nó chỉ là một sự chuyển đổi của khả năng mua sắm từ những người tiêu thụ trong thành phố sang những nông gia, hay từ những người trả thuế, hay từ cả hai. Nó còn có nghĩa là có một sự cắt giảm bắt buộc trong việc sản xuất những hàng hóa thông dụng nông nghiệp để mang giá cả lên cao. Điều này dẫn đến việc tàn phá sự thịnh vượng. Nó có nghĩa là có ít thực phẩm hơn để tiêu dùng. Việc tàn phá này được gây ra như thế nào thì còn tùy thuộc vào cái phương pháp đặc biệt được dùng để nâng giá lên. Có thể có một tai hại cho những hàng hóa đã được sản xuất, như là nạn đốt cháy các cây cà phê ở Ba-Tây. Có thể có một sự hạn chế bắt buộc trong diện tích đất trồng trọt như là kế hoạch AAA. Chúng ta sẽ quan sát những tác dụng của các phương pháp này khi chúng ta tiến đến việc thảo luận về những sự kiểm soát hàng hóa thông dụng của chính phủ.

Nhưng ở đây, tôi có thể chỉ cho độc giả thấy rằng, khi một nông gia giảm việc sản xuất lúa mì để lấy sự cân bằng giá cả, thì thật vậy, ông ta có thể thu được một giá cả cao hơn cho mỗi kiện, nhưng ông ta thì đang sản xuất ít hơn và bán ra ít hơn. Kết quả là lợi tức mà ông ta thâu vào không đi lên theo tỷ lệ thuận với giá cả. Ngay cả những trạng sư chuyên về cân bằng giá cả cũng công nhận điều này, và sử dụng kết quả này để tiếp tục việc kêu nài một lợi tức cân bằng cho các nông gia. Nhưng chuyện này chỉ có thể đạt được bằng một chương trình tài trợ qua những phí tổn trực tiếp mà người trả thuế phải chịu. Để giúp những nông gia, chính sách tài trợ này sẽ làm giảm đi cái khả năng mua sắm của những công nhân thành phố và những nhóm dân khác.

3

Có một tranh luận cho những giá cả cân bằng mà chúng ta phải đương đầu với, trước khi chúng ta rời chủ đề này. Nó thì được đưa ra bởi những nhà bảo vệ quỷ biện. *"Vâng!"* – họ sẽ nhìn nhận một cách vô điều kiện – *"Những sự tranh luận kinh tế cho vấn đề cân bằng giá cả thì nghe không được hay lắm. Nhưng giá cả là một đặc quyền. Chúng nó là một sự lợi dụng trên những người tiêu thụ. Nhưng một thuế nhập khẩu không phải là một sự lợi dụng trên những nông gia hay sao? Không phải là họ đang trả những giá cao cho những sản phẩm công nghiệp là bởi vì chúng hay sao? Sẽ không có một ích lợi gì để đặt một thuế nhập khẩu bồi thường trên những sản phẩm nông nghiệp, bởi vì Hoa Kỳ là một quốc gia xuất cảng nông phẩm. Bây giờ, cái hệ thống giá cả cân bằng thì tương đương với thuế nhập khẩu của các nông gia. Đó là một cách công bằng để làm huề mọi thứ."*

Những nông gia mà đòi hỏi việc cân bằng giá cả đã có những lời khiếu nại hợp pháp. Thuế nhập khẩu đã làm tổn thương họ nhiều hơn là những gì mà họ đã biết. Bằng cách làm giảm những vụ nhập cảng công nghiệp, nó cũng làm giảm những vụ xuất cảng nông nghiệp của Hoa Kỳ, bởi vì nó ngăn chặn những quốc gia bên ngoài không thu được tiền Mỹ kim cần thiết để mua sản phẩm nông nghiệp của chúng ta. Và nó khiêu khích những thuế nhập khẩu trả thù trong các quốc gia khác. Tuy thế, sự tranh luận mà chúng ta vừa mới đưa ra sẽ không chịu đựng nổi một cuộc thi tuyển. Nó thì sai ngay cả trong tờ khai những dữ kiện được áp dụng. Không có thuế nhập khẩu tổng quát trên tất cả các sản phẩm "công nghiệp" hay trên tất cả các sản phẩm nông nghiệp, mà chỉ có điểm chấm cho những nền công nghiệp quốc nội hay quốc ngoại mà không có sự bảo vệ bằng thuế nhập khẩu. Nếu người công nhân thành phố phải trả một giá cao hơn cho những chiếc mền len, hay một chiếc áo khoác ngoài tại vì một thuế nhập khẩu, anh ta có được bồi thường bằng cách trả một giá cao hơn cho quần áo làm bằng bông gòn, và thực phẩm không? Hay là anh ta bị cướp đến hai lần?

Chúng ta hãy làm cho mọi thứ đều ngang hàng với nhau bằng một sự bảo vệ bằng nhau cho mọi người. Nhưng chuyện đó thì không thể xảy ra và không thể giải quyết được. Ngay cả chúng ta giả sử rằng vấn đề sẽ được giải quyết một cách kỹ thuật – Một thuế nhập khẩu cho A, một chủ đề kỹ nghệ cho sự cạnh tranh quốc tế; một sự tài trợ cho B, là một nhà kỹ nghệ chuyên môn về xuất cảng – Nó cũng sẽ không thể bảo vệ và tài trợ cho mọi người cùng một số phần trăm (hay cùng một số Mỹ kim) của một sự bảo vệ bằng thuế nhập khẩu, hay một sự tài trợ, và chúng ta không bao giờ có thể chắc chắn rằng khi nào thì chúng ta đang trả gấp đôi cho một nhóm người, hay không đang trả cho những nhóm người khác.

Nhưng, giả sử như chúng ta có thể giải quyết được vấn đề phức tạp này? Mục đích chính là để làm gì? Ai sẽ có lợi khi mọi người tài trợ cho mọi người một cách bằng nhau? Có lợi tức gì? Khi mọi người mất thêm thuế đúng y như những lợi tức mà họ thâu được, bằng một chương trình tài trợ, hay một sự bảo vệ? Chúng ta đã thêm vào một quân đội của những quan chức chính phủ vô dụng để thực hiện chương trình này, với một kết quả là dân chúng thì không thu được lợi gì qua sản xuất.

Nhưng một cách ngược lại, chúng ta đã có thể giải quyết vấn đề một cách đơn giản, bằng cách chấm dứt cả hai hệ thống: giá cả cân bằng, và sự bảo vệ bằng thuế nhập khẩu. Trong khi đó, chúng không thể liên kết với nhau để làm huề mọi thứ. Cái hệ thống nối liền hai phương cách đó chỉ là: nông trại A và kỹ nghệ B đều được lợi qua phí tổn của công dân bị lãng quên C.

Như vậy, những lợi tức nói thẳng ra của một chiêu bài nữa bốc hơi lên ngay khi chúng ta theo dõi không những chỉ những tác dụng tức thời trên một nhóm người đặc biệt mà còn cả những tác dụng trường kỳ trên mọi người nữa.

CHƯƠNG 14
HÃY CỨU VÃN KỸ NGHỆ X

Những văn phòng tiếp khách của quốc hội đang bị chất nghẹt bởi những nhà đại diện thương mãi của giới kỹ nghệ X đến để kêu than rằng nền kỹ nghệ của họ đang lâm vào một tình trạng giẫy chết và đang cần được cứu giúp. Thực sự là như vậy, nền kỹ nghệ này chỉ có thể được cứu bằng một loại thuế nhập khẩu, bằng cách tăng giá hàng hóa của nó cao hơn, hoặc bằng một chương trình tài trợ của chính phủ mà thôi. Nếu nền kỹ nghệ này bị bỏ rơi, công nhân của nó sẽ bị thảy ra ngoài đường phố, các địa chủ, tiệm buôn, các cửa hàng thịt, tiệm may mặc sẽ đóng cửa và tình trạng sa sút sẽ lan ra trong một địa bàn rộng lớn. Nhưng nếu nền kỹ nghệ này được cứu vãn bằng một đạo luật khẩn cấp của quốc hội, nó sẽ thu mua hết máy móc của các nền kỹ nghệ khác; công nhân sẽ được mướn vào nhiều hơn, và công việc sẽ trở nên bận rộn hơn cho các thợ xắt thịt, thợ nướng bánh và các nhà sản xuất đèn nê-ông, và cuối cùng sự thịnh vượng sẽ lan rộng trở lại.

Nhưng trường hợp vừa đưa ra ở trên chỉ là một thí dụ điển hình tổng quát, và nền kỹ nghệ X mà chúng ta đang cứu xét là nền kỹ nghệ nông nghiệp. Nhưng thực tế có hàng trăm nền công nghiệp đang lâm vào một tình trạng như vậy. Hai trường hợp đáng kể nhất là hai nền công nghiệp than và kim loại bạc. Để cứu kim loại bạc, quốc hội đã làm hại thêm cho ngành kỹ nghệ này, vì một trong những kế hoạch cứu vớt của quốc hội là nhắm vào các quốc gia đông phương. Một trong những hành động thực tiễn của những kế hoạch này là việc gây ra một tình trạng hạ thấp giá cả hàng hóa của Trung Quốc, là một quốc gia mà nền kinh tế chủ yếu là dựa vào kỹ nghệ kim loại bạc để đẩy Trung Quốc ra khỏi thị trường bạc mà quốc gia này đang khống chế. Bộ ngân khố Hoa Kỳ đã bị cưỡng bách để tăng giá cả của bạc lên một mức cao một cách vô lý, trên mức ấn định của thị trường bằng cách tích trữ hết sản lượng bạc trên thị trường và cất giấu vào tủ sắt. Mục đích chính trị chủ yếu của các *"thượng nghị sĩ kim loại bạc"* này có thể đạt được với một phí tổn thương hại được trả, qua việc tài trợ cho các chủ nhân hầm mỏ và các công nhân của nó. Nhưng quốc hội sẽ không phê chuẩn hành động ăn cắp trắng trợn đó của họ mà không đưa ra một lý do kèm theo rằng chủ trương này là một chủ trương lý tưởng có liên quan đến vai trò quan trọng của bạc đối với nguồn tài chính của quốc gia.

Để cứu vãn kỹ nghệ than, quốc hội đã thông qua đạo luật *"The Guffey"* mà dưới đạo luật này các chủ hầm mỏ không những được cho phép mà còn bị cưỡng bách để thông đồng với nhau trong việc không bán ra thị trường sản phẩm của họ thấp hơn giá tối thiểu được ấn định bởi chính phủ. Mặc dù quốc hội đã sửa đổi giá cả của than, họ sẽ một cách nhanh chóng nhận thấy rằng, họ đang sửa đổi cả thảy là 350.000 giá của các loại than khác nhau. Một kết quả của việc duy trì giá cả của than luôn luôn cao hơn giá cả ấn định của thị trường là: việc thúc đẩy giới tiêu thụ tìm kiếm những nguồn năng lượng khác thay thế cho than như dầu hỏa, các khí đốt thiên nhiên khác và các năng lượng thủy điện khác. Ngày nay, chúng ta có thể nhận thấy rằng chính phủ đang làm một áp lực để biến đổi việc tiêu thụ dầu ra thành việc tiêu thụ than.

2

Mục đích của chúng ta, các nhà kinh tế học, không phải là việc theo dõi hết tất cả các kết quả của các hành động lịch sử được gọi là các *"hành động nhằm để cứu trợ các nền kỹ nghệ"* của chính phủ, mà là để theo dõi chỉ những kết quả chủ yếu trong việc cứu vãn này. Người ta có thể cải chính rằng những kỹ nghệ này được dựng lên vì lý do quân đội, và rằng những kỹ nghệ này đang bị lâm nguy vì những loại thuế và những chế độ lương bổng không tỷ lệ với những loại thuế và chế độ lương bổng của những kỹ nghệ khác, hay cải chính rằng do nhu cầu tiêu dùng của xã hội, những kỹ nghệ này đang bị ép buộc để điều hành với một chế độ giá cả thấp làm ngăn cản việc thâu thập một lợi tức đơn vị tối thiểu. Những lý luận biện minh đó có thể đúng hay không đúng tùy theo trường hợp. Nhưng chúng ta không quan tâm đến những biện chứng đó trong bài viết này, mà chúng ta chỉ quan tâm đến vấn đề duy nhất là việc cứu vãn kỹ nghệ X – Đó là việc nếu nền kỹ nghệ này được phép thu nhỏ kích thước của nó hay là được phép sụp đổ xuyên qua các cạnh tranh tự do, nó sẽ lôi kéo xuống theo cả nền kinh tế tổng quát của quốc gia; và nếu như nó được cứu sống thì nó sẽ giúp ích cho hết thảy mọi người.

Những gì mà chúng ta đang thảo luận ở đây không có gì quan trọng cả, mà chỉ là một trường hợp cải lý tổng quát về tình trạng cân bằng giá cả cho các sản phẩm nông nghiệp hay là việc bảo vệ thuế nhập khẩu cho những nền kỹ nghệ X này. Đó là những trường hợp cải lý chống lại các chính sách gia tăng nhân tạo không những nhắm vào các sản phẩm nông nghiệp mà còn nhắm vào bất cứ các loại sản phẩm nào khác, cũng như là những lý do chống lại việc bảo vệ thuế nhập khẩu đánh vào một kỹ nghệ là nhằm mục đích bảo vệ một kỹ nghệ khác.

Tuy nhiên, luôn luôn có một số phương cách để cứu vãn những nền kỹ nghệ X này. Có hai dự án chính, cộng vào thêm với các phương pháp mà đã được đưa ra ở trên, mà chúng ta sẽ khảo sát một cách ngắn gọn sau đây. Một trong hai dự án này là sự biện luận rằng kỹ nghệ X thì đã quá đông đảo, cần phải áp dụng một chính sách ngăn cản không cho các xí nghiệp và công nhân gia nhập thêm vào. Dự án thứ hai là việc cải chính rằng kỹ nghệ X cần được nâng đỡ bằng một chương trình tài trợ trực tiếp của chính phủ.

Bây giờ thì kỹ nghệ X giả dụ như là đã có quá đông đảo các thành viên, so sánh với các kỹ nghệ khác, đến nỗi rằng không cần có một luật pháp đàn áp để ngăn cản sự gia nhập của các nhà tư bản và công nhân nữa, thì các nhà tư bản cũng không cần chạy đua để gia nhập vào một nền kỹ nghệ mà nền kỹ nghệ đó đang giãy chết. Các nhà đầu tư cũng không còn tìm kiếm một cách khát vọng những nền kỹ nghệ mà các nguy hiểm của một sự lỗ vốn to lớn kết hợp với những thâu hoạch lợi tức ở mức thấp nhất đang là một nguy cơ đe dọa cho những nền kỹ nghệ này. Công nhân cũng không còn có những hy vọng để gia nhập vào những nền kỹ nghệ mà trong đó lương bổng được coi như là thấp nhất và những triển vọng thuê mướn chỉ là những hứa hẹn suông không có hy vọng thực hiện.

Bây giờ, nếu một vốn liếng mới và một phương pháp lao động mới đang được tạo ra để đẩy các kỹ nghệ khác ra khỏi thị trường bằng các chính sách độc quyền, bằng chính sách công đoàn lao động hay bằng hiến pháp, nó sẽ tước đoạt hết vốn liếng và lao động của việc tự do lựa chọn. Nó sẽ bắt buộc các nhà đầu tư phải bỏ vốn liếng của họ vào một nền kỹ nghệ mà các thâu hoạch lợi tức của nền kỹ nghệ này thấp hơn các thâu hoạch lợi tức của nền kỹ nghệ X. Nó sẽ bắt buộc các công nhân của các kỹ nghệ khác có một mức lương bổng thấp hơn các lương bổng được trả cho công nhân của kỹ nghệ X bệnh hoạn. Và nó cũng có nghĩa là cả hai phần tử vốn liếng lẫn lao động được khai thác một cách ít tác dụng hơn nếu chúng không được hưởng một tự do lựa chọn. Và cuối cùng là các phương pháp mới này sẽ mang lại một nền sản xuất thấp kém mà kết quả của nền sản xuất thấp kém này là tình trạng sinh sống dưới mức trung bình.

Tình trạng sinh sống thấp hơn mức trung bình đó sẽ mang đến một kết quả của một mức lương bổng thấp dưới mức trung bình hay là của một phí tổn sinh hoạt cao hơn mức trung bình, hoặc là cả hai tình trạng trên nhập lại. Như vậy, việc duy trì lương bổng và mức thâu hoạch lợi tức cho kỹ nghệ X được cao có nghĩa là lương bổng và mức thâu hoạch lợi tức của những kỹ nghệ khác phải bị hạ thấp xuống, và kết quả là kỹ nghệ X được phát triển trong điều kiện các kỹ nghệ A, B, C khác phải chịu lỗ lã.

3

Những kết quả tương tự cũng sẽ xảy ra cho việc cứu vãn nền kỹ nghệ X bằng một chương trình tài trợ trực tiếp lấy từ các ngân quỹ công cộng của chính phủ.

Phương pháp này không có nghĩa gì ngoài việc chuyển đổi lợi tức từ một ngân quỹ này sang một ngân quỹ khác. Những công dân đang trả thuế sẽ bị thiệt hại trong khi các công nhân của kỹ nghệ X thì sẽ được thâu lợi. Tuy nhiên, kế hoạch này sẽ đỡ ít rắc rối hơn là các kế hoạch độc quyền thị trường. Và kết quả là có một sự mất mát tương đồng nhưng chính xác giữa các kỹ nghệ khác so với mức thâu hoạch lợi tức của kỹ nghệ X. Giới tiêu thụ hay công dân sẽ phải trả thêm thuế mà thuế này sẽ được dùng vào việc nâng đỡ kỹ nghệ X, như thế, họ sẽ có ít ngân quỹ hơn để mà tiêu xài và mua sắm. Điều này cũng tương tự như việc tính toán rằng mức thâu nhập của các kỹ nghệ khác thì bị thu nhỏ lại trong khi các thâu thập của kỹ nghệ X thì đang lớn ra.

Nhưng kết quả của chương trình tài trợ này không đơn giản như là một việc chuyển đổi sự giàu có hay lợi tức, mà nó còn có nghĩa là vốn liếng và lao động đang được chuyên chở ra khỏi những nền công nghiệp mà lợi tức thì được khai thác một cách nhiều tác dụng hơn để được đưa vào một nền kỹ nghệ mà lợi tức thì được khai thác một cách ít tác dụng hơn. Do đó, sự giàu có được tạo ra một cách ít hơn, và mức sinh sống tiêu chuẩn thì bị giảm xuống.

4

Những kết quả của chương trình tài trợ cho kỹ nghệ X này thì cố hữu một cách rõ rệt. Kỹ nghệ X thì đang rút nhỏ lại kích thước của nó hay đang ở trên đà giãy chết qua sự tranh giành của các bạn bè của nó. Tại sao? Người ta sẽ tự hỏi rằng có nên cứu cho nó sống bằng một hô hấp nhân tạo không? Lý thuyết phát triển kinh tế cho thấy rằng việc tất cả các kỹ nghệ đều bành trướng một cách đồng thời là một lỗi lầm lớn. Nhằm để cho một kỹ nghệ mới mọc lên một cách nhanh chóng thì những kỹ nghệ cũ cần phải bị rút lại hay bị tiêu diệt. Làm như thế, vốn liếng và lao động mới có thể được giải tỏa vào trong nền kỹ nghệ mới đó. Cũng như nếu muốn duy trì kỹ nghệ xe ngựa thì kỹ nghệ xe hơi phải bị thiệt thòi và các việc mua bán các kỹ nghệ phụ thuộc vào kỹ nghệ xe hơi cũng bị thiệt thòi. Mâu thuẫn học luôn luôn duy trì ý nghĩa của học thuyết của nó, có nghĩa là nếu có một nền kinh tế đang kiệt quệ và đang giãy chết thì sẽ có một nền kinh tế mới khác đang mọc ra và lớn mạnh. Quá trình thứ nhất là điều kiện chủ yếu cho tiến trình thứ hai. Như vậy, thật là điên rồ để bảo quản những kỹ nghệ đang trên đà phế thải hay những phương pháp sản xuất đã quá cũ không thể sử dụng được nữa. Những phương pháp cải tiến sản xuất mới thì luôn luôn cần thiết một cách đều đặn để thay thế các phương pháp quá cũ.

CHƯƠNG 15

HỆ THỐNG GIÁ CẢ ĐƯỢC ĐIỀU KHIỂN NHƯ THẾ NÀO?

Sự tranh luận toàn thể trong quyển sách này có thể được tổng kết trong một câu rằng: Khi nghiên cứu các tác dụng của bất cứ một dự án kinh tế nào, chúng ta phải theo dõi không những chỉ các kết quả tức thời, mà cả các kết quả trường kỳ; không những chỉ các kết quả chính, mà còn các kết quả phụ; và không những chỉ các tác dụng trên một nhóm người đặc biệt, mà còn trên tất cả quần chúng nữa.

Chúng ta sẽ điên rồ và lạc hướng nếu chúng ta chỉ tập trung sự chú ý của chúng ta vào một số điểm đặc biệt – cho thí dụ, để khảo sát chỉ những gì đang xảy ra trong một nền kỹ nghệ, mà không cứu xét những gì đang xảy ra trong tất cả các nền kỹ nghệ. Một cách chính xác là, từ những thói quen lâu dài và lười biếng của việc suy nghĩ chỉ nhắm vào một số kỹ nghệ nào đó, hay tiến trình nào đó, những ngộ nhận thuộc về kinh tế học bắt đầu mọc rễ. Những ngộ nhận này lan ra không những chỉ trong các sự tranh luận của những đại biểu kinh tế được thuê mướn để bảo vệ cho những tư lợi nào đó, mà còn lan vào trong các cuộc tranh luận của một số các kinh tế gia lão luyện nữa.

Đó là sự ngộ nhận bị cô lập ở dưới đáy của cái trường phái mà cho rằng: *"Việc sản xuất là để cho sự tiêu thụ chớ không phải cho lợi nhuận"*. Và nó đã dùng quan điểm đó để tấn công cái "hệ thống giá cả" một cách biện bạch. Như vậy, theo trường phái này thì vấn đề của một nền sản xuất đã được giải quyết. Cái lỗi lầm nghe hay ho này là điểm khởi sự cho những quái tượng đang xảy ra gần đây nhất, và những lang băm đang hô hào việc chia sẻ sự giàu có. Những khoa học gia, những nhà kinh tế lão luyện, các kỹ sư, hay các kỹ thuật gia đã giải quyết nó. Họ có thể đưa ra những chứng minh để biện hộ cho những gì mà bạn quan tâm, nhưng thế giới đâu thể bị cai trị bởi những kỹ sư mà chỉ nghĩ về một tiến trình sản xuất, mà bởi cả những thương gia chỉ nghĩ về lợi nhuận. Bởi vì những thương gia này sẽ đưa ra những đồ án, mà những đồ án này sẽ tạo ra lợi nhuận; và sẽ ngưng các đồ án đó khi mà chúng không còn đẻ ra lợi nhuận nữa, mặc cho quần chúng có thiếu hàng hóa hay không?

Có nhiều ngộ nhận trong cái quan điểm trên đến nỗi rằng chúng không thể nào không bị lộn xộn được. Nhưng cái lỗi chính, mà tôi đã chỉ ra, đến từ việc, chỉ nhìn vào một nền kỹ nghệ, hay nhiều kỹ nghệ như thể là các kỹ nghệ này tồn tại một cách cô lập. Thật ra, mỗi một nền kỹ nghệ tồn tại có liên quan đến những nền kỹ nghệ khác; và mỗi quyết định đưa ra bởi một kỹ nghệ có ảnh hưởng đến những quyết định được đưa ra bởi những kỹ nghệ khác.

Chúng ta có thể hiểu điều trên tốt hơn nếu chúng ta chấp nhận rằng những vấn đề kinh doanh phải được giải quyết một cách tập thể. Để đơn giản hóa nguyên tắc này, chúng ta hãy nghiên cứu trường hợp tiểu thuyết Robinson Crusoe bị cô lập trên hoang đảo. Những nhu cầu của ông ta dường như là vô tận. Ông ta bị dầm mưa; ông ta bị cảm lạnh; ông ta phải chịu đói và khát. Ông ta cần mọi thứ để sống như: nước uống, thức ăn, một mái nhà để che mưa nắng, để tránh thú dữ, lửa để nấu ăn, và một chỗ êm ấm để ngủ. Nhưng ông ta không thể có được mọi thứ ngay lập tức, ông ta cần thời gian, năng lượng và tài nguyên. Ông ta phải giải quyết ngay tức khắc cái nhu cầu cần thiết nhất. Thí dụ, nếu ông ta đang khát nước nhất, ông ta phải đào một cái lỗ trong cát để chứa nước mưa, hay tạo ra những vật đựng thô sơ. Sau khi ông ta đã có đủ nước uống, ông ta phải kiếm thức ăn trước khi ông ta có thể cải tiến cái bình đựng nước của ông ta cho tốt hơn. Ông ta có thể bắt cá, nhưng ông ta cần phải có một cái cây và một lưỡi câu, hay một cái lưới, và ông ta phải bắt đầu làm việc để tạo ra những thứ này. Bất cứ cái gì mà ông ta làm ngay bây giờ sẽ ngăn cản không cho ông ta làm những thứ cần thiết khác. Ông ta đang đương đầu với một vấn đề, đó là việc chọn lựa một vật cần thiết nhất để mà sử dụng thời gian và sức lao động để tạo ra nó.

Có lẽ, một gia đình Robinson có thể giải quyết vấn đề này một cách dễ dàng hơn. Vì một gia đình có nhiều miệng ăn hơn, nhưng cũng có nhiều bàn tay hơn để làm việc. Người cha thì đi săn; người mẹ nấu ăn; những đứa con thì đi nhặt củi đốt. Nhưng những thành viên trong gia đình cũng không thể làm mãi không bao giờ chán một công việc, không kể sự cần thiết của việc cần thực phẩm như thế nào. Khi những đứa con trong gia đình đã thu thập đủ củi, chúng sẽ không tiếp tục làm y như vậy. Rồi một ngày kia, chúng sẽ chuyển qua việc kiếm nước sau khi đã chất đầy củi đốt trong nhà. Một gia đình cũng vậy, cũng luôn gặp phải vấn đề chọn lựa những phương cách làm việc, hay những gì phải làm như: súng, mồi câu cá, tàu, lưỡi câu và búa rìu... Một người anh cả đã quên không phụ giúp em mình kiếm củi, nhưng những đứa em sẽ nhận thấy việc phàn nàn người anh là một chuyện ngu ngốc, vì chúng có thể câu thêm cá thay vì kiếm củi để giúp đỡ cho bữa ăn chiều của gia đình. Và chúng sẽ nhận thấy rằng khi một nhân vật trong gia đình kiếm được nhiều vật dụng hơn thì một nhân vật khác sẽ kiếm ít hơn.

Thí dụ trên đây đôi khi cho thấy sự đáng cười của *"nền kinh tế Crusoe"*. Nhưng chúng chỉ đáng buồn cười bởi những ai không hiểu cái nguyên tắc đặc biệt được trình bày qua cốt truyện, hay bởi những ai đang lạc mất cái nguyên tắc đó, và đang bị rối loạn trong việc áp dụng những phương cách làm việc trong một xã hội kinh tế hiện đại ngày nay.

2

Bây giờ chúng ta hãy trở lại một xã hội giống như cái gia đình ở trên, để xem vấn đề chọn lựa phương cách áp dụng sức lao động, vốn liếng để đáp ứng sự khẩn cấp của hàng ngàn nhu cầu khác nhau được giải quyết như thế nào? Nó được giải quyết một cách chính xác xuyên qua hệ thống giá cả.

Giá cả chỉ được điều chỉnh qua sự liên quan giữa cung cấp và nhu cầu, và nó cũng ảnh hưởng lại cung cấp và nhu cầu. Khi người ta cần nhiều một món hàng thì món hàng này sẽ được cung cấp nhiều hơn. Giá cả sẽ tăng lên. Và sự tăng của nhu cầu này cũng làm tăng lợi nhuận cho những nhà sản xuất cung cấp ra nó. Bởi vì bây giờ có nhiều lợi nhuận hơn để làm ra hàng hóa, hãng sản xuất sẽ bành trướng việc sản xuất nó, và mướn thêm vào nhiều công nhân hơn. Khi đó, hàng hóa sẽ được chế tạo ra nhiều hơn và giá cả sẽ hạ xuống; mức lợi nhuận đơn vị thâu vào sẽ từ từ giảm đi cho đến khi món hàng đó có được một mức lợi nhuận đơn vị tổng quát như những món hàng khác trên thị trường. Nếu nhu cầu cho món hàng đó giảm, và số lượng cung cấp thì vẫn tăng cho đến khi giá của nó rơi xuống ở mức mà có ít lợi nhuận để sản xuất nó hơn là sản xuất các món hàng khác; hoặc có lẽ có một sự lỗ vốn trong việc buôn bán nó. Trong trường hợp này, nhà sản xuất "đơn vị", người mà khả năng sản xuất ít hữu hiệu hơn, hay có một phí tổn sản xuất cao hơn, sẽ bị đẩy ra khỏi thương trường. Hàng hóa bây giờ sẽ được sản xuất bởi một nhà sản xuất hữu hiệu hơn, người mà có một phí tổn sản xuất ít hơn.

Tiến trình trên thì được bắt nguồn từ cái niềm tin rằng giá cả thì được xác định bởi phí tổn sản xuất. Học thuyết mà được đưa ra dưới hình thức đó thì không đúng. Giá cả được xác định bởi cung cấp và nhu cầu, và nhu cầu thì được định nghĩa như là mức độ cần thiết nhiều hay ít của món hàng và họ phải trả bằng cái gì để đánh đổi lấy nó. Cung cấp thì được xác định, một phần nào, bởi phí tổn sản xuất. Cái phí tổn nào ở trong quá khứ để tạo ra hàng hóa không thể xác định giá trị của món hàng. Giá trị của hàng hóa tùy thuộc vào sự liên quan giữa cung cấp và nhu cầu. Nhưng đối với một thương gia, ông ta chỉ quan tâm đến cái phí tổn để sản xuất ra hàng hóa trong tương lai, và giá cả của nó trong tương lai sẽ là bao nhiêu? Những điều này, sẽ định đoạt số lượng hàng hóa mà ông ta sản xuất và sẽ ảnh hưởng đến số lượng cung cấp trong tương lai. Do đó, có một khuynh hướng không thay đổi rằng: Giá trị của một món hàng thì bằng phí tổn đơn vị sản xuất ra nó. Nhưng không phải cái phí tổn sản xuất là yếu tố chính quyết định trực tiếp đến giá cả.

Hệ thống kinh doanh tư nhân, như vậy, có thể được so sánh như là hàng ngàn chiếc máy, mà mỗi một cái máy được điều khiển bởi một nhà cai trị có vẻ như tự động. Tuy thế, với những máy móc này, những nhà cai trị nó thì được nối liền với nhau và có ảnh hưởng lẫn nhau, ngõ hầu cho tất cả các máy móc sẽ hành động như một chiếc. Hầu hết chúng ta chắc đã biết về sự điều khiển tự động của chiếc máy chạy bằng hơi nước. Nó thường có hai quả cầu, hay quả tạ, được điều khiển bởi một năng lực trung tâm. Khi tốc độ của chiếc máy này tăng lên, những quả cầu bay ra khỏi thanh sắt mà chúng đã được gắn vào, và một cách tự động, đóng cái nắp khí quản, mà qua đó hơi nước được truyền vào, để làm giảm sức chạy máy. Nếu máy chạy quá chậm, thì ngược lại, các quả cầu sẽ rơi xuống, làm mở cái nắp khí quản và làm tăng tốc độ chạy của máy. Như vậy, mỗi sự khởi hành của tốc độ, chính nó, tạo ra sự chuyển động của cái năng lực điều chỉnh sự khởi hành đó.

Sự liên quan giữa cung cấp và nhu cầu của hàng ngàn các sản phẩm thì cũng được điều khiển giống y như vậy trong hệ thống cạnh tranh thương mãi của tư nhân. Khi mọi người muốn một món hàng hóa, sự mặc cả cạnh tranh của họ làm tăng giá cả của món hàng; và nhà sản xuất ra món hàng cũng được tăng thêm lợi nhuận. Việc gia tăng lợi nhuận này thúc đẩy họ gia tăng sản xuất thêm hàng hóa. Và nó cũng đồng thời làm cho những nhà sản xuất khác ngưng sản xuất những loại hàng hóa nào đó mà họ đã chế tạo ra trước đây để chuyển sang chế tạo các món hàng đang được bán chạy này. Điều này làm tăng số lượng cung cấp của món hàng đó và làm giảm số lượng cung cấp một số hàng hóa khác. Do đó, giá cả của món hàng đó giảm đi, một cách có liên quan đến giá cả của các món hàng khác; và sự khuyến khích việc gia tăng sản xuất nó cũng dần dần biến mất.

Tương tự như vậy, nếu nhu cầu cho một số sản phẩm giảm đi, thì giá cả của chúng và lợi nhuận sẽ đi xuống, và việc sản xuất chúng cũng đi xuống.

Đây là sự phát triển sau cùng mà làm cho những người không hiểu "hệ thống giá cả" bị tai tiếng. Họ cho rằng chính giá cả gây ra tình trạng khan hiếm hàng hóa. Họ hỏi một cách cáu kỉnh: tại sao những nhà chế tạo cắt bỏ việc sản xuất giầy ở tại thời điểm mà không còn lợi nhuận để sản xuất nữa? Tại sao họ chỉ nên được chỉ đạo việc sản xuất bằng lợi nhuận? Tại sao họ không nên tiếp tục sản xuất giầy tới mức độ của một tiến trình kỹ thuật tân tiến nhất? Cái hệ thống giá cả và kinh doanh của tư nhân bao gồm những nhà triết học của cái quan niệm rằng *"sản xuất là để tiêu dùng"* thì chỉ là một hình thức của cái gọi là *"những nền kinh tế khan hiếm"*.

Những câu hỏi trên, và những kết luận trên, mọc ra từ cái ngộ nhận của việc chỉ nhìn vào một nền kỹ nghệ, của việc chỉ nhìn vào một cái cây mà bỏ quên cả khu rừng. Việc sản xuất giầy thì chỉ cần thiết tới một thời điểm nào đó, vì cũng có một sự cần thiết để sản xuất áo khoác, áo sơ-mi, quần dài, nhà cửa, máy cày, cầu cống và bánh mì. Thật là đần độn nếu cứ tiếp tục chất lên một núi dư thừa của những đôi giầy một cách đơn giản chỉ vì lý do là chúng ta giỏi làm ra chúng, trong khi hàng trăm nhu cầu khẩn bách của các loại hàng hóa khác thì không được sản xuất.

Bây giờ, trong một nền kinh tế cân bằng, một nền kỹ nghệ chỉ có thể bành trướng ở phí tổn của một kỹ nghệ khác. Bởi vì ở bất cứ lúc nào, các điều kiện sản xuất cũng luôn luôn có hạn chế. Một nền kỹ nghệ có thể bành trướng chỉ bằng cách là phân phối các lực lượng lao động, đất đai, vốn liếng, mà nếu như không, thì các lực lượng này sẽ được dùng cho các kỹ nghệ khác. Và khi một nền kỹ nghệ đang rút lại kích thước của nó, hay ngưng sản xuất hàng hóa, thì không có nghĩa là đã có một sự giảm hậu trừ trong tổng số sản xuất. Sự rút gọn kích thước ở thời điểm đó đã giải phóng các lực lượng lao động và vốn liếng vào trong các kỹ nghệ khác, để cho phép các kỹ nghệ đó bành trướng.

Nói tóm lại, mọi thứ thì được sản xuất khi có một cái gì khác bị tiêu diệt. Phí tổn sản xuất có thể được định nghĩa như là những gì phải hy sinh (các sở thích, sự giải trí) ngõ hầu để sáng tạo ra một thứ khác.

Một nền kinh tế khỏe mạnh là một nền kinh tế mà trong đó, những kỹ nghệ hư hỏng nên được cho phép để hủy diệt khi những kỹ nghệ mạnh hơn đang được cho phép để phát triển. Bởi vì cái nền kỹ nghệ đang hấp hối đó vẫn tiếp tục hấp thụ hết các vốn liếng và sức lực lao động mà đáng lẽ ra nên được giải thoát vào trong các kỹ nghệ mà đang tăng trưởng. Chỉ có cái hệ thống giá cả bài bản mới có thể giải quyết được cái vấn đề phức tạp của việc quyết định một cách chính xác mười ngàn loại hàng hóa và dịch vụ là bao nhiêu để mà sản xuất một cách có liên quan với nhau. Nếu không, những câu hỏi rối loạn trên sẽ được giải quyết một cách có vẻ như tự động bởi hệ thống giá cả, phí tổn, và lợi nhuận. Những câu hỏi đó chỉ được giải quyết bởi một hệ thống giá cả mà không có một nhóm quan chức nào có thể giải quyết được. Bởi vì những câu hỏi đó được giải quyết bởi một hệ thống, mà dưới hệ thống này, khách hàng quyết định lấy nhu cầu của họ, và trả một lá phiếu hay hàng tá lá phiếu mỗi ngày; trong khi các quan chức thì đang cố gắng để giải quyết những câu hỏi đó bằng cách quyết định hàng hóa nào thì tốt cho khách hàng, chớ không để khách hàng tự quyết định lấy hàng hóa mà họ lựa chọn.

Tuy thế, những quan chức chính phủ vẫn không thể hiểu cái hệ thống có vẻ như tự động của thị trường đó; họ luôn luôn bị nó quấy rầy. Họ luôn luôn cố gắng để cải tiến và điều chỉnh nó, thường là cho các ích lợi đặc biệt của một nhóm người nào đó. Kết quả của sự can thiệp này là những gì mà chúng ta sẽ khảo sát trong các chương tới đây.

CHƯƠNG 16

"LÀM BỀN VỮNG" CÁC HÀNG HÓA THÔNG DỤNG

Những cố gắng để nâng giá cả của những loại hàng hóa thông dụng lên trên mức giá cả của thị trường tự nhiên một cách vĩnh viễn thường là những thất bại đáng kể, vì các quan chức chính phủ thì không thích đặt mục tiêu của họ vào những mục đích độc ác đó. Do đó, khi những thương gia tư nhân kêu nài sự can thiệp của chính phủ trong vấn đề này, họ phải đưa ra những lý do nghe hợp lẽ và đúng đắn hơn. Những thương gia mà đưa ra những cố gắng đó, không có ước muốn gì khác, ngoài việc để nâng giá cả của một loại hàng hóa X nào đó, lên trên mức giá tự nhiên của nó, một cách lâu dài. Họ lập luận rằng: Những nhà sản xuất thì không thể kiếm sống được vì họ đang bán với giá thấp hơn giá cả tự nhiên. Nếu họ không hành động nhanh chóng, họ sẽ phải đóng cửa các xí nghiệp, và rồi hàng hóa sẽ trở nên khan hiếm vì không ai sản xuất. Kết quả là khách hàng sẽ phải trả những giá cả quá độ cho hàng hóa. Sự mặc cả giá này của khách hàng sẽ tốn cho họ vô cùng vào phút cuối, vì tình trạng giá cả thấp tạm thời này sẽ không kéo dài trong bao lâu nữa. Nhưng chúng ta không thể chờ đợi cho những áp lực của thị trường tự nhiên để thay đổi giá cả, hay đợi cho những luật cung cấp và nhu cầu để điều chỉnh tình trạng này. Bởi vì trước khi những chuyện đó xảy ra, các nhà sản xuất thì đã phá sản, và một sự khan hiếm đã xảy ra cho chúng ta rồi. Chính phủ phải hành động ngay! Tất cả những gì mà chúng ta muốn làm là để điều chỉnh cái tình trạng giá cả nổi lềnh bềnh vô nghĩa này. Chúng ta không phải đang cố gắng để đẩy giá cả, mà chúng ta đang làm cho nó bền vững.

Có nhiều cách mà người ta dự thảo để làm chuyện này. Một trong những cách thông thường nhất là: kêu nài chính phủ cho các nông gia vay mượn tiền bạc để giúp họ giữ lại các vụ mùa không bán ra thị trường.

Nhưng sự cho vay đó của quốc hội thì nghe có vẻ có lý. Bởi vì người ta kể rằng khi tất cả nông gia đổ vào thị trường đồng loạt các nông phẩm của họ khi vụ mùa đến; thì đây là thời gian mà giá cả của những nông phẩm này trở nên thấp nhất, và những thương gia thăm dò giá cả đã lợi dụng chuyện này để bán lại với giá cao hơn sau các vụ mùa, khi mà thực phẩm trở lại khan hiếm. Như vậy, người ta cho là các nông gia phải chịu lỗ lã hơn là các con buôn thăm dò giá cả.

Vụ cãi lý này thì không được chứng minh bằng lý thuyết hay kinh nghiệm. Những con buôn thăm dò bị chửi mắng đó không phải là kẻ thù của những nông gia; họ là một nguồn lợi đối với các nông gia. Cái sự nguy hiểm của tình trạng giá cả nông phẩm nổi lềnh bềnh phải bị gây ra bởi những phần tử khác; thật ra, sự nguy hiểm đó, trong hiện đại, được tạo ra bởi những nhà thăm dò chuyên nghiệp. Một cách tổng quát, những con buôn thăm dò càng hành động một cách cạnh tranh hơn thì họ càng giúp cho các nông gia nhiều hơn. Bởi vì các con buôn thăm dò giá cả này đang làm bổn phận của họ theo một tỷ lệ có liên quan đến khả năng tiên đoán được giá cả trong tương lai. Họ càng thấy trước được tình trạng giá cả trong tương lai, thì giá cả càng ít lên xuống bất thường hơn.

Ngay cả nếu các nhà nông phải đổ hết các vụ mùa lúa mì của họ vào thị trường trong 1 tháng của 1 năm, thì giá cả trong tháng đó cũng không cần thiết để mà thấp hơn giá cả của bất cứ một tháng nào. Bởi vì các nhà thăm dò, với hy vọng kiếm thêm lợi nhuận, sẽ mua hết các vụ mùa đó vào tháng đó. Họ sẽ tiếp tục mua cho đến khi nào giá cả tăng lên đến một mức mà họ nhận thấy không còn có thể kiếm thêm lợi nhuận nữa; khi đó, họ bán ra lại các vụ mùa đã mua vào, và kết quả là họ làm cho bền vững giá cả hàng nông nghiệp quanh năm.

Kinh nghiệm thực tế cho thấy rằng giá cả trung bình của lúa mì và những vụ mùa lúa khác được duy trì một cách bằng nhau xuyên qua một năm, trừ khi có cộng thêm các phí tổn tồn kho, tiền lời, hay phí tổn bảo hiểm. Thật vậy, một số các cuộc điều tra cẩn thận cho thấy giá cả trung bình hàng tháng lên cao sau các vụ mùa, nhưng cũng đã không cung cấp đủ ngân quỹ để trả cho những chi phí tồn trữ mà các nhà buôn thăm dò đã tài trợ cho các nông gia.

Trường hợp trở nên khác đi, khi chính phủ can thiệp vào việc mua những vụ mùa của nông gia, hay cho nông gia vay tiền để giữ lại các vụ mùa không bán vào thị trường. Và họ đặt cho hành động này một danh từ nghe hợp lẽ là "một vựa lúa luôn bình thường". Nhưng lịch sử của giá cả đã chỉ cho thấy rằng: Một tổ chức thị trường tự do có thể làm việc này tốt hơn chính phủ nhiều. Khi mà chính phủ bước vào để hành động, thì cái "vựa lúa luôn bình thường" đó trở thành cái "vựa lúa luôn chính trị". Nếu các nông gia được cho phép để giữ các vụ mùa của họ bởi các người dân trả thuế, thì các chính trị gia mà cổ vũ cho cái phương án đó cũng muốn chắc chắn để kiếm được các lá phiếu bầu cử từ các nông gia. Và cái vựa lúa luôn bình thường đó có khuynh hướng trở thành một cái vựa lúa bất bình thường. Sự tồn trữ dư thừa có thể làm cho giá cả được nâng cao một cách an toàn tạm thời, nhưng sẽ gây ra một kết quả là mang lại một cái giá cả thấp hơn giá cả mà nó tự nhiên có, nếu không có sự tồn trữ can thiệp đó. Bởi vì một sự thiếu hụt nhân tạo của các vụ mùa năm nay có nghĩa là sẽ có một sự dư thừa nhân tạo của các vụ mùa năm tới.

Chúng ta không thể giải thích một cách chi tiết cái gì sẽ xảy ra khi chương trình can thiệp đó được áp dụng, thí dụ như, vào kỹ nghệ bông gòn của Hoa Kỳ chẳng hạn[A]. Bởi vì, khi chúng ta đang chất lên một chồng của những vụ mùa của cả một năm trong kho, thì có nghĩa là chúng ta đang tàn phá cái thị trường bông gòn quốc tế của chúng ta. Chúng ta đang khuyến khích một cách cực

---

(A) Tuy nhiên, chương trình sản xuất bông gòn đã được coi như là một chương trình đặc biệt. Như là vào ngày 1 tháng 8 năm 1956, số lượng bông gòn dự trữ đã lên đến 14.529.000 kiện, hơn cả số lượng sản xuất hay số lượng tiêu thụ trong một năm tròn. Để đối phó với sự kiện này, chính phủ đã thay đổi chương trình của họ. Họ đã quyết định để mua hầu hết các vụ mùa từ các nông gia, và ngay lập tức bán lại chúng với một giá rẻ hơn. Ngõ hầu để bán bông gòn của Hoa Kỳ trở lại vào trong thị trường quốc tế, họ đã làm một chương trình tài trợ cho kỹ nghệ xuất cảng bông gòn đầu tiên là 6 xu một cân Anh, rồi 8,5 xu trong năm 1961. Chương trình này đã thành công trong việc làm giảm bớt số lượng bông gòn dư thừa. Nhưng cộng thêm vào những lỗ lã mà những người trả thuế đã phải chịu, nó làm cho kỹ nghệ dệt sợi ở Hoa Kỳ bị lâm vào tình trạng bất thuận lợi trong việc cạnh tranh với kỹ nghệ dệt sợi của người ngoại quốc trong cả hai thị trường quốc nội và quốc ngoại. Chính phủ Hoa Kỳ đang tài trợ cho kỹ nghệ ngoại quốc ở phí tổn của kỹ nghệ Hoa Kỳ. Chiêu bài sửa chữa giá cả của chính phủ thì một cách thông thường chỉ là một việc thoát khỏi một kết quả xấu để rồi bị dồn vào một kết quả khác mà thường là xấu hơn[4].

đại việc trồng trọt bông gòn trong những quốc gia khác. Mặc dù các kết quả này đã được tiên đoán trước bởi các đối thủ của chính sách hạn chế và cho vay mượn, khi kết quả này xảy ra, thì các quan chức chính phủ chỉ đáp rằng tình trạng này thế nào rồi cũng xảy ra. Bởi vì cái chính sách cho vay mượn thì thường được kèm theo với chính sách hạn chế sản xuất hay chính sách làm khan hiếm. Trong mỗi nỗ lực để làm "bền vững" giá cả hàng hóa, thì lợi tức của các nhà sản xuất được đặt lên trên hết. Mục đích thật là để đẩy giá cả lên cao. Để thi hành kế hoạch này, một tỷ lệ giới hạn hàng sản xuất được đặt ra cho việc kiểm soát. Sự kiểm soát này tạo ra nhiều kết quả xấu. Giả sử nếu sự kiểm soát được áp đặt trên một phương diện quốc tế, nó sẽ có nghĩa là tổng số sản xuất trên thế giới sẽ giảm xuống. Những người tiêu thụ của cả thế giới sẽ tiêu xài ít hơn là khi không có sự kiểm soát. Thế giới, do đó, sẽ nghèo hơn vì ngoài việc khách hàng bị bắt buộc phải trả một giá cao hơn, còn có nghĩa là họ sẽ có ít tiền dư hơn để trả cho các loại hàng hóa khác.

2

Sự hạn chế có nghĩa là một sự giảm thiểu trong việc sản xuất. Nhưng có một sự khác biệt căn bản, mà chúng ta đã thấy trong các chương trước. Đó là, trong một nền kinh tế cạnh tranh, những nhà sản xuất có phí tổn cao, hay là các nhà sản xuất vô hiệu quả, sẽ bị đẩy ra khỏi thị trường khi giá cả xuống thấp. Trong trường hợp hàng hóa nông nghiệp thì những nông gia ít cạnh tranh nhất, hay những nông gia với dụng cụ nghèo nàn nhất và đất đai ít nhất sẽ bị đẩy ra khỏi thị trường. Những nông gia tốt hơn với đất đai phì nhiêu hơn không phải hạn chế việc sản xuất của họ. Trái lại, tình trạng sụt giá, mà là một triệu chứng của một phí tổn sản xuất trung bình thấp, phản ảnh qua việc gia tăng hàng hóa cung cấp, thì sự thất bại của những nông gia dở sẽ giúp cho các nông gia giỏi phát triển việc sản xuất của họ. Như vậy, trong trường tồn, không có sự giảm thiểu việc sản xuất các hàng hóa đó, mà chỉ là một tình trạng giá cả thấp vĩnh viễn thôi.

Nếu đó là kết quả, thì khách hàng của loại hàng hóa đó sẽ vẫn có đầy đủ hàng hóa như trước, nhưng họ sẽ mua hàng đó với một giá cả thấp hơn, và họ sẽ có dư tiền hơn để xài vào các hàng hóa khác. Và sự gia tăng mua sắm theo các chiều hướng khác sẽ gia tăng thêm công ăn việc làm trong các kỹ nghệ khác, và sự việc này sẽ giúp những nông gia thất nghiệp kiếm được các nghề nghiệp khác mà họ sẽ dùng các nỗ lực làm việc của họ một cách hữu hiệu hơn.

Một sự hạn chế theo một tỷ lệ điều hòa (bởi chiêu bài can thiệp của chính phủ) có nghĩa là những nhà sản xuất có hiệu quả, với phí tổn thấp, không được cho phép để sản xuất tất cả hàng hóa với một giá cả thấp. Mà nó có nghĩa là, các nhà sản xuất ít hiệu quả, với phí tổn cao, được giữ lại trong thương trường một cách nhân tạo. Tình trạng này làm gia tăng giá cả trung bình của các sản phẩm, bởi vì nó đang được sản xuất một cách hữu hiệu hơn. Những nông gia dở, như vậy, được giữ lại một cách nhân tạo để tiếp tục sử dụng đất đai, sức lao động, và vốn liếng, mà nếu một cách khác, có thể đã được sử dụng một cách có lợi và hữu hiệu hơn.

Không có một sự tranh cãi nào mà cho rằng: Như là một kết quả của chiêu bài hạn chế, ít nhất là giá cả của các sản phẩm nông nghiệp đã được nâng lên, và những nông gia thì có khả năng mua sắm cao hơn. Kết quả này chỉ có được bằng cách lấy đi cùng một mức lượng cái khả năng mua sắm của những người tiêu thụ trong thành phố (mà chúng ta đã biết trong Chương 13 trước đây). Để tài trợ tiền bạc cho những nông gia trong chính sách hạn chế sản xuất nhân tạo (hay là cho họ cùng một số tiền) thì không khác gì là bắt buộc giới tiêu thụ hay những người trả thuế để trả cho những người mà họ không sản xuất gì hết. Trong trường hợp này, những người thừa hưởng kết quả của chính sách đó có được "quyền năng mua sắm", thì cũng có một số người khác mất đi cùng một số quyền lợi mua sắm đó. Sự mất mát hậu trừ đối với toàn thể cộng đồng là sự mất mát trong sản xuất, bởi vì mọi người không được nâng đỡ bằng sự sản xuất, do đó có ít hàng hóa hơn cho mọi người, lương bổng thật và lợi tức thật sẽ giảm đi, hoặc là xuyên qua một sự giảm thiểu trong số lượng tài chính, hoặc là xuyên qua những phí tổn sống cao hơn.

Nhưng nếu có một sự cố gắng được duy trì để giữ cho giá cả của hàng hóa nông nghiệp luôn luôn cao mà không có một sự hạn chế nhân tạo việc sản xuất, thì những kiện dư thừa của hàng hóa có giá cao sẽ tiếp tục ứ đọng cho đến khi thị trường của sản phẩm đó, cuối cùng, bị phá giá ở một mức độ vượt xa hơn chương trình kiểm soát đã được đặt ra. Những nhà sản xuất bên ngoài chương trình hạn chế đó bị kích thích bởi giá cả cao nhân tạo sẽ bành trướng sản phẩm riêng của họ một cách tối đa. Đó là những gì xảy ra trong chương trình hạn chế cao su của Anh quốc, và những chương trình hạn chế bông gòn của Hoa Kỳ. Trong mỗi vụ đó, sự phá giá, cuối cùng đã đến, sau một thời gian dài, mà có lẽ không có một chiêu bài hạn chế nào có thể vươn tới được. Cái kế hoạch, mà bắt đầu một cách mạo hiểm là để "làm bền vững" giá cả, đã mang lại một sự không bền vững nhiều hơn là những lực lượng kinh doanh tự do trong thị trường có thể đã mang lại.

Tuy thế, những chương trình kiểm soát hàng hóa quốc tế thì luôn luôn được dự thảo. Lần này họ nói rằng, họ sẽ tránh tất cả những lỗi lầm cũ. Lần này giá cả sẽ được điều chỉnh một cách công bằng không những cho các nhà sản xuất, mà còn cho những người tiêu thụ nữa. Những quốc gia sản xuất và những quốc gia tiêu thụ sẽ đồng ý trên chỉ những giá cả cân bằng này, tại vì không có ai mà không hợp lý hết. Những giá cả ổn định, một cách cần thiết, sẽ bao gồm chỉ những "phân phiếu" và những sự phân phối hàng hóa trong việc sản xuất và tiêu thụ trong mọi quốc gia. Nhưng chỉ có những người trơ tráo mới tham gia vào những vụ tranh cãi cho vấn đề có tính cách quốc tế này. Cuối cùng, bởi một sự mầu nhiệm trên tất cả, thế giới của những sự kiểm soát siêu quốc tế này và những nhà thông đồng của nó thì cũng trở nên một thế giới tự do thương mãi mà thôi!

Tôi thì không hiểu những gì mà những nhà vạch kế hoạch của chính phủ muốn nói tới qua danh từ tự do kinh doanh, trong vấn đề này, nhưng chúng ta có thể chắc chắn về một số quan niệm mà họ không muốn ám chỉ? Đó là, họ không muốn nói đến cái tự do thứ tự, mà trong đó, con người mua và bán, cho vay và mượn, ở bất cứ cái giá cả hay mức độ nào mà họ thích, ở bất cứ khi nào mà họ cảm thấy có lợi nhiều nhất để làm như thế. Chính phủ đã không muốn ám chỉ đến sự tự do của những công dân thuần túy để cực đại hóa một vụ mùa càng nhiều càng tốt, để đến thương trường và đi ra khỏi lúc nào tùy ý, hay để an cư nơi nào mà họ muốn với vốn liếng và tài sản riêng của họ. Chính phủ chỉ muốn ám chỉ đến sự tự do của các quan chức mà vạch ra những kế hoạch này, và chính phủ cho rằng dân chúng sẽ được thưởng bằng một mức tăng cao của điều kiện sống cơ bản nếu họ tuân theo mệnh lệnh của những quan chức đó. Nhưng nếu những nhà vạch kế hoạch này thành công trong việc cột chặt cái ý kiến về một sự hợp tác quốc tế với sự chi phối gia tăng của quốc gia, và việc kiểm soát đời sống kinh tế, những sự kiểm soát tương lai dường như chỉ là việc dựa theo những kế hoạch mẫu mực của quá khứ, mà trong đó những điều kiện sống căn bản của con người với sự tự do của nó bị giảm thiểu.

CHƯƠNG 17
VIỆC SỬA CHỮA GIÁ CẢ CỦA CHÍNH PHỦ

Chúng ta đã thấy rõ một số các tác dụng của những nỗ lực để điều chỉnh những giá cả của các loại hàng hóa thông dụng ở trên mức ấn định mà lẽ ra là thị trường tự do đã phải làm chuyện này. Bây giờ, chúng ta hãy nhìn vào một số kết quả mà chính phủ đã cố gắng làm để giữ cho giá cả của những loại hàng hóa thông dụng ở dưới mức ấn định của thị trường tự nhiên.

Sự cố gắng thứ nhì ở trên là những gì mà tất cả các chính phủ đều làm trong thời gian chiến tranh. Nhưng chúng ta sẽ không khảo sát ở đây, cái nghệ thuật của việc sửa chữa giá cả trong chiến tranh. Nguyên cả nền kinh tế trong chiến tranh thì cần thiết để được chi phối bởi chính quyền, và những áp dụng mà được coi như là được thi hành bởi chúng ta thì vượt qua vấn đề chính mà cuốn sách này đang quan tâm đến[B]. Nhưng sự điều chỉnh giá cả trong thời gian chiến tranh, có khéo léo hay không, thì vẫn được xảy ra, trong hầu hết các quốc gia, một cách lâu dài sau khi chiến tranh kết thúc.

(B) Tuy nhiên, tôi có một kết luận rằng: trong khi những ưu tiên của chính phủ, hay những lý lẽ của chính phủ, có thể không tránh được, việc sửa chữa giá cả của chính phủ thì có tính cách tai hại một cách đặc biệt trong thời gian chiến tranh. Khi mà việc sửa chữa giá cả tối đa đòi hỏi phải có một lý lẽ để làm nó, dù cho một cách tạm thời, thì cái lý lẽ đó cũng không bao giờ đúng.

Tình trạng lạm phát trong chiến tranh là nguyên nhân chính đã gây ra việc sửa chữa giá cả. Ở vào lúc đang viết tác phẩm này, thì tất cả các quốc gia vẫn còn đang ở trong tình trạng lạm phát. Mặc dù hầu hết các quốc gia thì đang trong nền hòa bình, người ta luôn luôn khuyên nhủ việc kiểm soát giá cả ngay cả khi người ta không đang áp dụng nó được. Mặc dù việc kiểm soát giá cả thì có hại một cách kinh tế, nếu không nói là có tính chất tàn phá, chúng nó có ít nhất một sự thuận lợi về chính trị theo quan điểm của những viên chức chính phủ. Bằng cách áp đặt việc kiểm soát giá cả, các viên chức chính phủ đổ những lỗi gia tăng giá cả vào những thương gia tham lam thay vì đổ lỗi vào những chính sách lạm phát tiền tệ của chính họ.

Chúng ta hãy xem những gì đã xảy ra khi chính phủ cố gắng để giữ cho giá cả của một loại hàng hóa thông dụng, hay một nhóm các loại hàng hóa thông dụng, thấp hơn cái giá mà lẽ ra đã được ấn định bởi một thị trường tự do cạnh tranh.

Khi chính phủ đang cố gắng để điều chỉnh những giá cả tối đa cho chỉ vài món hàng, họ thường chọn những loại nhu yếu phẩm quan trọng mà những người dân nghèo chỉ có thể trả nổi ở một giá cả "hợp lý". Chúng ta hãy cho rằng những hàng hóa được chọn ở đây là bánh mì, sữa và thịt.

Sự tranh cãi cho việc giữ giá cả của những nhu yếu phẩm sẽ xảy ra như vầy: Nếu chúng ta để cho thị trường định đoạt giá cả của thịt bò, thì giá cả sẽ bị đẩy lên cao bởi sự cạnh tranh mặc cả, ngõ hầu để cho chỉ có những nhà giàu mới có thể mua nổi. Dân chúng sẽ không mua được thịt bò một cách tỷ lệ theo sự cần thiết của họ, mà một cách tỷ lệ theo khả năng mua sắm của họ. Nếu chúng ta giữ giá được thấp, thì mọi người sẽ mua được một cách đồng đều.

Việc đầu tiên được nhận thấy qua việc tranh cãi này là nếu chính sách này có giá trị, thì nó có vẻ không vững chắc và rụt rè. Bởi vì chính cái khả năng mua sắm chớ không phải là sự cần thiết mà đã xác định sự phân phối thịt bò ở giá cả thị trường là 2 đồng 25 xu một cân Anh. Khả năng mua sắm cũng xác định nó, mặc dù có lẽ ở một mức độ thấp hơn một chút, một giá cả đúng luật cao nhất là 1 đồng 50 xu một cân Anh. Sự tranh luận về cái khả năng mua sắm thay vì sự cần dùng, thật ra, tồn tại một cách lâu bền cho đến khi nào mà chúng ta vẫn còn đánh giá thịt bò. Nó chỉ ngưng áp dụng khi nào thịt bò được cho không mà thôi.

Nhưng những chiêu bài sửa chữa giá cả tối đa đã bắt đầu như là những nỗ lực để *"giữ cho phí tổn sinh sống không tăng cao"*. Và như vậy, những nhà bảo lãnh cho cái chiêu bài này đã, một cách vô ý thức, giả sử rằng có một cái gì đó riêng biệt, hay bất khả xâm phạm về giá cả thị trường ở vào cái giây phút mà họ bắt đầu việc kiểm soát của họ. Cái giá cả được sửa chữa, thì được coi là "có lý", và bất cứ cái giá nào mà cao hơn thì được coi là "vô lý", không kể những sự thay đổi trong các điều kiện sản xuất hay nhu cầu.

2

Trong khi thảo luận chủ đề này, không có một quan điểm nào có thể cho rằng một sự kiểm soát giá cả thì có thể điều chỉnh giá cả một cách chính xác như là thị trường tự do có thể làm được. Tại vì nó cũng như là một giả sử rằng không có việc kiểm soát giá cả nào xảy ra hết. Chúng ta phải giả sử rằng cái khả năng mua sắm trong tay quần chúng thì lớn hơn cái khả năng cung cấp hàng hóa, và giá cả thì đang được giữ thấp xuống, bởi chính phủ, dưới mức ấn định của thị trường tự do.

Bây giờ, chúng ta không thể giữ cho giá cả của bất cứ loại hàng hóa thông dụng nào ở dưới mức thị trường của nó mà không mang lại hai kết quả. Kết quả thứ nhất là để gia tăng nhu cầu của loại hàng hóa đó. Bởi vì hàng hóa đó đang rẻ hơn, và những người đang cố gắng để mua nó sẽ có khả năng mua nó nhiều hơn. Kết quả thứ hai là để giảm bớt số lượng cung cấp hàng hóa đó. Tại vì khi người ta mua nhiều hàng hóa hơn thì các nhà buôn càng bán các lượng hàng hóa chất trên kệ của họ càng nhiều hơn. Cộng thêm vào, số lượng hàng hóa được sản xuất đó sẽ giảm đi. Lợi nhuận đơn vị, cuối cùng, sẽ hết, và nhà sản xuất đơn vị cũng ra khỏi việc kinh doanh. Ngay cả những nhà sản xuất hữu hiệu nhất cũng không tránh khỏi việc lỗ lã. Điều này xảy ra trong thế chiến lần thứ II, khi những lò sát sinh bị bắt buộc bởi văn phòng hành chánh giá biểu để sản xuất thịt với giá cả thấp hơn phí tổn nuôi nấng và phí tổn sát sinh cộng lại.

Nếu chúng ta không làm gì khác hơn thì cái kết quả sửa chữa giá cả cực đại cho một loại hàng hóa đặc biệt nào đó sẽ gây ra một sự thiếu hụt hàng hóa. Và kết quả này thì trái ngược lại với những dự tính của chính phủ. Bởi vì, những hàng hóa được chọn để sửa chữa giá cả ban đầu là những hàng hóa mà chính phủ muốn duy trì một số lượng phong phú cho nó. Nhưng khi họ giới hạn lương bổng và lợi tức của những người sản xuất ra loại hàng hóa này thì họ đã vô tình khuyến khích những người sản xuất này sản xuất hàng hóa ít hơn. Do đó, làm giảm số lượng nhu yếu phẩm mà giá cả đang được kiểm soát.

Những kết quả giảm số lượng sản xuất này trở nên rõ rệt đối với những nhà luật pháp làm cho họ phải thay đổi những phương pháp kiểm soát khác nhằm mục đích để đảo ngược lại tình hình. Những chương trình này là việc phân xuất, việc kiểm soát các phí tổn, chương trình tài trợ, và những sự sửa chữa giá cả tổng thể. Chúng ta hãy khảo sát từng phương pháp này.

Khi có một sự rõ rệt của việc thiếu hụt các hàng hóa đang phát triển như là một kết quả của việc sửa chữa giá cả thấp hơn giá thị trường, những người tiêu thụ sẽ bị buộc tội là "đang mua nhiều hơn phần được dành cho họ"; hay khi mà những nguyên liệu đang được cho vào máy chế tạo, thì những nhà sản xuất bị buộc tội là "đang tích trữ hàng hóa". Chính phủ bèn đặt ra các luật lệ quyết định rằng: ai sẽ có quyền ưu tiên để mua những loại hàng hóa đó; hay nó sẽ được phân phối cho ai và số lượng phân phối sẽ là bao nhiêu. Nếu một hệ thống phân xuất được bảo trợ, nó có nghĩa là mỗi người tiêu thụ chỉ có thể có một số hàng hóa được cung cấp cực đại nào đó mà thôi, không kể anh ta có khả năng mua sắm là bao nhiêu.

Nói tóm lại, nếu một hệ thống phân xuất được bảo trợ, chính phủ sẽ lập ra một hệ thống giá cả gấp đôi, hay là một hệ thống tiền tệ gấp đôi; mà trong đó người tiêu thụ chỉ có một số phiếu bớt hay điểm nhất định để mua hàng, cộng thêm vào một số tiền được ấn định để trả. Nói một cách khác, chính phủ đang cố gắng để điều hành giá cả qua việc phân xuất hàng hóa mà một thị trường tự do đáng lẽ ra đã phải làm chuyện đó.

Chính phủ có thể cố gắng để bảo đảm việc cung cấp hàng hóa qua việc mở rộng kiểm soát phí tổn sản xuất của một loại hàng hóa thông dụng nào đó. Thí dụ, để giữ cho giá bán lẻ của thịt bò thấp, chính phủ có thể sửa chữa giá bán sỉ của thịt bò, giá bán sỉ của lò sát sinh hay giá bán sỉ những con bò sống, giá chăn nuôi, lương bổng của các trại chủ. Để giữ cho giá bán sữa thấp xuống, chính phủ có thể điều chỉnh lương bổng của các tài xế lái xe giao sữa, giá cả của các bình đựng sữa, giá nông trại của sữa, giá chăn nuôi bò sữa. Để điều chỉnh giá bánh mì, chính phủ có thể sửa chữa lương bổng của thợ nướng bánh, giá bột mì, lợi tức của những người xay lúa mì, giá lúa mì…

Nhưng nếu chính phủ mở rộng việc điều chỉnh giá cả một cách ngược lại, họ mở rộng cùng một lúc những kết quả mà đã đưa đến tình trạng này. Giả sử rằng, họ có can đảm để điều chỉnh những giá cả này và có thể cưỡng bách những quyết định này của họ, thì họ chỉ tạo thêm những sự thiếu hụt trong các lực lượng lao động, thực phẩm, lúa mì, và bất cứ những thứ gì mà cần thiết cho việc sản xuất ra các sản phẩm sau cùng. Như vậy, chính phủ càng ngày càng bị đẩy vào những địa bàn rộng lớn hơn, và kết quả cuối cùng thì cũng giống như việc sửa chữa giá cả tổng thể.

Chính quyền có thể giải quyết sự khó khăn này qua những chương trình tài trợ. Thí dụ, họ có thể nhận thấy rằng khi họ đang giữ cho giá sữa và bơ thấp hơn mức thị trường, hay thấp hơn mức tương đối mà họ đang điều chỉnh, một sự khan hiếm có thể xảy ra bởi vì những lương bổng và những đơn vị lợi nhuận trong việc sản xuất sữa và bơ thì thấp hơn so với những hàng hóa khác. Do đó, chính quyền cố gắng để bồi thường cho những sự khan hiếm này bằng cách tài trợ tài chính cho những nhà sản xuất sữa và bơ. Giả sử rằng chính phủ đã vượt qua được những khó khăn hành chánh liên quan đến những vấn đề này, và giả sử rằng chương trình tài trợ đó thì chỉ vừa đủ để đảm bảo việc sản xuất sữa và bơ một cách tương đối như được cần thiết, thì chúng ta thấy một cách rõ ràng rằng: Xuyên qua việc tài trợ cho các nhà sản xuất, những người mà thật sự được tài trợ là những người tiêu thụ. Bởi vì những nhà sản xuất thì không có được thêm gì trong bảng tổng kết chi – thu hậu trừ của lợi nhuận hơn là nếu như họ đã được cho phép để định đoạt giá cả thị trường cho những sản phẩm riêng của họ. Và những khách tiêu thụ thì đang mua được sữa và bơ ở một giá thấp hơn giá ấn định của thị trường nhiều.

Bây giờ, trừ khi mà những hàng hóa được tài trợ thì cũng được áp dụng bởi chính sách phân xuất, thì những người nào có khả năng mua sắm cao hơn sẽ mua nó được nhiều hơn. Điều này có nghĩa rằng họ đang được tài trợ nhiều hơn là những người có khả năng mua sắm thấp hơn. Những ai mà tài trợ cho giới tiêu thụ sẽ lệ thuộc vào việc đánh thuế. Nhưng những người trả thuế thì chính họ tự tài trợ cho vai trò khách tiêu thụ của họ. Việc tìm hiểu coi ai tài trợ cho ai trong vấn đề này thật là khó khăn. Bởi vì những sự tài trợ thì được trả bởi những người nào đó, và không có phương pháp nào đã được khám phá ra bởi cái cộng đồng mà trong đó người ta thường được hưởng một cái gì đó mà không tốn gì cả.

3

Việc sửa chữa giá cả thường xuất hiện trong một thời gian ngắn nếu muốn được thành công. Nó dường như là chỉ có kết quả trong một thời gian ngắn, một cách đặc biệt là trong thời gian chiến tranh, khi có một sự khủng hoảng và nó thì được chấp nhận bởi những nhà ái quốc. Nhưng tác dụng này càng lâu dài thì càng gặp khó khăn hơn. Khi nào giá cả đã được làm cho giảm xuống bởi những áp lực của chính quyền, nhu cầu trở nên lớn hơn cung cấp một cách trường kỳ. Chúng ta đã thấy rằng: Nếu chính phủ cố gắng để ngăn chặn một tình trạng khan hiếm của một loại hàng hóa bằng cách làm giảm thiểu giá cả lao động, giá cả nguyên liệu, và những yếu tố khác trong phí tổn sản xuất thì họ sẽ tạo ra những khan hiếm trong các yếu tố này. Nếu chính phủ tiếp tục theo đuổi những mục đích này, họ không những sẽ tìm thấy rằng họ cần phải mở rộng việc kiểm soát xuống nhiều hơn một cách theo chiều dọc, hay họ sẽ thấy rằng cũng không có ít cần thiết hơn để mà mở rộng nó theo chiều ngang. Nếu chúng ta phân xuất một loại hàng hóa và quần chúng vẫn không có đủ dùng mặc dù họ có dư thừa khả năng mua sắm, họ sẽ quay sang mua các loại hàng hóa thay thế cho các loại hàng hóa này. Nói một cách khác, sự phân xuất hàng hóa khi mà nó đang trở nên khan hiếm sẽ gây ra nhiều áp lực trên các hàng hóa không được phân xuất còn lại. Nếu chúng ta giả sử rằng chính quyền đang thành công trong việc ngăn chận các nạn chợ đen, việc kiểm soát giá cả tiếp tục sẽ mang họ đến việc phân xuất càng nhiều loại hàng hóa hơn. Việc phân xuất này không ngừng lại ở giới tiêu thụ. Trong đệ nhị thế chiến, nó đã không ngừng lại ở những người tiêu thụ. Nó được áp dụng trước nhất vào sự phân phối nguyên liệu cho những nhà sản xuất.

Nói tóm lại, kết quả tự nhiên của việc kiểm soát giá cả tổng quát để làm lâu dài một mức giá cả lịch sử nào đó, phải là một nền kinh tế được liên kết một cách tối hậu. Lương bổng phải được giữ ở những giá thấp một cách cứng cỏi. Lực lượng lao động và nguyên liệu phải được phân xuất một cách tàn nhẫn. Kết quả cuối cùng sẽ làm cho chính phủ không những phải trình bày cho khách tiêu thụ thấy họ có bao nhiêu số lượng hàng hóa, mà chính phủ còn phải trình bày cho các nhà sản xuất biết một cách chính xác số lượng nguyên liệu và lực lượng lao động mà chính phủ có cho những người này. Nhưng sự mặc cả công nhân và nguyên liệu không còn có thể được dung thứ lâu hơn nữa. Kết quả là một nền kinh tế bị hóa thạch hoàn toàn, với mỗi xí nghiệp và mỗi công nhân thì đang nằm trong sự săn sóc của chính phủ với một sự bỏ rơi tất cả các tự do cổ truyền của thị trường kinh doanh mà chúng ta đã quá quen thuộc. Bởi vì như Alexander Hamilton đã viết, cách đây hai thế kỷ, trong cuốn sách *Những Bài Viết Liên Bang* rằng *"khả năng sinh sống của con người không thể vượt qua khỏi những ý muốn của họ"*.

4

Có những kết quả mà chúng ta có thể diễn tả như là những việc kiểm soát giá cả toàn thiện, trường kỳ, và phi chính trị. Như là đã được chứng minh một cách rộng rãi từ quốc gia này đến quốc gia khác, một cách đặc biệt là ở Âu châu sau thế chiến thứ II, một số những lỗi lầm kỳ dị của những quan chức chính phủ đã làm dịu xuống cái thị trường chợ đen. Trong một số quốc gia, tình trạng chợ đen vẫn cứ tiếp tục lớn mạnh trên những chi phí của cái thị trường giá cả bền vững hợp pháp của chính phủ cho đến khi nó dần dần trở thành như là một thị trường tự do thông thường. Các chính trị gia có quyền lực đã cố gắng để biểu thị cho chúng ta thấy rằng: Lòng bác ái của họ, chớ không phải là những đội ngũ quân đội an ninh, đã luôn luôn giữ cho những giá cả tối đa được bền vững.

Bởi vì, chợ đen cuối cùng đã chiếm đoạt được cái địa vị của một thị trường giá cả tối đa, chúng ta không nên cho rằng sự kiện này đã không mang lại một sự nguy hại nào. Mà sự nguy hại này đã có, thuộc về cả hai phương diện: luân lý và kinh tế. Trong suốt thời gian chuyển tiếp, những xí nghiệp lớn mà đã được thiết lập một cách lâu dài với những nguồn đầu tư vốn liếng nặng nề, đã có một sự phụ thuộc lớn vào việc duy trì những ý nguyện của quần chúng, thì bị cưỡng bách để hạn chế hay đình chỉ việc sản xuất. Những xí nghiệp này bị thay thế bởi những xí nghiệp điều khiển về đêm mà vốn liếng và kinh nghiệm trong sản xuất thì ít được tích lũy hơn. Những xí nghiệp mới này thì ít hữu hiệu hơn so sánh với những xí nghiệp cũ mà nó đang thay thế. Những xí nghiệp mới này sản xuất ra hàng hóa giả dối và có chất lượng xấu hơn, với những phí tổn sản xuất cao hơn những xí nghiệp cũ nhiều. Lãi suất của chúng thì dựa trên những lợi nhuận giả dối. Những xí nghiệp mới này luôn luôn vi phạm luật pháp, và khách hàng của chúng thì kết bè kết đảng. Kết quả là có một tình trạng đồi bại lan rộng trong những xí nghiệp này.

Hơn thế nữa, ít khi có một nỗ lực thành thật nào để sửa chữa giá cả mà những quan chức có thẩm quyền thi hành đều có thể tồn tại được. Chính quyền tuyên bố rằng họ có ý định *"giữ vững đường dây giá cả"*. Tuy nhiên, ở dưới những cách phục sức bề ngoài của *"việc điều chỉnh những sự bất bình đẳng"* hay *"những bất công xã hội"* đó, họ đã bắt đầu việc sửa chữa giá cả kỳ thị mà chỉ có ích cho những nhóm người có quyền lợi chính trị nào đó chớ không phải là cho ích lợi của mọi người.

Ngay nay, quyền lợi chính trị thì được đo lường nhiều nhất là qua các lá phiếu của các nhóm người, mà những nhà cầm quyền đương cục thì ưa thích hơn, như là: các nông gia và giai cấp công nhân. Thoạt đầu, lương bổng và phí tổn sinh sống thì không có liên quan với nhau, và lương bổng thì có thể gia tăng một cách dễ dàng mà không cần phải gia tăng giá cả hàng hóa. Khi mà người ta thấy rõ ràng rằng lương bổng chỉ có thể được tăng lên như là một phí tổn cho lợi nhuận, thì chính quyền đương cục bắt đầu cãi lý rằng lợi nhuận đã quá cao, rằng việc gia tăng lương bổng và giữ vững giá cả sẽ chỉ làm cho lợi nhuận được điều hòa. Khi mà không có một cái gì được coi là một mức độ lợi nhuận điều hòa cả, thì kết quả của chính sách sửa chữa giá cả là chỉ để đưa những xí nghiệp với lợi nhuận thấp ra khỏi thị trường. Và điều này có nghĩa là tình trạng thất nghiệp sẽ xảy ra, và có một sự giảm thiểu trong sản xuất cũng như trong những điều kiện sống cơ bản.

5

Cái gì nằm dưới đáy của toàn thể cái nỗ lực để sửa chữa những giá cả tối đa? Trước hết, có một sự hiểu lầm về cái nguyên nhân nào mà đã gây ra sự tăng giá. Nguyên nhân thật là có một sự khan hiếm hàng hóa, hay là có một sự thặng dư tài chính. Hệ thống giá trần nhà hợp pháp không thể sửa chữa một trong hai chứng bệnh này. Thật ra, như chúng ta đã thấy, chúng chỉ làm tăng cường nạn thiếu hụt hàng hóa. Chúng ta phải làm gì để tránh việc thặng dư tài chính thì sẽ được thảo luận trong một chương sau. Nhưng một trong những lỗi lầm mà nó nằm đằng sau cái ước muốn để sửa chữa giá cả là chủ đề chính của quyển sách này. Cũng như những kế hoạch không bao giờ kết thúc trong việc nâng giá cả của những loại hàng hóa được ưa chuộng là kết quả của việc chỉ suy nghĩ về những lợi tức của những nhà sản xuất. Như vậy, những kế hoạch cho việc giữ giá cả thấp xuống bởi những pháp lệnh là kết quả của việc chỉ suy nghĩ về những lợi tức ngắn hạn của những khách hàng mà quên đi những lợi tức của những nhà sản xuất. Và sự bảo trợ tài chính cho những chính sách đó bắt nguồn từ một sự lẫn lộn trong trí óc của mọi người. Quần chúng thì không thích trả nhiều tiền hơn cho sữa, bơ, giầy dép, bàn ghế, vé xem chiếu bóng hay kim cương. Bất cứ khi nào mà giá cả của một trong những món hàng trên tăng cao hơn giá cả trước đây thì khách hàng trở nên cáu kỉnh và cảm thấy như bị lừa bịp.

Có một sự ngoại lệ, đó là cho những hàng hóa mà họ tự làm ra: Ở đây, họ mới hiểu và biết ơn cho cái lý do của việc nâng giá cả. Nhưng họ luôn luôn coi việc kinh doanh riêng của họ như là một sự miễn trừ. Bây giờ, họ sẽ nói rằng: *"Kiểu kinh doanh của tôi thì đặc biệt mà quần chúng không hiểu nó. Phí tổn lao động đã tăng; giá nguyên liệu cũng tăng; nguyên liệu này hay nguyên liệu nọ không còn được nhập cảng nữa, hàng hóa được sản xuất phải có một giá cả cao hơn. Hơn nữa, nhu cầu cho các hàng hóa này đã gia tăng, do đó, việc kinh doanh nó phải cho phép để tăng giá ngõ hầu có thể trang trải các phí tổn sản xuất nó."* Vân vân, và vân vân... Tất cả các khách hàng thì mua hàng trăm loại hàng hóa khác nhau, nhưng người sản xuất thì thường làm ra chỉ một loại. Ông ta có thể thấy được sự mất quân bình khi giữ giá cả của hàng hóa đó thấp xuống. Và cũng như khi mà mỗi một nhà chế tạo muốn có một giá cả cao hơn cho sản phẩm đặc biệt của họ, thì mỗi một công nhân cũng muốn có một lương bổng cao hơn. Mỗi người có thể thấy rằng việc kiểm soát giá cả thì đang hạn chế việc sản xuất của riêng ông ta. Hầu hết mọi người đều từ chối để tổng quát hóa sự quan sát này, bởi vì nó có nghĩa là ông ta phải trả nhiều hơn cho hàng hóa sản xuất bởi những người khác.

Nói tóm lại, mỗi người trong chúng ta có một cá tính kinh tế đa dạng. Mỗi người trong chúng ta là một nhà sản xuất, một người trả thuế, một khách hàng. Những chính sách mà hắn ta biện hộ thì tùy thuộc vào cái khía cạnh đặc biệt mà hắn ta đặt trường hợp mình vào trong đó. Bởi vì hắn ta đôi khi là bác sĩ Jekyll, và đôi khi là ông Hyde. Như là một nhà sản xuất, hắn ta muốn có một sự lạm phát; như là một khách hàng, hắn ta muốn giá cả tối đa. Như là một khách hàng, hắn ta có thể biện hộ hay mãn nguyện trong chương trình tài trợ; như là một người trả thuế, hắn ta sẽ uất ức khi trả thuế. Mỗi một người thì có khuynh hướng để suy nghĩ rằng hắn ta có thể điều khiển được những áp lực chính trị mà có thể mang thêm lợi nhuận trong việc nâng cao giá cả của sản phẩm của hắn ta, và cũng cùng một lúc, mà hắn ta có thể có lợi như là một người tiêu thụ bởi chương trình kiểm soát giá cả. Nhưng đại đa số đánh bẹp sẽ lừa gạt chính họ. Bởi vì không phải chỉ có một sự lỗ lã ít nhất từ việc lợi dụng chính trị những giá cả, mà còn có nhiều lỗ lã hơn là lợi tức, bởi vì, việc sửa chữa giá cả làm trì trệ việc sản xuất và công ăn việc làm.

CHƯƠNG 18

KIỂM SOÁT THUÊ MƯỚN NHÀ SẼ GÂY RA NHỮNG KẾT QUẢ GÌ?

Sự kiểm soát của chính phủ về việc cho thuê nhà và chung cư là một hình thức đặc biệt của sự kiểm soát giá cả. Hầu hết những kết quả của nó, một cách rõ ràng, thì cũng giống như là những kết quả của sự kiểm soát giá cả, nhưng có những cứu xét đặc biệt hơn.

Sự kiểm soát việc cho thuê nhà thì đôi khi được áp dụng như là một phần của những sự kiểm soát giá cả, nhưng chúng thì được phê chuẩn một cách thường trực hơn bởi một luật pháp đặc biệt. Cơ hội để cho việc này xảy ra thường là vào lúc khởi đầu của một cuộc chiến tranh. Một trại lính được dựng lên trong một thị xã nhỏ; những căn nhà có dư phòng thì gia tăng việc cho mướn phòng; những chủ chung cư thì cũng gia tăng việc cho mướn các chung cư. Tình trạng này dẫn đến sự miễn cưỡng. Nhà cửa có thể đã bị tàn phá bởi bom đạn; và một nhu cầu cần binh khí, vũ trang hay dụng cụ chiến đấu đã làm phân tán nguyên liệu và các lực lượng lao động cần thiết cho việc xây cất nhà ở.

Một cách bắt đầu, sự kiểm soát việc cho thuê nhà thì được áp dụng trên cái lý lẽ rằng một nguồn cung cấp nhà cửa không đang "đáp ứng" cho nhu cầu nhà cửa – rằng sự khan hiếm nhà cửa không thể ngăn chặn được, bất kể tiền thuê được cho phép để tăng lên cao bao nhiêu. Do đó, chính quyền đã chấp thuận việc cấm cho mướn nhà để bảo vệ những người thuê khỏi nạn bóc lột và cưỡng đoạt mà không cần phải trừng phạt các gia chủ, hay kìm hãm những công trình xây dựng mới.

Lý lẽ này thì không có hữu hiệu ngay cả trong việc có giả sử rằng sự kiểm soát việc thuê nhà sẽ không được duy trì lâu dài. Nó bỏ sót một kết quả tức thời: Nếu gia chủ được cho phép để tăng tiền cho thuê để phản ảnh một tình trạng lạm phát tiền tệ, thì những người thuê nhà cá nhân sẽ tiết kiệm được bằng cách ít thuê nhà hơn. Việc này sẽ cho phép những người khác được cung cấp những căn nhà khan hiếm mà họ đang cần. Cùng một số lượng nhà cửa, bây giờ, sẽ chứa nhiều người hơn, cho đến khi nào nạn khan hiếm đã được giải tỏa.

Tuy nhiên, sự kiểm soát việc cho thuê nhà khuyến khích việc sử dụng phí phạm đất đai và phòng cho thuê. Nó gây ra một tình trạng kỳ thị giữa các người đã thuê mướn được nhà cửa và những người chưa thuê mướn được. Việc cho phép tiền thuê tăng lên theo mức thị trường tự do, có nghĩa là, nó cho phép các người thuê nhà, hay các người đang xin thuê, có cùng một cơ hội để mặc cả phòng cho thuê. Trong những điều kiện của một tình trạng lạm phát tiền tệ, hay tình trạng khan hiếm nhà cửa, những vụ thuê nhà sẽ tăng vọt một cách chắc chắn nếu các chủ nhà không được cho phép để thiết lập một giá cả đòi hỏi, mà chỉ được cho phép để chấp nhận những sự mặc cả cao nhất của những người đi thuê.

Những tác dụng của việc thuê mướn càng trở nên xấu hơn khi sự kiểm soát kéo dài lâu hơn. Các căn nhà mới thì không được xây thêm bởi không có động cơ thúc đẩy việc xây cất. Với sự gia tăng phí tổn xây dựng (như là một kết quả thông thường của nạn lạm phát), mức độ của giá thuê cũ sẽ không thể tạo ra thêm lợi nhuận. Nếu chính phủ cuối cùng nhận thấy được điều này, và miễn trừ những căn nhà mới ra khỏi việc kiểm soát, thì vẫn không có một động cơ để xây thêm những cao ốc mới. Tùy thuộc vào phạm vi của nạn hạ giá đơn vị tiền tệ, từ khi những căn nhà cũ bị cấm thuê mướn một cách hợp pháp, tiền thuê mướn những căn nhà mới có thể cao gấp mười hay hai mươi lần tiền thuê các căn nhà cũ. (Sự kiện này đã xảy ra ở Pháp, sau đệ nhị thế chiến). Ở dưới những điều kiện như thế, những người thuê mà đang ở trong các cao ốc cũ không chịu dọn đi, không kể rằng họ có lợi tức nhiều như thế nào; hay chỗ cư ngụ của họ đang trở nên tồi tệ như thế nào.

Bởi vì những tiền thuê đã được xác định thấp một cách nhất định cho các cao ốc cũ, nên những người thuê đang ở trong đó thì được bảo vệ khỏi những sự gia tăng của tiền thuê, đã khuyến khích họ phung phí phòng cho thuê không kể kích thước gia đình họ thì đang rút nhỏ lại. Sự kiện này cũng làm gây ra những áp lực ngay lập tức cho nhu cầu thuê nhà mới đối với cái tỷ lệ khan hiếm của những cao ốc mới. Nó có khuynh hướng làm cho người ta thuê những cao ốc mới nhiều hơn, ở một giá thuê cao hơn là trong một thị trường hoàn toàn tự do.

Tuy thế, sự kiện này, một cách tương ứng, cũng không khuyến khích việc xây cất những căn nhà mới. Các người xây cất và các chủ nhà của những khu chung cư cũ nhận thấy rằng họ có một lợi nhuận bị giới hạn, và ngay cả những lỗ lã, trong việc cho thuê những căn chung cư cũ, sẽ có ít tài chính hơn để đầu tư vào những sự xây cất mới. Cộng thêm vào đó, những chủ nhà mà có dư tiền từ những nguồn lợi khác cũng e sợ rằng chính phủ, bất cứ lúc nào, cũng có thể tìm thấy một lý do để áp đặt việc kiểm soát tiền thuê trên những căn nhà mới của họ.

Tình trạng cung cấp nhà cửa sẽ trở nên tồi tệ trong những cách khác. Quan trọng nhất là, trừ khi việc gia tăng tiền thuê chính xác được cho phép, những chủ nhà sẽ không chịu thiệt thòi để chỉnh trang lại các chung cư hay cải tiến chúng cho sạch sẽ hơn. Thật vậy, khi việc kiểm soát tiền thuê thì không thực tế một cách hợp lý, các chủ nhà sẽ không giữ cho những khu chung cư hay những căn nhà cho thuê của họ được sửa chữa bất cứ khi nào mà nó bị hư hỏng. Không phải chỉ là tại vì họ không có một động cơ kinh tế để làm như vậy; mà bởi vì họ có thể không có ngay cả một ngân quỹ để làm như thế. Những luật lệ kiểm soát tiền thuê cũng tạo ra những sự bất bình giữa các chủ nhà mà bị bắt buộc để thu vào một lợi nhuận ít nhất, hay ngay cả những lỗ lã với các người thuê mà chủ nhà đã thất bại trong việc sửa chữa nhà cửa của họ khi nhà cửa này bị hư hỏng.

Một bước kế tiếp của những nhà tư pháp, mà đang ở dưới các áp lực chính trị, là để hủy bỏ việc cho mướn các khu chung cư ở mức xa xỉ trong khi giữ lại việc cho mướn các khu chung cư ở mức trung bình và thấp. Lý do là vì những người thuê giàu có thì có đủ khả năng để trả tiền mướn nhà cao hơn, trong khi những người thuê nghèo nàn thì không trả nổi.

Cái tác dụng trường kỳ của chính sách kỳ thị này

là những kết quả ngược lại những gì mà nó có ý định để biện hộ. Các nhà xây cất và các ông chủ của những khu chung cư xa xỉ thì được khuyến khích và được khen thưởng; trong khi các nhà xây cất và các ông chủ của những khu chung cư có tiền thuê thấp thì bị ngăn cấm và trừng phạt. Những người trước thì được tự do để thu lợi nhuận cho đến khi nào mà các điều kiện về cung cấp và nhu cầu vẫn còn bảo đảm cho họ để làm như thế; trong khi những người sau thì bị bỏ rơi và không có động cơ xây thêm những khu nhà có giá thuê thấp.

Kết quả là có một sự can đảm để sửa chữa và tân trang lại những chung cư xa xỉ, và có một khuynh hướng mới là các cao ốc sẽ biến đổi thành các chung cư xa xỉ. Nhưng vẫn không có động cơ để xây các khu gia cư có lợi tức thấp, hay ngay cả để duy trì các khu gia cư lợi tức thấp luôn luôn ở trong tình trạng được chăm sóc kỹ. Vì vậy, sự ân cần dễ dãi đối với nhóm người có lợi tức thấp sẽ làm cho chất lượng trở nên xấu đi, và không có sự gia tăng trong số lượng. Khi dân số đang gia tăng, sự hư hỏng và sự thiết hụt của những căn nhà có lợi tức thấp sẽ tiếp tục phát triển. Nó có thể đạt tới một mức độ mà ở mức độ này, các chủ nhà không những phải chấm dứt kiếm thêm lợi nhuận, mà còn phải đương đầu với những lỗ lã chồng chất và cưỡng bách. Họ sẽ nhận thấy rằng họ không thể cho không những sở hữu của họ. Họ có thể là bỏ phế các sở hữu đó và trốn mất để họ không phải mắc nợ chính phủ tiền thuế. Khi các gia chủ chấm dứt việc cung cấp hơi nóng và những phục vụ cần thiết khác, người thuê sẽ bị ép buộc để mà rời bỏ các khu chung cư của họ. Có một tình trạng giảm thiểu những người láng giềng càng lúc càng lan rộng theo từng tốp. Trong những năm gần đây, trong thành phố Nữu Ước, có một quang cảnh thông thường mà ai cũng trông thấy, đó là nguyên cả một khu phố của những chung cư trống rỗng không có ai ở với những chiếc cửa sổ vỡ, hay những chiếc ván gỗ đóng kín xung quanh để tránh các tàn phá gây ra bởi những kẻ phá hoại. Tình trạng đốt nhà cũng xảy ra thường hơn và các gia chủ trở thành những kẻ bị tình nghi là thủ phạm.

Có một tác dụng sâu xa hơn, đó là việc soi mòn các hoa lợi trong thành phố, khi mà cái giá trị cơ bản của các sở hữu bị đánh thuế tiếp tục bị giảm xuống. Thành phố trở nên phá sản hay không thể tiếp tục để cung cấp các dịch vụ căn bản cần thiết.

Khi những hậu quả này xảy ra một cách rõ ràng đến nỗi rằng chúng trở nên lóe mắt chúng ta thì dĩ nhiên các người chủ trương việc kiểm soát thuê mướn không nhìn nhận rằng họ đã lầm lẫn. Thay vào đó, họ tố cáo hệ thống tư bản. Họ hài lòng rằng nền kinh doanh tư bản đã "thất bại" một lần nữa; rằng *"nền kinh doanh tư nhân không thể làm việc"*. Do đó, họ cãi lý rằng chính phủ tiểu bang phải can thiệp vào và chính nó phải xây những căn nhà có tiền thuê thấp.

Sự kiện này hầu hết đã từng là một kết quả bao quát trong các quốc gia mà đã tham gia trong đệ nhị thế chiến hay trong chính sách kiểm soát thuê mướn với một cố gắng là để làm lộ ra một nạn lạm phát tiền tệ.

Vì vậy, chính phủ đã phóng ra một chương trình giúp đỡ gia cư khổng lồ ở các phí tổn của những người trả thuế. Chính phủ đã cho mướn các căn nhà ở một thuế suất mà không đủ để bao phủ những phí tổn điều khiển, và phí tổn xây cất. Chính phủ có những thu xếp đặc biệt để trả những chương trình tài trợ hàng năm, hoặc là một cách trực tiếp cho người thuê, hoặc là cho các quản lý và các chủ nhà xây cất những căn nhà chính phủ này. Bất kỳ những cách thức thu xếp nào mà chính phủ đã đưa ra, các người thuê nhà của chính phủ đều đã được tài trợ bởi những dân số còn lại. Họ đang được lựa chọn như là những người được săn sóc một cách đặc biệt. Sự thiên vị chính trị này thì quá phân minh không cần phân tích. Một nhóm gây áp lực thì được đưa ra với niềm tin rằng, như là một vấn đề của quyền lợi, người dân trả thuế phải là những người chủ của những chương trình tài trợ này. Người ta đã tiến đến một bước không thể đảo ngược được để chống lại bộ xã hội của tiểu bang.

Có một sự mỉa mai cuối cùng của việc kiểm soát thuê mướn, đó là chính sách này càng bất công bao nhiêu thì càng có những tranh cãi chính trị hăng hái bấy nhiêu để duy trì nó. Nếu tiền thuê nhất định một cách hợp pháp là một trung bình vào khoảng 95% của giá thuê trên thị trường tự do và chỉ có một ít bất công cho giới gia chủ thì không có những sự chống đối chính trị mạnh mẽ để bãi bỏ việc kiểm soát thuê mướn này, bởi vì người thuê nhà chỉ trả thêm có trung bình khoảng 5% tiền thuê. Nhưng nếu có một tình trạng lạm phát tiền tệ gia tăng, hay có những luật thuê mướn không thực tế đến nỗi rằng tiền thuê nhất định một cách hợp pháp thì chỉ bằng 10% của giá thuê thị trường, và có một sự bất công được thi hành đối với các chủ nhà hay chủ đất thì một nạn khiếu nại lớn đã có thể xảy ra để hủy bỏ chương trình này. Người ta sẽ viện lý do rằng đó là một chính sách bất công, và vô lý một cách không thể nói được để mà buộc người thuê phải trả những tiền thuê khổng lồ. Ngay cả những kẻ chống đối việc kiểm soát thuê mướn thì cũng bị xếp đặt để mà thừa nhận rằng việc bãi bỏ sự kiểm soát này đòi hỏi một thủ tục dần dà, lâu dài và cẩn thận. Thật vậy, chỉ có một vài kẻ đối lập với chính sách này mới có những can đảm chính trị và những quan điểm kinh tế, mà ở dưới những điều kiện đó, có thể yêu cầu việc bãi bỏ một chính sách từ tốn này. Nói tóm lại, sự kiểm soát thuê mướn càng viễn vông và bất công bao nhiêu thì các chính trị gia càng gặp khó khăn hơn để mà tẩy chay nó. Trong hầu hết quốc gia này đến quốc gia khác, một sự kiểm soát thuê mướn hư hại thì được duy trì trong nhiều năm sau khi mà các chính sách kiểm soát giá cả khác không thể áp dụng được.

Những sự tha thứ chính trị mà đã được đề ra cho việc duy trì sự kiểm soát thuê mướn thì được ủng hộ. Luật pháp đôi khi cho phép việc bãi bỏ các sự kiểm soát khi mà có một "mức độ phòng trống" ở trên mức trung bình. Những viên chức chính phủ ủng hộ chính sách kiểm soát thuê mướn có thể chứng tỏ, một cách chiến thắng, cho thấy rằng mức độ phòng cho thuê còn trống đã chưa đạt đến mức đáng ghi nhận. Dĩ nhiên là không, là những dữ kiện rằng những tiền thuê mướn hợp pháp mà được giữ ở dưới mức tiền thuê thị trường một cách nhân tạo, làm gia tăng nhu cầu thuê mướn cùng một lúc với sự giảm thiểu của việc cung cấp nhà cho thuê. Như vậy, giá cả thuê mướn trần nhà càng được giữ cho thấp bao nhiêu thì sự khan hiếm chung cư hay nhà cho mướn càng chắc chắn sẽ tiếp tục hơn.

Những sự bất công được áp đặt vào các chủ nhà thì nổi tiếng là tàn ác. Họ bị ép buộc để tài trợ tiền thuê cho những người thuê nhà họ, thường là ở giá thuê mà mang lại một sự lỗ lã thuần túy cho chính họ. Những người thuê nhà trở thành giàu có hơn các gia chủ, mà bị buộc để nhận lãnh các phần nhà mà lẽ ra đã được cho mướn ở một giá thuê phi thường riêng của ông ta. Nhưng các chính trị gia thì không quan tâm đến vấn đề này. Những nhà kinh doanh mà nâng đỡ những áp lực này, hay nâng đỡ sự kiểm soát thuê mướn bởi vì họ thương hại những người đi thuê nhà, thì không có đoán rằng chính họ là những kẻ bị đòi hỏi để nhận lãnh phần tài trợ này qua việc đánh thuế. Tất cả cái gánh nặng thì đổ lên vai các giai cấp quần chúng, những người mà có thể đã xây dựng được nhà cửa riêng cho chính họ.

Khi những sự kiểm soát thuê mướn vô lý được xem như là các đề án được cứu xét một cách khẩn cấp, như bánh mì chẳng hạn, những người nướng bánh có thể từ chối một cách đơn giản việc tiếp tục để nướng bánh và bán bánh mì đó. Có một sự thiếu hụt mà trở nên một cách rõ ràng ngay tức khắc, và các chính trị gia thì bị cưỡng bách để gia tăng những tiền thuê tối đa hay là phế chỉ chúng. Nhưng chính sách tài trợ gia cư thì dai dẳng. Những người thuê nhà có thể mất nhiều năm để thấy được những kết quả của việc hạn chế xây cất các căn nhà mới và của việc hạn chế các chương trình bảo quản hay sửa chữa nhà cửa. Trong khi đó, các chủ nhà vẫn tiếp tục thu vào các lợi tức thuần túy (hậu trừ) chỉ đủ để trả thuế và trả tiền mua nhà; họ dường như không có sự lựa chọn nào khác ngoài việc tiếp tục giữ vững việc cho mướn các sở hữu của họ. Những chính trị gia mà luôn luôn nhớ rằng các người thuê nhà có thể cho họ nhiều lá phiếu hơn là các chủ nhà thì vẫn tiếp tục một cách trơ tráo việc kiểm soát thuê mướn một cách lâu dài sau khi họ đã bị áp lực để bãi bỏ việc kiểm soát giá cả.

Vậy thì chúng ta hãy trở lại bài học căn bản của chúng ta. Áp lực cho sự kiểm soát việc thuê nhà đến từ những người mà họ chỉ cứu xét những lợi lộc ngắn hạn có thể tưởng tượng ra đối với một nhóm người. Nhưng khi họ cứu xét những tác dụng trường kỳ của nó trên mọi người, bao gồm cả những người đi thuê nhà, thì họ nhận thấy rằng sự kiểm soát thuê mướn không những chỉ vô giá trị một cách gia tăng mà còn tai hại một cách gia tăng. Chính sách này càng nghiêm ngặt bao nhiêu thì nó càng có những tác dụng lâu dài bấy nhiêu.

CHƯƠNG 19
CÁC LUẬT LƯƠNG BỔNG TỐI THIỂU

Chúng ta đã thấy một số những kết quả tai hại của những nỗ lực tùy tiện của chính phủ nhằm mục đích để nâng giá của những loại hàng hóa thông dụng được ưa chuộng. Những cố gắng để tăng lương xuyên qua những đạo luật lương bổng tối thiểu cũng gây ra những kết quả tai hại tương tự. Không có gì đáng ngạc nhiên ở đây, tại vì một lương bổng thật ra chỉ là một loại giá cả. Thật là một sự không may cho việc suy nghĩ kinh tế minh bạch rằng giá cả của những sự phục vụ lao động đã có một cái tên hoàn toàn khác hẳn hơn là giá cả. Điều này đã ngăn cản mọi người ý thức được rằng giá cả và lương bổng, thật ra, được điều khiển bằng những nguyên tắc giống nhau.

Sự suy nghĩ đã trở nên nhạy cảm và chính trị trên chủ đề lương bổng, mà trong những thảo luận về chủ đề này, thì người ta thường bỏ quên các nguyên tắc chính. Những người đầu tiên mà không công nhận rằng sự thịnh vượng có thể được mang lại bằng việc nâng cao giá cả là những người đầu tiên đã chỉ cho chúng ta thấy rằng những đạo luật về giá cả tối thiểu có thể gây tai hại cho các nền kỹ nghệ. Những người này không biện hộ cho các luật lương bổng tối thiểu, và tố cáo các kẻ đối lập với họ một cách không e dè.

Tuy thế, một đạo luật về lương bổng tối thiểu là một vũ khí hạn chế cho việc chiến đấu chống lại những ý đồ trả lương thấp, và hàng hóa mà được sản xuất ra dưới đạo luật đó có thể vượt qua được các tai hại chỉ một cách tỷ lệ với những mục đích khiêm nhường của nó mà thôi. Đạo luật đó càng có tham vọng bao nhiêu thì nó càng áp dụng cho nhiều công nhân hơn; và nó càng cố gắng để nâng lương bổng của công nhân càng cao hơn thì nó càng gây ra nhiều hậu quả tai hại hơn cho hàng hóa sản xuất.

Cho thí dụ, cái gì xảy ra đầu tiên khi một đạo luật được ban hành là không ai có thể được trả ít hơn 106 đồng cho một tuần làm việc. Điều này có nghĩa là sẽ không có một ai mà không đáng giá 106 đồng đối với một người chủ mướn thì sẽ được mướn vào để làm việc. Chúng ta không thể nào làm cho một người nào đó, đáng giá ở một số tiền nào đó, bằng cách làm cho bất hợp pháp những ai mà trả lương cho hắn ta ít hơn. Vì điều này có nghĩa là chúng ta đã tước đoạt quyền lợi của hắn để kiếm được số tiền mà khả năng của hắn có thể cho phép hắn ta kiếm được; và trong khi đó, chúng ta cũng tước đoạt khỏi cộng đồng sự phục vụ mà hắn ta có thể cống hiến. Nói tóm lại, với một lương bổng thấp, chúng ta làm thay thế tình trạng thất nghiệp mà không có một sự bồi thường so sánh.

Có một sự miễn trừ duy nhất cho lý lẽ ở trên, đó là khi một nhóm thợ đang lãnh một mức lương thấp hơn giá của thị trường. Sự kiện này chỉ xảy ra trong những trường hợp hiếm có đặc biệt, hay ở những nơi mà các luật cạnh tranh không đang điều khiển một cách tự do đầy đủ. Nhưng hầu hết các trường hợp đặc biệt này có thể được chữa trị một cách hữu hiệu hơn bởi một nghiệp đoàn lao động.

Nếu một luật pháp buộc một kỹ nghệ phải trả một mức lương bổng cao hơn, kỹ nghệ đó phải tăng giá các sản phẩm nó sản xuất cao hơn ngõ hầu cái gánh nặng của việc trả lương nhiều hơn được chuyển bớt cho người tiêu thụ. Sự sang chuyển này, tuy nhiên, không dễ để mà thực hiện được, và những hậu quả của một việc tăng lương nhân tạo thì không dễ gì để mà tránh được. Một giá cả cao hơn cho những hàng hóa có thể không nên có, vì nó chỉ làm cho những người tiêu thụ quay sang mua những hàng hóa nhập cảng tương tự, hay những loại hàng hóa thay thế khác. Hay nếu những khách hàng vẫn tiếp tục để mua những loại hàng hóa mà lương bổng bị tăng lên, thì cái giá cao hơn sẽ làm cho họ mua ít hơn. Trong khi một số công nhân trong kỹ nghệ đó được lợi vì lương của họ tăng lên, thì một số các công nhân khác sẽ bị sa thải. Ngược lại, nếu giá cả của hàng hóa không được tăng, những nhà sản xuất đơn vị trong các kỹ nghệ sẽ bị đẩy ra khỏi việc kinh doanh.

Khi những hậu quả như thế được biểu thị cho thấy, người ta sẽ trả lời rằng: *"Rất tốt, nếu đúng như vậy thì kỹ nghệ X không thể tồn tại trừ khi nó trả lương chết đói, và rồi cũng tốt nếu lương tối thiểu đẩy nó ra khỏi thị trường"*. Nhưng sự tuyên bố can đảm này thì không thực tế. Nó không thấy rằng những người tiêu thụ sẽ phải chịu đựng các mất mát hàng hóa. Nó quên rằng, những người công nhân làm cho kỹ nghệ đó bị bắt buộc để thất nghiệp; và nó bỏ qua rằng: nếu kỹ nghệ X trả lương bổng thấp thì các công nhân của nó sẽ chạy sang làm cho các kỹ nghệ khác. Vì vậy, nếu kỹ nghệ X bị loại ra khỏi việc kinh doanh bằng một luật lương bổng tối thiểu thì công nhân trong kỹ nghệ đó bị bắt buộc phải chọn những nghề nghiệp khác mà có lợi cho họ hơn là kỹ nghệ X. Sự cạnh tranh tìm kiếm công ăn việc làm sẽ làm cho lương bổng thấp xuống trong những nghề nghiệp mới mà họ lựa chọn. Không thể từ chối kết luận rằng: lương bổng tối thiểu gây ra tình trạng thất nghiệp.

2

Một vấn đề khác được đưa ra bởi chương trình cứu trợ thất nghiệp khẩn cấp mà được dựng lên để lo liệu vấn đề thất nghiệp gây ra bởi luật lương tối thiểu. Thí dụ, với một lương bổng tối thiểu của 2 đồng 65 xu một giờ là chúng ta muốn ngăn cấm mọi người không được kiếm ít hơn 106 đồng cho một tuần của 40 giờ làm việc[5]. Bây giờ, giả sử chúng ta chỉ trả có 70 đồng tiền trợ cấp thất nghiệp cho một tuần, chúng ta đã ngăn cấm một công nhân để được mướn một cách hữu ích ở giá 90 đồng một tuần với mục đích là chúng ta có thể nâng đỡ hắn ta chỉ bằng 70 đồng cho một tuần trống trải của hắn ta. Chúng ta đã tước đoạt sự độc lập, sự tự trọng của người đàn ông này, ngay cả ở một mức độ làm việc thấp hơn.

Những kết quả này vẫn tiếp tục xảy ra nếu chúng ta cứ tiếp tục trả ít hơn 106 đồng tiền trợ cấp thất nghiệp. Tuy thế, nếu chúng ta trả cao hơn, chúng ta càng làm cho tình trạng trở nên xấu hơn ở các phương diện khác. Hơn nữa, trên bất cứ số tiền trợ cấp thất nghiệp nào mà chúng ta trả ra nhiều hơn, chúng ta tạo ra một tình trạng mà trong đó mọi người làm việc chỉ cho sự khác biệt giữa lương bổng của hắn ta và số tiền trợ cấp khi hắn ta thất nghiệp. Thí dụ, nếu số tiền trợ cấp là 106 đồng một tuần, và công nhân thì được lãnh lương 2 đồng 75 xu một giờ, hay 110 đồng một tuần, thì có nghĩa là công nhân đó chỉ được bảo để làm việc có 4 đồng một tuần và lãnh phần lương còn lại mà không cần phải làm tiếp tục.

Chúng ta có thể tránh được những hậu quả này bằng cách "trợ cấp việc làm" thay vì "trợ cấp ở nhà" nhưng chúng ta cũng chỉ thay đổi cái hình thức của hậu quả mà thôi. Trợ cấp việc làm có nghĩa là chúng ta đang trả những người thất nghiệp nhiều hơn thị trường có thể trả cho hắn cho nỗ lực làm việc của hắn ta. Chỉ có một phần lương trợ cấp đó là tương ứng với khả năng làm việc thật của hắn ta, phần còn lại chỉ là một con bù nhìn cải trang. Như vậy, chính phủ đang tạo ra những công ăn việc làm không hữu hiệu, hay các công ăn việc làm đang sử dụng ít chất lượng làm việc hơn. Tôi thì không khuyến khích chuyện này, nhưng sẽ có ít tai hại hơn nếu chính phủ chỉ trả cho những công nhân thất nghiệp trợ cấp tiền bạc hơn là tạo công ăn việc làm cho hắn ta.

Chúng ta không nên đeo đuổi vấn đề này xa hơn, vì nó sẽ đưa chúng ta đến những vấn đề không thích hợp và không có liên quan. Nhưng sự khó khăn và các hậu quả không tốt của việc trợ cấp thất nghiệp phải được luôn luôn nhớ đến khi chúng ta cứu xét việc bảo trợ cho một đạo luật lương bổng tối thiểu hay một sự gia tăng của một mức lương đã tồn tại trong quá khứ[C].

(C) Trong năm 1938, khi lương giờ được trả trong các hãng chế tạo ở Hoa Kỳ là vào khoảng 0,63$ một giờ, quốc hội đã đặt ra một lương tối thiểu chỉ có 0,25$. Năm 1945, khi một nhà máy trung bình đã tăng lương tới 1,02$ một giờ; quốc hội đã chỉ tăng lương tối thiểu hợp pháp lên tới 0,40. Trong năm 1949, khi lương của một nhà máy trung bình đã tăng đến 1,14$ một giờ; quốc hội đã tăng tối thiểu là 0,75 một lần nữa. Năm 1955, khi một lương trung bình đã tăng đến 1,88$, quốc hội đẩy lương tối thiểu lên đến 1$. Năm 1961, với một lương trung bình của một nhà máy là khoảng 2,30$/giờ, lương tối thiểu được tăng lên 1,15$. Để làm ngắn việc kể lể này, lương tối thiểu được tăng đến 1,40$ trong năm 1967, đến 1,60$ trong năm 1968, tới 2,00$ trong năm

Trước khi chúng ta hoàn tất chủ đề này, tôi nên, đề cập đến một sự cải lý khác mà được đưa ra cho việc sửa chữa lương bổng tối thiểu bằng pháp chế. Đó là, ở trong một nền kỹ nghệ, một công ty lớn thì ưa thích một chính sách độc quyền, công ty này không sợ sự cạnh tranh và có thể trả lương thấp hơn mức lương của thị trường. Đây là một cãi lý không đúng đắn lắm. Một công ty "độc quyền" như thế phải cống hiến lương bổng cao hơn khi nó mới được thành lập, ngõ hầu để khêu gợi lực lượng lao động từ các kỹ nghệ khác. Sau đó, nó có thể thất bại, một cách lý thuyết, để mà gia tăng lương bổng như các kỹ nghệ khác, và vì vậy nó trả lương "dưới tiêu chuẩn" cho những năng khiếu làm việc đó. Nhưng chuyện này thì thường xảy ra chỉ khi cái kỹ nghệ hay công ty đó đang bệnh hoạn hay co rút lại; nếu nó đang thịnh vượng hay phát triển, nó phải tiếp tục để trả lương cao hơn để gia tăng lực lượng lao động.

Như là một vấn đề kinh nghiệm, chúng ta biết rằng, chính những công ty lớn – mà thường bị buộc tội là các công ty độc quyền – thường trả lương cao hơn và cống hiến những điều kiện làm việc khêu gợi nhất. Những công ty đơn vị nhỏ, mà thường có lẽ chịu đựng những sự cạnh tranh quá độ, thì trả lương bổng thấp hơn. Nhưng tất cả các chủ nhân đều phải trả lương đủ để giữ công nhân của họ, hay để kéo các công nhân từ các kỹ nghệ khác lẫn nhau.

1974, đến 2,10$ trong năm 1975 và 2,30$ trong năm 1976 (khi mà lương trung bình của một hãng công nghiệp tư là 4,87$). Rồi trong năm 1977, khi lương giờ trung bình thật sự được tăng lên cho các việc kỹ nghệ là 5,26$, thì lương tối thiểu được tăng là 2,654/giờ, với một dự án tạm thời cho việc chặt đẽo nó lên cao hơn mỗi năm, trong 3 năm kế tiếp.

Như vậy, khi lương giờ được tăng lên một cách rõ rệt, lương tối thiểu biện hộ rằng nó phải được tăng, ít nhất một cách tương đối với lương giờ. Mặc dù Bộ Lập Pháp đuổi theo sự gia tăng thịnh hành của mức lương bổng thị trường, có một chuyện thần thoại tiếp tục được xây dựng rằng chính cái đạo luật lương bổng tối thiểu đã làm tăng lương bổng của thị trường[6].

3

Tất cả các cải lý trên là để cho thấy rằng không có cách nào để tăng lương bổng. Nhưng cách dễ dàng một cách rõ rệt để tăng chúng là bằng một hiệu lệnh của chính phủ thì là một phương pháp sai lầm nhất và tệ hại nhất. Vì điều này cũng giống như là để chỉ cho chúng ta thấy cái gì mà phân biệt các nhà tu sửa luật với những kẻ không chấp thuận các dự án của họ thì không phải là lòng nhân đạo vĩ đại của họ mà là sự không kiên nhẫn vĩ đại của họ. Câu hỏi thì không phải là chúng ta có muốn trông thấy mọi người càng giàu có càng tốt không? Câu hỏi thật thì quan tâm đến những phương pháp để đạt được chuyện đó. Và trong sự cố gắng để mà trả lời câu hỏi này, chúng ta không bao giờ nên làm lạc mất việc nhìn thấy một vài chân lý sơ đẳng. Chúng ta không thể phân phối sự giàu có hơn là tạo ra nó. Trong trường kỳ, chúng ta không thể trả cho lao động nhiều hơn cái khả năng mà nó có thể sản xuất.

Do đó, cách tốt nhất để tăng lương bổng là để tăng mức sản xuất lao động đơn vị. Việc này có thể đạt được bằng nhiều phương pháp: Bằng một sự gia tăng vốn liếng tích lũy, bằng một sự gia tăng các máy móc mà giúp công nhân làm việc; bằng các cải tiến và các phát minh mới; bằng một sự quản lý tốt hơn về phía giai cấp chủ nhân; bằng cách kỹ nghệ hóa và những hiệu lực về phía công nhân; hay bằng một sự giáo dục và huấn luyện nghề nghiệp tốt hơn. Một công nhân càng sản xuất nhiều hơn thì hắn ta càng gia tăng sự giàu có của toàn thể cộng đồng nhiều hơn. Hắn ta càng sản xuất tốt hơn, thì các sự phục vụ của hắn ta có giá trị nhiều hơn cho người tiêu thụ và chủ nhân của hắn ta. Và hắn ta càng có giá trị nhiều hơn đối với chủ nhân thì hắn ta càng được trả lương cao hơn. Lương bổng thật đến từ sự sản xuất chớ không phải từ những pháp lệnh của chính phủ.

Như vậy, những chính sách của chính phủ nên được chỉ đạo, không phải là để áp đặt nhiều gánh nặng hơn trên chủ nhân, mà là để theo kịp các chính sách khuyến khích lợi nhuận, khuyến khích chủ nhân phát triển, và để đầu tư vào các máy móc tốt hơn và mới hơn ngõ hầu gia tăng mức sản xuất của công nhân – nói tóm lại, là để khuyến khích sự tích lũy vốn liếng thay vì giảm thiểu nó – và để gia tăng cả hai lương bổng và công ăn việc làm.

CHƯƠNG 20

CÁC NGHIỆP ĐOÀN LAO ĐỘNG CÓ THỰC SỰ TĂNG LƯƠNG CHO CÔNG NHÂN KHÔNG?

Người ta thường tin rằng các nghiệp đoàn lao động có thể tăng lương cho công nhân một cách chắc chắn. Nhưng niềm tin đó đã là một trong các hiểu lầm quan trọng trong thời đại ngày nay. Sự hiểu lầm này là nguyên nhân của sự thất bại trong việc tin tưởng rằng lương bổng được phân phát tùy theo trình độ của công nhân. Cũng chính vì lý do này mà mức lương bổng ở Hoa Kỳ, một cách không cần so sánh, được xem như là cao hơn mức lương bổng ở các nước tân tiến khác như Anh, và Đức trong những thập niên gần đây.

Mặc dù trình độ sản xuất là yếu tố chính để quyết định mức lương bổng, nhưng các nhà lãnh đạo của các công đoàn lao động và các kinh tế gia thường đi đến một chính sách trả lương mà bỏ quên đi cái yếu tố chính đó. Có một giả sử cho rằng giới chủ nhân các xí nghiệp, và các nhà doanh thương thường thích được hưởng lợi tức đến mức tối đa, do đó, đã lợi dụng tình trạng khan hiếm việc làm để mà trả lương thấp hơn mức đã được ấn định.

Nhưng không phải vì vậy mà các nghiệp đoàn hay

công đoàn lao động bị coi như là không có ích lợi, và không có các thẩm quyền hợp pháp. Nhiệm vụ chủ yếu của các nghiệp đoàn lao động là để cải tiến các điều kiện làm việc, và để đảm bảo cho tất cả các hội viên của những nghiệp đoàn này được hưởng một mức lương phù hợp với khả năng làm việc của họ.

Về vấn đề cạnh tranh việc làm và sự bất công trong việc trả lương thì nguyên nhân là do sự thiếu hiểu biết về thị trường phân phát lương bổng của cả hai phía: giai cấp làm chủ và giai cấp công nhân. Thí dụ như một công nhân có thể không biết, hay đánh giá thấp khả năng làm việc của mình, do đó mà đã nhận lãnh một mức lương thấp hơn mức ấn định so với khả năng làm việc thật sự của họ. Những lỗi lầm này thường gây lỗ lã cho giới công nhân hơn là giới chủ nhân. Tại vì một người chủ có thể mất lợi tức khi lầm lẫn vì không mướn một người thợ giỏi tay nghề, nhưng người chủ đó vẫn có thể tìm kiếm lại các lợi tức khác bằng cách mướn hàng trăm, hàng ngàn người thợ dở hơn để thay thế. Trong khi một công nhân, nếu quyết định lầm lẫn khi từ chối một công việc trả lương thấp có nghĩa là công nhân đó có thể sẽ mất luôn cả cơ hội kiếm được việc làm đó nếu anh ta không thể kiếm được một việc làm nào khác. Do đó, mà giới thất nghiệp thường có khuynh hướng chấp nhận một việc làm trả lương thấp hơn mức ấn định, hơn là phải đương đầu với tình trạng không công ăn việc làm.

Tuy nhiên, nhờ có luật lương tối thiểu mà đã làm giảm đi tình trạng lợi dụng nguy hiểm và bóc lột khả năng lao động của giai cấp công nhân bởi giai cấp làm chủ. Kinh nghiệm thực tế cho thấy rằng những luật pháp một chiều (nửa vời) đã không giúp ích được gì cho giới thợ thuyền mà còn giúp cho các nghiệp đoàn lao động thúc đẩy các chủ nhân vi phạm các luật lệ hợp pháp qua việc khuyến khích thi hành các chính sách bất nhân, và bưng bít các hành động vô trách nhiệm của họ. Một trong những chính sách bất nhân này bao gồm cả việc bắt các hội viên phải trả một hội phí quá cao, hay đặt ra một chính sách cứu xét các điều kiện gia nhập nghiệp đoàn một cách thật khó khăn và lập ra các thủ tục kỳ thị nam nữ, tôn giáo, màu da như là một mục tiêu để bác bỏ các đơn xin gia nhập vào các nghiệp đoàn của các hội viên. Nhằm để giữ lương bổng của một nghiệp đoàn lao động trên mức ấn định của thị trường lương bổng thì vũ khí duy nhất dùng để đe dọa và đặt áp lực của các công đoàn lao động là việc đình công của giai cấp công nhân. Một cuộc đình công không bạo động là một trong những hành động có thể xảy ra nhiều nhất. Trong một xí nghiệp áp dụng phương pháp sản xuất dây chuyền, nếu các hội viên của một nghiệp đoàn quyết định không làm việc, họ có thể sẽ ngăn chặn các công nhân khác không làm việc như họ, tại vì luôn luôn có một sự liên lạc dây chuyền tiếp nối trong mọi công tác; nếu một người không làm công tác này có thể ảnh hưởng đến phần công tác của một người khác. Trong những trường hợp này, vũ khí đình công, không những được dùng để chống lại giai cấp chủ nhân mà còn được dùng để chống lại các giai cấp công nhân khác ngõ hầu để lôi kéo các công nhân trung lập này vào cuộc đấu tranh đòi quyền lợi.

2

Một lý thuyết kinh tế mới đã ra đời, đó là kinh tế cảm ứng mà lý thuyết của nó đã giải thích được những vấn đề mà các thực nghiệm đã không thể biện giải được.

Một trong những lý thuyết mới đó, là lý thuyết *"lương bổng thì luôn luôn thấp một cách tổng quát"*. Lý thuyết này tương đương với quan niệm rằng *"giá cả thị trường thì luôn luôn thấp một cách vĩnh viễn"*. Một ghi nhận trường tồn khác được tìm thấy là có một sự giống nhau về sở thích và ý nguyện trong các tầng lớp công nhân khác nhau trong một quốc gia, đó là việc tăng lương của một nghiệp đoàn này sẽ có ảnh hưởng đến việc tăng lương của công nhân của một nghiệp đoàn khác. Nếu một nghiệp đoàn đặc biệt nào đó dùng đấu tranh để tạo cho các hội viên của nó có một mức lương cao hơn mức ấn định của thị trường thì nghiệp đoàn này có thể làm tổn thương đến các nghiệp đoàn khác trong một cộng đồng.

Để hiểu rõ hơn về lý thuyết này, chúng ta hãy tưởng tượng ra một thế giới, mà trong đó, các dữ kiện đã được tính toán một cách đơn giản. Chẳng hạn như trong một quốc gia bao gồm nửa tá nghiệp đoàn khác nhau, và các nghiệp đoàn này có một mức lương trả cho công nhân tương đương với mức ấn định của thị trường. Thí dụ sáu nhóm nghiệp đoàn này bao gồm: một nghiệp đoàn của các nông gia, một nghiệp đoàn của các tiệm buôn lẻ, một nghiệp đoàn các thợ may mặc, nghiệp đoàn các thợ làm hầm mỏ, nghiệp đoàn các công nhân xây dựng, và nghiệp đoàn các công nhân đường sắt (đường rầy xe lửa). Dĩ nhiên lương bổng của các nhóm thợ này thì khác nhau vì họ có các nghề nghiệp khác nhau. Bây giờ, giả sử rằng chỉ số tính toán mà chúng ta sẽ dựa theo là 100, hay phần trăm; và giả sử rằng, mỗi nghiệp đoàn của mỗi nhóm thợ này đã tranh đấu để nâng mức lương bổng của các công nhân của họ một cách tương đương với khả năng sản xuất của họ. Kết quả là lương của nhóm nông gia đã không được tăng gì cả, lương của nhóm tiệm buôn lẻ thì được tăng 10%, nhóm may mặc tăng được 20%, nhóm hầm mỏ được 30%, nhóm xây dựng được 40%, và nhóm công nhân đường sắt được 50%. Như vậy, mức tăng lương trung bình của cả 6 nhóm là 25%. Giả sử rằng giá cả hàng hóa do các nhóm thợ này sản xuất ra cũng tăng cùng một phần trăm như lương bổng của họ. Kế tiếp, giả sử rằng có một trường hợp xảy ra, mà trong trường hợp này, phí tổn sinh sống cũng đã gia tăng một cách trung bình là 25%. Như vậy, mức sinh sống của nhóm nông gia được kể như là xấu nhất. Nhóm tiệm buôn lẻ thì tuy rằng lương có được tăng 10% nhưng không đáng kể so với độ tăng 25% của phí tổn sinh sống. Ngay cả nhóm thợ may mặc cũng gặp bất lợi, tuy rằng lương của họ có tăng được 20% nhưng vẫn còn thấp hơn mức tăng của phí tổn sinh sống là 25%. Chỉ có nhóm thợ hầm mỏ với mức lương tăng là 30% thì mới có được một chút lợi trong việc mua sắm. Riêng nhóm xây dựng và nhóm đường sắt thì dĩ nhiên là được lợi nhiều nhất.

Tuy nhiên, những sự tính toán trên chỉ dựa vào một sự ức đoán rằng việc tăng lương không đưa đến tình trạng thất nghiệp, vì nếu tình trạng khủng hoảng tài chính (mức giá cả sinh hoạt tăng vụt) này không xảy ra, thì việc ép buộc tăng lương có thể đã mang đến một tình trạnh thất nghiệp. Tuy nhiên, tỷ lệ thất nghiệp thì không lớn lắm so với tỷ lệ gia tăng của lương bổng. Bởi vì tình trạng thất nghiệp thì được phân phối tùy thuộc vào những nhu cầu khác nhau của các loại nghề nghiệp khác nhau. Việc bồi thường tiền trợ cấp thất nghiệp không giúp ích được gì cho tình trạng lạm phát này, tại vì tiền trợ cấp thất nghiệp này được rút ra từ số lương của những người không thất nghiệp. Tiền trợ cấp thất nghiệp được trả ra càng cao thì sẽ gây thêm nạn thất nghiệp vì nhiều lý do. Lý do thứ nhất là khi các nghiệp đoàn lao động thi hành bổn phận của họ là bồi thường tiền thất nghiệp cho các hội viên thì các nghiệp đoàn này phải yêu cầu lương của số công nhân còn làm việc phải tăng lên, bởi vì, những công nhân này phải trả thêm thuế, mà thuế này sẽ được dùng để trả cho các công nhân thất nghiệp. Hơn nữa, nếu tiền trợ cấp thất nghiệp mà cao thì sẽ khuyến khích cho các nạn nhân thất nghiệp lười biếng, không chịu đi xin việc làm khác vì đã có đủ tiền thất nghiệp để tiêu xài. Một lý do khác là nếu nạn thất nghiệp cao thì việc sản xuất hàng hóa và sản phẩm trong xã hội sẽ giảm vì thiếu người lao động, do đó quốc gia sẽ trở nên nghèo hơn và mức hưởng thụ của người dân sẽ trở nên thấp hơn. Sứ mệnh cứu đói của chủ nghĩa công đoàn lao động đôi khi chỉ làm tăng thêm sự khó khăn của nạn thất nghiệp mà thôi.

Ngày nay, các hội viên của các nghiệp đoàn lao động thì đang lợi dụng sức lao động của các công nhân không phải là hội viên bằng chiêu bài công đoàn hóa mọi giai cấp công nhân. Tuy nhiên, chiêu bài này không hẳn là một trường hợp đơn giản. Thoạt đầu, nếu không kể đến các sự khuyến khích về chính trị và lập pháp để công đoàn hóa qua đạo luật như Wagner-Taft-Hartley và các đạo luật khác thì con số ¼ các dân số công nhân được công đoàn hóa không phải là một trường hợp ngẫu nhiên[7]. Cái điều kiện để trợ giúp cho chiêu bài công đoàn hóa thì phức tạp chớ không phải đơn giản, đó là việc nhờ một nhóm thợ có các điều kiện thuận lợi hơn hẳn các nhóm khác, do khả năng sản xuất của họ cao hơn các nhóm khác, và do họ có khả năng biết sử dụng các phương pháp đã đe dọa các giai cấp chủ nhân một cách có hiệu nghiệm. Nhưng giả dụ nếu như họ đã không tranh đấu như vậy thì không ai sẽ làm việc tốt hơn một cách lâu dài nếu như lương bổng của họ đã không được tăng lên.

3

Người ta thường ước đoán rằng một sự gia tăng lương bổng thì có lợi cho công nhân ở các phí tổn của lợi nhuận của giới chủ nhân. Điều này có thể xảy ra trong một thời gian ngắn hay trong các trường hợp đặc biệt. Nếu lương bổng bị bắt buộc tăng lên trong một xí nghiệp nào đó, trong sự cạnh tranh với các hãng khác, nếu nó không thể tăng giá cả hàng hóa của nó lên, thì sự gia tăng sẽ bị trừ ra khỏi lợi nhuận. Nếu kỹ nghệ này không đương đầu với việc cạnh tranh quốc tế, nó có thể gia tăng giá cả hàng hóa và chuyển việc tăng lương sang các người tiêu thụ hàng hóa. Nếu sự kiện này áp dụng ra toàn thể các công nhân, họ sẽ có lương bổng của họ giảm xuống qua việc họ phải trả nhiều hơn cho các loại hàng hóa. Như là một kết quả của việc tăng giá các hàng hóa, việc buôn bán các hàng hóa của kỹ nghệ đó có thể giảm xuống, và lợi nhuận của kỹ nghệ đó cũng giảm; nhưng công ăn việc làm và lương bổng tổng cộng trong kỹ nghệ thì thường bị giảm chỉ một số lượng tương ứng.

Có thể có trường hợp mà trong đó lợi nhuận của cả nền kỹ nghệ thì bị giảm xuống mà không có một sự giảm tương ứng trong việc thuê mướn công nhân. Đó là trường hợp của một sự gia tăng lương suất như là một sự gia tăng trong trương mục tiền lương, và một sự giảm thiểu trong lợi nhuận của nền kỹ nghệ này mà không cần có một sự phá sản. Kết quả này thì ít xảy ra nhưng nó là một kết quả mà chúng ta phải hiểu tới và không thể không cứu xét.

Giả sử chúng ta hãy lấy thí dụ của nền kỹ nghệ đường sắt mà nó không thể luôn luôn tăng lương bổng cho công nhân bởi vì những luật lệ của chính phủ cần nó làm như thế. Những nghiệp đoàn lao động thì ít nhất có thể kiếm được lợi cho họ trong một thời gian ngắn ở các phí tổn của chủ nhân và những người đầu tư. Những nhà đầu tư, đã một lần, có những ngân quỹ có thể trang trải được, nhưng họ bỏ nó vào việc kinh doanh ngành hỏa xa (đường sắt). Họ đã biến đổi ngân quỹ này thành các đường rầy xe lửa, các toa chở hàng, và các đầu máy xe lửa. Vốn liếng của họ có lẽ đã được biến thành hàng ngàn dạng khác, nhưng ngày nay, nó thì bị lồng vào chỉ có một dạng duy nhất. Những công đoàn lao động đường sắt có thể buộc các nhà đầu tư để chấp nhận những lợi tức nhỏ trên cái vốn liếng mà đã được đầu tư vào ngành hỏa xa đó. Vì lợi tức này đã được trả cho các nhà đầu tư để họ có thể tiếp tục điều khiển đường hỏa xa, ngay cả nếu lợi tức này chỉ bằng 1/10 của 1% của vốn đầu tư của họ. Nhưng có một hệ quả không thể tránh được của chuyện này. Nếu số tiền mà họ đã đầu tư vào kinh doanh đường sắt bây giờ mang lại lợi tức thấp hơn lợi tức của các đường dây khác, các nhà đầu tư sẽ không tiếp tục bỏ tiền vào nữa, ngay cả 1 xu. Họ có thể thay một vài dụng cụ đã hư mòn trước tiên để bảo vệ lợi nhuận trong phần vốn liếng còn lại của họ; nhưng trong trường kỳ, họ sẽ không thay bất cứ dụng cụ nào đã hư hỏng hay phế thải. Nếu vốn liếng được đầu tư ở trong nước đem lại lợi nhuận ít hơn các đầu tư ở hải ngoại, họ sẽ đầu tư ra ngoại quốc. Nếu họ không tìm thấy lợi nhuận đầy đủ ở bất cứ nơi nào, họ sẽ ngưng tất cả các đầu tư của họ.

Như vậy, sự bóc lột các vốn liếng bởi lao động chỉ có thể xảy ra một cách tạm thời, và nó sẽ kết thúc một cách nhanh chóng. Nó sẽ kết thúc một cách thật sự, không phải chỉ trong cách thức đã được chỉ ra bởi những giả thuyết, mà bởi cách bắt buộc các xí nghiệp nhỏ phải ra khỏi việc kinh doanh một cách hoàn toàn, và bằng cách bắt buộc có một tình trạng thất nghiệp gia tăng, và bằng một áp lực để điều chỉnh lại lương bổng và lợi nhuận cho đến một thời điểm mà việc sản xuất và thuê mướn công nhân có thể bắt đầu trở lại. Nhưng trong khi đó, như là một kết quả của tình trạng bóc lột trên nạn thất nghiệp và mức sản xuất giảm sút sẽ làm cho mọi người trở nên nghèo nàn hơn. Mặc dù lực lượng lao động, trong một thời gian, sẽ có một cổ phần tương đối trong lợi tức quốc gia, lợi tức quốc gia sẽ giảm một cách tuyệt đối; ngõ hầu lợi tức tương đối của lao động trong những thời kỳ ngắn hạn này có thể là một chiến thắng mà nó có nghĩa là lực lượng lao động thì đang kiếm được lợi tức theo một khả năng mua sắm thật sự.

4

Như vậy, chúng ta có thể đi đến kết luận rằng: Trong một thời gian ngắn, các công đoàn lao động có thể bảo đảm một sự gia tăng lương bổng cho các hội viên, ở một phần các phí tổn của giới chủ nhân, và ở một phần lớn các phí tổn của các công nhân mà không phải là các hội viên của công đoàn; nhưng trong một thời gian dài, nó không thể tăng lương bổng thật cho một công nhân nào cả.

Cái niềm tin rằng những công đoàn có thể làm tăng lương bổng cho các hội viên, như vậy, được dựa vào hàng loạt các sự hiểu lầm. Một trong những sự hiểu lầm này là chỉ thấy sự gia tăng cực đại của lương bổng trong nửa thế kỷ sau, do sự gia tăng của việc đầu tư vốn liếng là chính, và do sự cải tiến trong khoa học và kỹ thuật, và quy công cho những công đoàn lao động bởi vì những công đoàn này cũng đang gia tăng một cách mạnh mẽ. Nhưng cái lỗi lầm mà chịu trách nhiệm nhiều nhất là việc chỉ cứu xét những gia tăng gì mà lương bổng đã mang lại bởi các yêu cầu của công đoàn trong một thời gian ngắn cho những công nhân đặc biệt nào đó, trong khi thất bại để theo dõi các tác dụng của sự thuận lợi này trên phương diện thuê mướn, sản xuất, và phí tổn sống của tất cả các công nhân.

Một người có thể đi xa hơn kết luận này và đưa ra một câu hỏi rằng: Các nghiệp đoàn, trong trường tồn, đã không một cách thật sự ngăn chặn lương bổng gia tăng đến một mức độ mà họ có lẽ đã có thể gia tăng không? Các nghiệp đoàn, một cách chắc chắn, đã là một áp lực để giữ hay giảm lương bổng thấp xuống, nếu tác dụng của họ là để giảm mức sản xuất lao động; và chúng ta có thể hỏi rằng họ đã không có làm như vậy không?

Khi nói về mức sản xuất, có một điều gì đó cần thiết phải được nói về các chính sách của các nghiệp đoàn lao động. Trong một số các vụ kinh doanh, họ đã kêu nài về các tiêu chuẩn để gia tăng trình độ năng khiếu và sự cạnh tranh, và trong lịch sử trước đây, họ đã làm nhiều chuyện để bảo vệ sức khỏe cho các hội viên của họ. Khi mà lực lượng lao động đang dồi dào, những chủ nhân thường đã kiếm được các lợi lộc trong một thời gian ngắn, bằng cách bắt công nhân làm việc nhanh hơn và nhiều giờ hơn, không kể những hậu quả bệnh hoạn cho sức khỏe của công nhân bởi vì họ có thể dễ dàng để thay thế các công nhân bệnh hoạn bằng các công nhân khỏe mạnh khác. Và đôi khi các người chủ thiển cận và vô ý đã làm giảm lợi nhuận của họ bằng cách ép buộc công nhân làm quá thời gian. Trong các trường hợp này, bằng cách yêu cầu các tiêu chuẩn tối thiểu, các nghiệp đoàn lao động đã gia tăng sức khỏe và lợi ích cho các hội viên của nó cùng một lúc với việc tăng lương.

Nhưng trong những năm gần đây, khi mà quyền lực của các nghiệp đoàn đã lớn mạnh, và những cảm tình mà quần chúng đã dành cho họ đã dẫn họ đến việc thi hành các chính sách chống xã hội được duyệt y và dung thứ, những nghiệp đoàn này đã đi quá xa, vượt qua những mục đích hợp pháp của nó. Họ không những chỉ can thiệp về các vấn đề sức khỏe và lợi ích của công nhân, mà họ còn can thiệp vào cả các vấn đề sản xuất, hay vấn đề giảm giờ làm việc từ 70 tiếng trong một tuần xuống còn 60 tiếng một tuần. Sức khỏe và lợi ích của công nhân đã được lợi khi giờ làm việc đã giảm từ 60 tiếng một tuần xuống còn 40 tiếng một tuần. Đối với sự nhàn rỗi, việc giảm giờ làm việc xuống 40 tiếng một tuần là một ích lợi, nhưng đối với việc sản xuất và lợi tức thì không có ích lợi để có giờ làm việc giảm. Nhưng những nghiệp đoàn, bây giờ, đôi khi ép buộc một tuần làm việc có 35 giờ hay 30 giờ, và từ chối rằng chuyện này sẽ làm giảm thiểu mức sản xuất và lợi tức.

Nhưng không phải chỉ có việc giảm giờ làm việc là tất cả những gì mà các chính sách của các nghiệp đoàn đã làm để chống lại mức sản xuất. Thật ra, đó là một trong những chuyện ít tai hại nhất mà họ đã làm. Nhưng nhiều nghiệp đoàn đã cố năn nỉ những phân bộ lao động nghiêm khắc mà đã tăng phí tổn sản xuất, và kết quả là tạo ra những cuộc cãi vã về quyền hành rất đáng buồn cười. Họ chống lại việc trả lương dựa vào mức sản xuất và hiệu lực sản xuất, và cố nài nỉ cùng một mức độ trả lương cho các hội viên không kể những sự khác biệt trong mức độ sản xuất. Họ đã khiếu nại để cho các công nhân làm việc lâu năm được tăng ngạch nghề nghiệp hơn là chỉ được thưởng công thôi. Họ đã bắt đầu một chương trình làm việc chậm lại dưới yêu cầu "tiến nhanh" của giới chủ nhân. Họ đã tố cáo, hay đòi sa thải, và đôi khi đánh đập một cách tàn nhẫn những công nhân mà làm việc hăng say hơn các đồng nghiệp. Họ đã chống lại việc phát minh hay cải tiến các máy móc. Họ đã đòi hỏi rằng, nếu bất cứ hội viên nào bị sa thải do bởi việc thiết đặt các máy móc tiết kiệm sức lao động hữu hiệu, những công nhân đó phải được hưởng những lợi tức bồi thường bảo đảm một cách vô hạn. Họ đã đòi hỏi những luật lệ làm việc có quy tắc cho các động tác mà bắt buộc nhiều người làm hơn hay nhiều giờ làm việc hơn. Họ đã đòi hỏi, ngay cả với một sự đe dọa sẽ phá hoại giới chủ nhân chống lại việc mướn thêm các người làm không cần thiết.

Hầu hết những chính sách hành động trên đã được đưa ra với một ức đoán rằng chỉ có một số công việc ấn định phải được làm, hay là một "quỹ các công việc" xác định mà phải được phân phối càng nhiều giờ làm việc cho càng nhiều công nhân càng tốt ngõ hầu để mà tránh việc sử dụng hết những công việc này quá sớm. Giả định này thì sai lầm một cách không thể nói ra được. Thật ra không có cái gì mà gọi là một số công việc giới hạn phải được làm. Công việc tạo ra công việc. Cái gì mà A sản xuất tạo nên một nhu cầu cho cái gì mà B sản xuất.

Nhưng bởi vì sự ức đoán trên vẫn còn tồn tại, và bởi vì những chính sách công đoàn thì đang dựa vào cái căn bản đó nên các kết quả của các chính sách này là để giảm thiểu mức sản xuất ở dưới những gì, mà nếu không, đã được sản xuất một cách khác. Những tác dụng của các chính sách đó, trong trường tồn, và cho tất cả mọi công nhân, đã luôn luôn là việc giảm thiểu lương bổng thật – đó là lương bổng hiểu theo nghĩa số lượng hàng hóa mà nó có thể được dùng để mua – thấp hơn mức mà nếu không, thì đã được tăng lên. Tại vì nguyên nhân thật sự để tăng lương bổng thật trong cả một thế kỷ sau này, như tôi đã nói, là sự tích lũy của vốn liếng và sự cải tiến kỹ thuật cực đại.

Những tiến trình hành động trên của các công đoàn không phải là tự động. Như là một kết quả không những chỉ là của một công đoàn xấu, mà còn là của những chính sách xấu của chính phủ, những hành động này đã kết thúc trong 10 năm qua. Nếu chúng ta chỉ nhìn vào lương bổng trung bình hàng tuần của những công nhân kỹ nghệ tư, tính theo Mỹ kim, thì nó đã tăng từ 107,73$ trong năm 1968 đến 189,36$ trong tháng 8, năm 1977. Nhưng khi Văn Phòng Thống Kê của Bộ Lao Động cho phép nạn lạm phát, khi mà nó phiên dịch những lương bổng theo tiền Mỹ kim trong năm 1967, để đổ lỗi cho việc gia tăng giá cả hàng hóa, thì người ta tìm thấy rằng, lương bổng hàng tuần thật sự đã giảm từ 103,39$ trong năm 1968 đến 103,36$ trong tháng 8 năm 1977[8].

Sự đình chỉ trong việc tăng lương bổng thật không phải là một kết quả trong các công đoàn tự nhiên. Nó đã là kết quả của những chính sách tệ hại của những công đoàn và của chính phủ. Nhưng chúng ta vẫn còn thời gian để thay đổi cả hai phần tử trên.

CHƯƠNG 21
"ĐỦ ĐỂ MUA LẠI CÁC SẢN PHẨM"

Những nhà văn kinh tế học tài tử thì luôn luôn có thắc mắc về một giá cả "đúng" và một lương bổng "đúng". Những quan niệm thuộc về kinh tế học đã có từ thời trung cổ. Những nhà kinh tế học cổ điển đã đưa ra một quan niệm khác biệt – đó là quan niệm về cái chức vụ của giá cả và lương bổng, hay còn gọi là giá cả phân loại, và lương bổng phân loại. Những giá cả phân loại thì khuyến khích một khả năng sản xuất cực đại và một khả năng buôn bán cực đại. Lương bổng phân loại cũng có khuynh hướng đem lại một khả năng thuê mướn cực đại và những trương mục lương bổng cực đại.

Quan niệm về lương bổng phân loại đã được chiếm hữu bởi những nhà tư tưởng Marxist, và những môn đồ vô ý thức của nó về trường phái của "khả năng mua sắm". Cả hai nhóm này đã làm cho những bộ óc sống sượng hơn phải tự hỏi rằng những lương bổng hiện tại có công bằng không? Câu hỏi thật sự mà họ đã hỏi là: Chúng, lương bổng, có đang phục vụ đúng bổn phận của chúng không? Những lương bổng mà có thể làm việc được là những loại lương bổng mà có thể ngăn chặn được một sự vỡ tan tành sắp xảy ra thuộc về kinh tế học, và là những lương bổng mà có thể giúp cho lực lượng lao động mua lại các sản phẩm mà họ đã làm ra. Và không kể bất cứ lúc nào mà họ đang thảo luận, họ cũng chắc chắn tìm thấy rằng lương bổng thì không đủ cao để mà mua lại các hàng hóa.

Học thuyết trên đã chứng minh rằng nó có tác dụng một cách đặc biệt trong tay những nhà lãnh đạo các công đoàn lao động. Sự tuyệt vọng trong khả năng của họ để cổ vũ cho những ích lợi vị tha của quần chúng hay để kêu nài giới chủ nhân cho sự công bằng để giúp họ nắm được một tính toán lý luận mà có thể khuyến khích những động cơ ích kỷ của quần chúng, và làm cho giới chủ nhân phải hoảng sợ mà nhượng bộ những đòi hỏi của các nghiệp đoàn lao động.

Làm thế nào mà chúng ta có thể biết được một cách chính xác khi nào thì lao động có "đủ khả năng để mua lại các sản phẩm"? Hay khi nào mà nó có nhiều hơn là cái khả năng đó? Làm thế nào mà chúng ta có thể xác định được cái số tiền đúng là bao nhiêu? Những nhà vô địch của cái lý thuyết này dường như đã không làm được những nỗ lực thật sự để trả lời cho những câu hỏi đó, cho nên chúng ta bắt buộc phải tìm lấy câu trả lời cho chính chúng ta.

Một số các nhà bảo lãnh cho học thuyết đó đã ám chỉ rằng các công nhân trong một nền kỹ nghệ nên được trả một số lương đủ để mua lại các sản phẩm mà họ đã làm ra. Nhưng một cách chắc chắn là những tư tưởng gia đó đã không muốn nói rằng những công nhân mà đã làm ra những chiếc áo dài rẻ tiền cũng nên được trả lương đủ để mua lại những chiếc áo xấu đó và những công nhân của những chiếc áo khoác bằng bông đắt tiền cũng nên được trả đủ để mua lại các chiếc áo lông đó; hay là những người thợ của hãng xe hơi Ford nên lãnh lương đủ để mua những chiếc xe Ford, và những thợ của hãng xe Cadillac cũng nên có đủ để mua lại những chiếc xe Cadillac.

Tuy nhiên, chúng ta được hướng dẫn để nhớ lại rằng những công đoàn lao động của kỹ nghệ xe ô tô trong những năm 1940, khi mà hầu hết các hội viên của nó đã được trả lương cao đứng hàng thứ ba trong nước, và khi mà lương bổng hàng tuần của họ, theo sự tính toán của chính phủ, thì đã là 20% cao hơn mức lương bổng trung bình được trả cho các xí nghiệp khác, và hầu như lớn hơn gấp đôi lương bổng của các tiệm buôn lẻ, thì đang yêu cầu một sự gia tăng 30% ngõ hầu để mà họ có thể, theo lời các xướng ngôn viên của họ, "ôm cái khả năng uống nhanh của chúng ta để mà hấp thu tất cả các hàng hóa mà chúng ta đã có khả năng để sản xuất".

Như vậy thì cái gì là cái lương trung bình của một công nhân kỹ nghệ, và của một công nhân của một tiệm buôn lẻ. Nếu ở dưới những trường hợp đó, những công nhân xe hơi cần một sự tăng lương của 30% để giữ cho nền kinh tế không bị sụp xuống thì sẽ có đủ 30% cho các công nhân khác không? Hay họ đã đòi hỏi những sự gia tăng từ 55 đến 160% cho mỗi đầu người để có một khả năng mua sắm như là một công nhân của kỹ nghệ xe hơi? Bởi vì chúng ta phải nhớ rằng luôn luôn có những sự khác biệt tồn tại giữa những mức lương bổng trung bình của những kỹ nghệ khác nhau. Trong năm 1976, những người thợ của nền kinh doanh buôn bán lẻ có một lương bổng hàng tuần trung bình là 133,96$ trong khi những công nhân trong các hãng chế tạo có lương trung bình là 207,60$ và những công nhân xây dựng có lương là 284,93$.

(Chúng ta có thể chắc chắn, nếu lịch sử mặc cả lương bổng trong các công đoàn lao động là một cuốn sách chỉ nam, rằng nếu cái dự án ở trên đã thực hiện được thì các công nhân ngành xe hơi đã cố gắng để duy trì những sự khác biệt về lương bổng của họ rồi. Bởi vì cho cái tham vọng của một sự công bằng về kinh tế, tất cả chúng ta hay là các hội viên của công đoàn trừ ra những nhà nhân đạo hay các ông thánh, là cái tham vọng mà để chiếm được một mức lương bổng cao hơn trong cái bảng phân loại lương bổng như những công nhân ở trên chúng ta đã lãnh, chớ không phải là cái tham vọng để nâng mức lương bổng của những công nhân ở dưới thấp hơn, trong bảng phân loại, lên ngang hàng với chúng ta.)

2

Lý lẽ mà cho rằng lực lượng lao động nên lãnh đủ lương để mua lại các sản phẩm chỉ là một hình thức tổng quát của cái quan niệm về "khả năng mua sắm". Lương bổng của công nhân thì được định nghĩa một cách đúng là cái khả năng mua sắm của họ, nhưng nó thì cũng đúng rằng lợi tức của mọi người – lợi tức của người bán thực phẩm, lợi tức của chủ nhà, lợi tức của công nhân – là cái khả năng để họ mua bất cứ cái gì mà người khác bán ra. Và một trong những yếu tố quan trọng nhất mà người ta tìm thấy của những người mua sắm là cái khả năng phục vụ lao động của họ.

Có một khía cạnh đảo ngược lại cho tất cả các quan niệm trên. Đó là, trong một nền kinh tế trao đổi, lợi tức tiền tệ của một người nào đó là phí tổn của một người khác. Mỗi sự gia tăng trong lương giờ, trừ khi được bồi thường bằng một sự gia tăng bằng nhau trong mức sản xuất tính theo giờ, thì là một gia tăng của phí tổn sản xuất. Một sự gia tăng trong phí tổn, khi mà chính phủ kiểm soát giá cả và cấm đoán việc tăng giá, sẽ lấy hết lợi nhuận của các nhà sản xuất đơn vị và đẩy họ ra khỏi việc kinh doanh, và có nghĩa là một sự thu nhỏ lại của mức sản xuất và một sự phát triển của tình trạng thất nghiệp. Ngay cả khi mà một sự tăng giá có thể xảy ra, giá cả tăng lên của hàng hóa sẽ làm cho người mua hàng hóa giảm đi, làm thu nhỏ thị trường, và đưa đến tình trạng thất nghiệp. Nếu có một sự gia tăng của 30% trong lương giờ làm gia tăng 30% giá cả, lực lượng lao động không thể mua các sản phẩm nhiều như ban đầu; và cái xích đu quay vòng của trẻ con phải bắt đầu quay trở lại một lần nữa.

Không có nghi ngờ gì để cho rằng nhiều người sẽ có khuynh hướng để tranh luận cho cái chủ đề của 30% sự gia tăng lương bổng sẽ gây ra một sự gia tăng tương tự trong giá cả hàng hóa. Kết quả này có thể theo dõi được một cách trường kỳ, và chỉ có những chính sách tiền tệ và tín dụng mới có thể cho phép nó làm như thế. Nếu tiền tệ và tín dụng thì không đáp ứng đến nỗi rằng chúng không tăng khi lương bổng gia tăng, thì cái tác dụng chính của việc bắt buộc lương bổng gia tăng sẽ đưa đến một tình trạng thất nghiệp.

Và trong trường hợp đó, tổng cộng lương bổng, tính theo giá trị của Mỹ kim và tính theo mãi lực, sẽ thấp hơn trước. Cho một sự giảm thiểu của việc thuê mướn (như là một kết quả của các cuộc đấu tranh của công đoàn mà không phải là kết quả của việc cải tiến kỹ thuật) có nghĩa một cách cần thiết là có ít hàng hóa được sản xuất hơn. Lao động thì thông thường không thể là một sự bồi thường trong việc giảm thiểu trong số lượng sản xuất bằng cách tham dự như là một phần tử chia sẻ các sản phẩm được sản xuất còn lại. Vì Paul H. Douglas ở Hoa Kỳ và A. C. Pigou ở Anh quốc, là những người đầu tiên mà đã dựa vào các thống kê tập thể, đã đưa ra một kết luận rằng tính đáp ứng của nhu cầu cho lực lượng lao động thì chỉ là xấp xỉ ở giữa 3 và 4. Nói theo một ngôn ngữ ít kỹ thuật hơn thì điều này có nghĩa rằng, *"1% sự giảm thiểu trong mức lương bổng thật thì thông thường là để mở rộng cái nhu cầu tập hợp của lao động trên 3%"*. Hay nói một cách khác, *"nếu lương bổng được đẩy lên trên điểm sản xuất đơn vị thì sự giảm thiểu trong việc thuê mướn sẽ thường là từ 3 đến 4 lần lớn hơn sự gia tăng của lương giờ"* ngõ hầu cho tổng cộng lợi tức của công nhân sẽ bị giảm một cách tương ứng. Ngay cả khi những số liệu này được đưa ra để biểu thị cho tính đáp ứng của nhu cầu lao động cho một thời gian trong quá khứ và không cần để tiên đoán cho tương lai, thì nó cũng xứng đáng để được cứu xét.

3

Bây giờ, chúng ta hãy giả sử rằng sự gia tăng những mức lương bổng thì được theo sau bởi một sự gia tăng đầy đủ của tiền tệ và tín dụng để cho phép nó xảy ra mà không gây ra một tình trạng thất nghiệp trầm trọng. Nếu chúng ta giả sử rằng mối liên hệ giữa lương bổng và giá cả là một mối liên hệ "bình thường" lâu dài, thì một sự gia tăng bắt buộc của 30% trong mức lương bổng sẽ cuối cùng dẫn tới một sự gia tăng trong cùng một phần trăm của giá cả.

Cái niềm tin rằng sự gia tăng giá cả thì luôn luôn ít thấy hơn là một niềm tin dựa vào hai ngộ nhận. Ngộ nhận đầu tiên là chỉ nhìn vào phí tổn lao động trực tiếp của một kỹ nghệ đặc biệt và giả sử rằng nó bao gồm luôn tất cả các phí tổn khác. Nhưng đây chỉ là cái lỗi lầm cơ bản của việc cho rằng một phần thì cũng giống như là một tổng thể. Mỗi "nền kỹ nghệ" không những chỉ đại diện cho một bộ phận của một tiến trình sản xuất được cứu xét "theo chiều ngang"; mà còn là một bộ phận của một tiến trình sản xuất được cứu xét "theo chiều dọc".

Như vậy, cái phí tổn lao động trực tiếp của việc chế tạo những chiếc xe hơi tự động có thể ít hơn 1/3 phí tổn tổng cộng; và điều này có thể làm cho những người không cẩn thận sẽ kết luận rằng 30% sự gia tăng lương bổng sẽ dẫn tới chỉ một sự gia tăng của 10% hay ít hơn của giá xe tự động. Nhưng đây chỉ là một cái nhìn bỏ qua các phí tổn lương bổng không trực tiếp trong việc mua sắm các nguyên liệu và các bộ phận lắp ráp, trong các phí tổn chuyên chở, và các phí tổn để mua các dụng cụ mới hay hãng xưởng mới.

Chính phủ đã tính xấp xỉ rằng trong một thời kỳ của 15 năm, từ năm 1929 đến 1943, lương giờ và lương tháng ở Hoa Kỳ đã chiếm một trung bình là 69% của lợi tức quốc gia. Trong thời kỳ từ năm 1956 đến 1960, lương bổng chiếm trung bình 69% lợi tức của quốc gia, và từ năm 1972 đến năm 1976, lương giờ và lương tháng chiếm trung bình là 66% của lợi tức quốc gia. Khi tiền phụ cấp được cộng thêm vào tổng số tiền bồi thường thất nghiệp của công nhân thì lương bổng đã chiếm trung bình là vào khoảng 76% lợi tức quốc gia[9]. Những lương giờ và lương tháng này, dĩ nhiên là được trả ra từ các sản phẩm của nền sản xuất quốc gia. Trong khi có thể có hai sự khấu trừ cho hai yếu tố lương bổng trên, và những sự cộng thêm để bảo đảm một sự tính xấp xỉ công bằng cho lợi tức của lao động, dựa trên căn bản này, chúng ta cần ức đoán rằng phí tổn lao động không thể ít hơn 2/3 tổng số phí tổn sản xuất, và có thể vượt hơn 3/4 tổng số này. Nếu chúng ta lựa số liệu thấp hơn được tính theo hai ức đoán trên, và giả sử rằng những đơn vị lợi nhuận được tính theo giá trị Mỹ kim thì không thay đổi, thì chúng ta thấy rõ ràng rằng một sự gia tăng của 30% trong phí tổn lương bổng có nghĩa là một sự gia tăng của khoảng 20% trong giá cả hàng hóa.

Nhưng mà một sự gia tăng như thế có nghĩa là một đơn vị lợi nhuận Mỹ kim mà tượng trưng cho lợi tức của các nhà đầu tư, các quản lý, và các chủ nhân tự làm chủ lấy việc buôn bán của họ, thì chỉ bằng 84% của khả năng mua sắm. Tác dụng trường tồn của điều này sẽ là một sự đầu tư thật nhỏ bé và một nền kinh doanh thật nhỏ bé, với một sự chuyển tiếp các chủ nhân từ cái ngạch làm việc thấp của việc tự kinh doanh sang đến những ngạch cao hơn của những công nhân lãnh lương, cho đến khi những mối liên hệ cũ đã được phục hồi một cách đúng đắn. Nhưng đây chỉ là một cách khác để nói rằng một sự gia tăng 30% của lương bổng dưới những điều kiện đã được giả định ở trên sẽ, một cách kết quả, có nghĩa là một sự gia tăng của 30% trong giá cả của hàng hóa.

Cũng không cần kết luận rằng các công nhân lãnh lương sẽ không có lợi ích gì. Họ sẽ có một lợi tức tương đối và những phần tử khác trong dân số sẽ phải chịu đựng các lỗ lã trong suốt thời gian chuyển tiếp. Bởi vì sự thay đổi trong mối quan hệ giữa phí tổn và giá cả được suy nghĩ ở đây ít có thể xảy ra mà không mang lại một tình trạng thất nghiệp hay một nền sản xuất giảm thiểu ngõ hầu cho lao động có thể chiếm được một phần lớn hơn trong cái bánh nhân đang bị thu nhỏ lại trong suốt thời gian chuyển tiếp để điều chỉnh lại một sự quân bình mới.

4

Và điều này mang chúng ta đến một quan niệm mới, tổng quát, đó là sự quân bình kinh tế. Những lương bổng và giá cả quân bình là những lương bổng và giá cả mà làm cân bằng giữa cung cấp và nhu cầu. Nếu có một sự cố gắng để nâng giá cả lên trên mức trung bình, xuyên qua sự đàn áp của chính phủ hay là của tư nhân, thì nhu cầu bị giảm thiểu, và do đó, sản xuất cũng giảm thiểu. Nếu có một sự cố gắng để đẩy giá cả xuống thấp dưới mức trung bình, thì một sự giảm thiểu của lợi nhuận hay một sự xóa bỏ lợi nhuận sẽ có nghĩa là một sự giảm thiểu trong cung cấp và trong sản xuất. Do đó, bất cứ một sự cố gắng nào để mà bắt buộc giá cả tăng lên hay hạ xuống mức cân bằng cũng đều sẽ làm giảm đi số lượng sản xuất và số lượng công ăn việc làm bên dưới mức độ mà nếu không thì nó đã không giảm.

Để trở lại cái học thuyết mà cho rằng lao động phải lấy "đủ để mua lại các sản phẩm" thì mức sản xuất quốc gia đã không được tạo ra bởi việc lao động chế tạo một mình mà đã được tạo ra bởi tất cả mọi người – công chức, các chuyên gia, các nông gia, các giới chủ nhân, lớn hay nhỏ, các nhà đầu tư, các người buôn thực phẩm, các thợ xắt thịt, các chủ tiệm thuốc tây hay cây xăng – hay nói ngắn hơn là bởi những ai mà đã đóng góp vào việc sản xuất ra các sản phẩm đó.

Khi mà giá cả, lương bổng, và lợi nhuận xác định sự phân phối của sản phẩm, thì giá cả tốt nhất không phải là giá cả cao nhất, mà là những giá cả có thể khuyến khích một số lượng hàng hóa được sản xuất nhiều nhất, và có thể khuyến khích một số lượng hàng hóa bán ra nhiều nhất. Những mức lương bổng tốt nhất cho lao động không phải là những mức cao nhất, mà là những mức có thể cho phép một nền sản xuất đầy đủ nhất, tạo ra công ăn việc làm đầy đủ nhất, và những trương mục lương bổng cực đại nhất. Lợi nhuận tốt nhất, từ một quan điểm không phải chỉ thuộc về kỹ nghệ mà còn từ một quan điểm thuộc về lao động, là những lợi nhuận mà có thể khuyến khích nhiều người trở nên các chủ nhân điều khiển các nền kinh doanh mà có thể cung cấp nhiều công ăn việc làm hơn.

Nếu chúng ta cố gắng điều khiển một nền kinh tế mà có lợi chỉ cho một nhóm hay một giai cấp nào đó, chúng ta sẽ làm tổn thương và tàn phá những nhóm khác mà bao gồm luôn các phần tử của mọi giai cấp mà chúng ta đang cố gắng để tạo ra lợi ích cho nó. Chúng ta phải điều khiển một nền kinh tế cho mọi người.

CHƯƠNG 22
CHỨC VỤ CỦA LỢI NHUẬN

Nhiều người đã biểu lộ một sự giận dữ chính đáng khi đề cập đến hai chữ lợi nhuận; và điều này cho chúng ta thấy họ đã có một sự hiểu biết ít ỏi về chức vụ trọng yếu mà lợi nhuận đóng một vai trò trong nền kinh tế của chúng ta. Để tăng cường thêm cho sự hiểu biết này, chúng ta sẽ ôn lại, một lần nữa, một số các căn bản mà đã được trình bày trong chương 15 về hệ thống giá cả, nhưng lần này chúng ta sẽ khảo sát chúng từ một khía cạnh khác biệt.

Lợi nhuận thông thường không đóng một vai trò lớn trong nền kinh tế của chúng ta. Lợi nhuận thuần túy hậu trừ của nền kinh doanh công ty trong 15 năm, từ năm 1929 đến năm 1943, tính trung bình thì ít hơn 5% của tổng số lợi tức quốc gia. Lợi nhuận của các công ty, sau khi đã trừ thuế ra, trong 5 năm từ 1956 đến 1960, tính trung bình thì ít hơn 6% lợi tức quốc gia, và trong 5 năm từ 1971 đến 1975 tính trung bình cũng dưới 6% lợi tức của quốc gia[10]. Tuy thế, lợi nhuận là một hình thức thù nghịch của lương bổng. Trong khi có một danh từ là "kẻ đầu cơ" được dùng để đóng dấu vào những ai làm ra lợi nhuận một cách quá độ thì không có những danh từ như "kẻ lãnh lương" hay "kẻ thất bại". Tuy thế, lợi nhuận của một chủ tiệm hớt tóc trung bình có thể không những thấp hơn nhiều lương bổng của một tài tử phim xi-nê, hay quản lý của một công ty sắt thép, mà còn thấp hơn lương bổng trung bình của một công nhân có tay nghề.

Chủ đề này thì vẫn còn đang bị che lấp bởi những đám mây mù của đủ các quan niệm lầm lẫn. Tổng số lợi nhuận của hãng General Motors, một hiệp hội kỹ nghệ lớn nhất của thế giới, đã được tính toán chỉ như là một số liệu thông thường hơn là một số liệu phi thường. Chỉ có một số ít người thì hiểu biết về những sự xếp hạng chết người trong những vấn đề kinh doanh. Phần lớn họ thì không biết rằng *"Nếu những điều kiện kinh doanh có thể trung bình hóa những kinh nghiệm của các thắng lợi trong vòng 50 năm sau này, thì vào khoảng 7/10 các tiệm thực phẩm có thể hy vọng để ăn mừng sinh nhật lần thứ tư của nó"*. Phần lớn họ đã không biết rằng trong mỗi năm từ 1930 đến năm 1936, trong thống kê về thuế lợi tức, số công ty mà bị lỗ lã thì vượt quá số công ty có lợi nhuận.

Lợi nhuận trung bình là bao nhiêu? Câu hỏi này thì thông thường được trả lời bằng việc kể lại những số liệu mà tôi đã trình bày ở đầu chương này – rằng lợi nhuận trung bình của các công ty thì ít hơn 6% lợi tức của quốc gia – hay bằng cách chỉ cho thấy rằng những lợi nhuận trung bình sau khi đã trừ thuế lợi tức, của tất cả các hãng chế tạo thì ít hơn 5 xu cho mỗi Mỹ kim của giá bán. (Trong 5 năm từ những năm 1971 xuyên qua năm 1975, cho thí dụ, có một số liệu là 4,6 xu)[11]. Nhưng những số liệu này, mặc dù rơi xuống thấp hơn những ghi nhận phổ thông về các kích thước của lợi nhuận, chỉ áp dụng được đối với các công ty, thì được tính toán bằng các phương pháp kế toán thông thường. Không có những tính toán nào đáng tin cậy đã được làm mà có thể lập sổ sách được tất cả các hoạt động cho các kinh doanh cá nhân hay tập thể, kể cả những năm lời và những năm lỗ. Nhưng một số các kinh tế gia siêu quần thì tin tưởng rằng, xuyên qua một thời gian dài trong nhiều năm, sau khi những thù lao đã được trả cho các sự lỗ lã, cho một số lời tối thiểu trên vốn liếng đã được đầu tư, và cho một giá trị lương bổng hợp lý được quy trách cho sự phục vụ của các thương gia điều khiển các kinh doanh riêng của họ, thì không có một lợi nhuận nào được ghi nhận là còn lại, và rằng có thể có ngay cả một sự lỗ lã. Đây không phải là tại vì các thương gia là những người có lòng nhân từ cố ý, nhưng mà tại vì sự khách quan và lòng tự tin của họ thường dẫn dắt họ vào các cuộc phiêu lưu thất bại hay các cuộc phiêu lưu không thể thành công[D].

Có một điều rõ ràng rằng bất cứ một cá nhân nào mà đầu tư vốn liếng một cách mạo hiểm thì nhận không những là một sự nguy hiểm của việc không kiếm được một lợi phí nào, mà còn là một sự nguy hiểm của việc mất mát toàn thể số tiền cho vay. Trong quá khứ, thường thường là có một sự quyến rũ của một lợi nhuận lớn trong những kỹ nghệ hay những hãng xưởng đặc biệt nào đó mà đã dẫn họ đến việc đảm trách một sự liều mạng như thế. Nhưng nếu nói rằng lợi nhuận có một giới hạn chỉ đến một cực đại nào đó thôi, thí dụ như 10% hay một số tương tự như vậy, trong khi sự nguy hiểm của sự mất mát toàn thể vốn liếng vẫn còn tồn tại thì cái động cơ của lợi

---

(D) Cf. Frank H. Knight, *Mối Nguy Hiểm, Những Sự Không Vững Chắc Và Lợi Nhuận* (1921). Trong bất cứ chu kỳ nào mà đã có được những tích lũy vốn liếng thuần túy, thì có một sự đoán chừng mạnh mẽ rằng đã có một lợi nhuận thuần túy tổng quát từ các cuộc đầu tư trước đây.

nhuận là cái gì? Và cái động cơ của việc thuê mướn hay cái động cơ của sản xuất là cái gì? Sự đánh thuế thái quá của lợi nhuận trong đệ nhị thế chiến đã chứng tỏ cho thấy có một giới hạn như thế, ngay cả trong một chu kỳ ngắn.

Tuy thế, các chính sách của chính phủ ngày nay, hầu như ở khắp mọi nơi, có khuynh hướng để cho rằng việc sản xuất sẽ tiến bộ lên một cách tự động bất kể những gì mà có thể làm trì trệ nó. Một trong những nguy hiểm lớn nhất đối với thế giới sản xuất ngày nay vẫn là những chính sách sửa chữa giá cả của chính phủ. Những chính sách này không những mang hết món hàng này đến món hàng khác ra khỏi việc sản xuất bằng cách không để lại một động cơ nào cho việc sản xuất ra nó, mà những tác dụng của các chính sách này, trong trường tồn, là để ngăn cấm một sự quân bình trong sản xuất theo những nhu cầu thật sự của những người tiêu thụ. Khi nền kinh tế được tự do, nhu cầu thì đòi hỏi nhiều đến nỗi rằng một số các tiến trình kinh tế sản xuất hàng hóa mà đã được các viên chức chính phủ coi như là đã làm ra những lợi nhuận "quá độ", "bất hợp lý", hay ngay cả "tục tĩu". Nhưng cái dữ kiện chính đó không những chỉ làm cho mỗi xí nghiệp để bành trướng các sản phẩm của nó tới mức tột bậc, và để đầu tư các lợi nhuận của nó vào nhiều máy móc hơn và thuê mướn nhiều công nhân hơn; mà còn khêu gợi những nhà đầu tư mới và các chủ nhân mới từ khắp mọi nơi, cho đến khi việc sản xuất loại hàng hóa đó thì cực đủ để đáp ứng cho nhu cầu, và lợi nhuận của nó, một lần nữa rơi xuống mức độ trung bình tổng quát.

Một nền kinh tế tự do, mà trong đó, lương bổng, phí tổn, và giá cả còn thừa lại cho một thị trường cạnh tranh, thì triển vọng của lợi nhuận sẽ quyết định những loại hàng hóa nào để sản xuất, và số lượng gì để sản xuất – và loại hàng hóa nào thì sẽ không còn được tiếp tục để sản xuất nữa. Nếu không có lợi nhuận trong việc chế tạo một loại hàng hóa, thì đó là một dấu hiệu cho thấy rằng lao động và vốn liếng mà đã được đầu tư vào nó thì đang bị điều khiển một cách sai lạc. Cái giá trị của những nguồn nguyên liệu mà phải được sử dụng hết trong việc chế tạo ra hàng hóa đó thì lớn hơn cái giá trị của chính loại hàng hóa đó.

Nói tóm lại, một chức vụ của lợi nhuận là để dẫn dắt và thành lập một hướng đi cho những yếu tố của tiến trình sản xuất ngõ hầu để phân phối một cách tương đối các thành phẩm của hàng ngàn loại hàng hóa khác nhau theo sự đòi hỏi của nhu cầu. Không có bất cứ một quan lại hay một sở chính phủ nào, bất kể là thông thái như thế nào, mà có thể giải quyết vấn đề này một cách tùy tiện được. Giá cả tự do và lợi nhuận tự do sẽ cực đại hóa sự sản xuất và sẽ giải trừ các nạn khan hiếm nhanh chóng hơn bất cứ một hệ thống nào khác. Những sự sửa chữa giá cả tùy tiện và những lợi nhuận bị giới hạn một cách tùy tiện chỉ có thể kéo dài nạn khan hiếm, và làm giảm việc sản xuất và việc thuê mướn.

Cuối cùng, chức vụ của lợi nhuận là để thiết lập một áp lực không có gia hạn và bất biến trên người điều hành nền kinh doanh cạnh tranh để dẫn dắt các hiệu lực kinh tế đi xa hơn, không kể nó đang ở vào chu kỳ nào. Trong những chu kỳ hưng thịnh, người thương gia làm như vậy để gia tăng lợi nhuận, trong những chu kỳ bình thường, ông ta làm như vậy để giữ vững chức vụ điều khiển doanh nghiệp của ông ta, và trong những chu kỳ sa sút, ông ta làm như vậy để được tồn tại. Bởi vì lợi nhuận có thể không những chỉ trở thành một con số không, mà nó còn có thể trở nên lỗ lã một cách nhanh chóng; và người thương giá phải tiến thêm nhiều nỗ lực hơn nữa để cứu vãn chính ông ta khỏi sự thất bại hơn là ông ta chỉ biết cải tiến vị trí của chính mình.

Ngược lại với một ấn tượng phổ thông, lợi nhuận được làm ra không những chỉ bởi việc gia tăng giá cả, mà còn bởi việc gây ra những hiệu lực kinh tế mà có thể làm giảm những phí tổn sản xuất. Thông thường thì cái sự kiện mà mỗi hãng xưởng trong một nền kỹ nghệ thu được lợi nhuận thì ít khi xảy ra. Giá cả tạo thành bởi tất cả các hãng xưởng cho cùng một loại hàng hóa, hay dịch vụ phải bằng nhau; những ai mà đặt ra một giá cả cao hơn sẽ không thu hút được khách mua hàng. Do đó, những hãng xưởng mà có các phí tổn sản xuất thấp sẽ đạt được những lợi nhuận cực đại. Những lợi nhuận này sẽ bành trướng qua các chi phí của những hãng xưởng không có hiệu lực trong sản xuất với các phí tổn cao. Như vậy quần chúng và người tiêu thụ thì được phục vụ tốt.

Nói tóm lại, lợi nhuận là những sự liên quan giữa phí tổn và giá cả, lợi nhuận không những chỉ cho chúng ta biết loại hàng hóa nào thì thuận tiện hơn để sản xuất, mà còn chỉ cho chúng ta biết những phương pháp kinh tế nào hay nhất để làm ra chúng. Những câu hỏi này phải được giải đáp bởi một hệ thống chủ nghĩa xã hội hay bởi một hệ thống chủ nghĩa tư bản; và chúng có thể được giải đáp bởi bất cứ một hệ thống kinh tế nào; và cho một kiện mà đang đè bẹp của những hàng hóa và các dịch vụ mà phải được sản xuất, những câu trả lời được cung cấp bởi lợi nhuận và lỗ lã trong một nền kinh doanh tự do cạnh tranh thì siêu đẳng, một cách so sánh, hơn là những câu trả lời mà được cung cấp bởi một phương pháp nào khác.

Tôi đã và đang nhấn mạnh vào cái khuynh hướng để làm giảm thiểu phí tổn sản xuất bởi vì đây là cái chức vụ của lợi nhuận và lỗ lã mà có thể được coi như là ít được hoan nghênh nhất. Những lợi nhuận tốt hơn, dĩ nhiên thuộc về những chủ nhân mà có thể làm một cái bẫy cáo tốt hơn những láng giềng của ông ta, cũng như những lợi nhuận sẽ thuộc về những chủ nhân mà có thể làm ra một cái bẫy chuột có hiệu lực hơn. Chức vụ của lợi nhuận trong việc ban thưởng và khuyến khích các hàng hóa có chất lượng và các hàng hóa cải tiến thì luôn luôn được hoan nghênh.

CHƯƠNG 23
ẢO ẢNH CỦA NẠN LẠM PHÁT

Tôi thấy có một sự cần thiết để cảnh cáo các độc giả thỉnh thoảng rằng một chính sách nào đó sẽ gây ra một kết quả nào đó đi liền theo sau *"với điều kiện rằng không có một nạn lạm phát"*. Trong những chương về các đề án công cộng và tín dụng, tôi đã nói rằng những cứu xét về các vấn đề phức tạp gây ra bởi nạn lạm phát phải được hoãn lại. Nhưng các chính sách tiền tệ đã hình thành những liên hệ quá thân mật, và đôi khi không gỡ mối được, một phần của các tiến trình kinh tế mà không thể hoãn lại được, và trong những chương về các tác dụng của các chính sách lương bổng của công đoàn và của chính phủ, lợi nhuận và sản xuất, một số tác dụng của các chính sách tiền tệ khác nhau thì phải được cứu xét một cách ngay tức khắc.

Trước khi chúng ta cứu xét nạn lạm phát sẽ gây ra các kết quả gì ở trong một trường hợp đặc biệt, chúng ta nên cứu xét những kết quả gì mà nó có thể gây ra trong một trường hợp tổng quát. Ngay cả trước khi làm như vậy, chúng ta thường có ước muốn để hỏi rằng tại sao nạn lạm phát đã hay tái phát một cách đều đặn, tại sao nó là một sự triệu tập phổ thông thái cổ, và tại sao cái âm nhạc điếc tai của nó đã từng mang hết quốc gia này đến quốc gia khác tiến đến một sự tàn phá của nền kinh tế.

Cái lỗi lầm thấy rõ nhất, cổ xưa nhất, và bướng bỉnh nhất mà nó triệu tập một nạn lạm phát là sự lẫn lộn giữa "tiền bạc" và sự giàu có. *"Rằng sự giàu có bao gồm tiền tệ, hay vàng và bạc"*, như nhà kinh tế học Adam Smith đã viết cách đây hai thế kỷ *"là một hiện tượng phổ thông mà nó mọc ra một cách tự nhiên từ cái chức vụ lưỡng thể của tiền tệ như là một dụng cụ thương mãi và cũng như là một mức đo lường của giá trị... Để trở nên giàu có là để trở nên có tiền, và sự giàu có về tiền bạc, nói tóm lại là một ngôn ngữ chung, được coi là đồng nghĩa trong mọi khía cạnh"*.

Sự giàu có thật sự, dĩ nhiên, bao gồm cả những gì được sản xuất và tiêu thụ: thực phẩm mà chúng ta ăn, quần áo mà chúng ta mặc, nhà cửa mà chúng ta ở. Nó là những con đường rầy xe lửa, những con đường xe hơi chạy và những xe tự động; máy bay, tàu thủy và nhà máy; trường học, nhà thờ và các rạp hát; đàn dương cầm, tranh họa và sách vở. Tuy thế, những sự hàm hồ truyền khẩu mà làm lẫn lộn giữa tiền tệ và sự giàu có, và ngay cả những ai mà nhận thấy sự lẫn lộn đó thì rất có quyền lực và sẽ tuột xuống trở lại vào trong cái lý luận của họ. Mỗi người nghĩ rằng nếu hắn ta có tiền một cách cá nhân, hắn ta có thể mua nhiều thứ từ những người khác. Nếu hắn ta có nhiều tiền hơn gấp đôi, hắn ta có thể mua gấp đôi nhiều thứ; nếu hắn ta có tiền nhiều hơn gấp ba lần thì hắn ta có "giá trị" cũng gấp ba lần. Và có nhiều kết luận dường như rõ ràng rằng nếu chính phủ, một cách đơn giản, phát hành nhiều tiền hơn và phân phối nó cho tất cả mọi người, chúng ta sẽ trở nên giàu có cũng nhiều như vậy.

Đây là những nhà lạm phát ngây thơ nhất. Cũng có một nhóm người thứ nhì, ít ngây thơ hơn, đó là những kẻ nhận thấy rằng nếu mọi thứ thì dễ dàng như vậy thì chính phủ có thể giải quyết được tất cả mọi vấn đề khó khăn của chúng ta bằng một cách đơn giản là in ra thêm tiền. Họ cảm thấy rằng phải có một sự nhận bắt lấy tiền ở đâu đó; vì vậy họ giới hạn, trong một vài cách, số tiền phụ thêm mà chính phủ phải in. Họ sẽ phải in thêm chỉ đủ để bù đắp vào "sự thiếu hụt", hay các "lỗ hổng" ở đâu đó.

Họ nghĩ, khả năng mua sắm thì thiếu hụt một cách trường kỳ bởi kỹ nghệ thì không phân phối đủ tiền cho các nhà sản xuất để giúp họ mua lại các sản phẩm đã được chế tạo như là những khách hàng. Có một sự "rỉ nước" ở đâu đó. Một nhóm người "chứng minh" nó bằng những đẳng thức toán học. Trong một vế của đẳng thức này, họ đếm chỉ có một món hàng trong một lần; trên vế kia, họ đếm đi đếm lại một cách vô ý thức cũng cùng một món hàng. Điều này gây ra một lỗ hổng báo động giữa cái gì mà họ gọi là *"những chi phí của A"* và cái gì mà họ gọi là *"những chi phí của A + B"*. Như thế, họ đã tìm thấy có một sự di chuyển, được đặt trên các đồng phục xanh, và đòi hỏi chính phủ phải phát hành thêm tiền hay "tín dụng" để giúp cho những chi phí của B.

Những sứ đồ sống sượng của "tín dụng xã hội" thì dường như là đáng tức cười; nhưng có vô số các trường phái của những nhà lạm phát lõi đời hơn một chút, những người mà có các kế hoạch "khoa học" là để phát hành chỉ thêm đủ tiền hay tín dụng để lấp đầy những sự thiếu hụt hay các lỗ hổng có chu kỳ hay trường kỳ mà họ đã tính toán ra bằng một cách khác.

2

Những nhà lạm phát có ý thức hơn thì nhận thấy rằng bất cứ những sự gia tăng phong phú nào trong số lượng tiền tệ cũng sẽ làm giảm thiểu khả năng mua sắm của mỗi đơn vị tiền tệ cho mỗi cá nhân – hay nói một cách khác rằng nó sẽ dẫn đến một sự gia tăng trong giá cả của hàng hóa. Nhưng chuyện này không làm họ bực mình. Ngược lại, tại sao họ muốn có một nạn lạm phát là một sự chính xác. Một số người của họ cãi lý rằng kết quả này sẽ làm cải tiến vị trí của những người thiếu nợ nghèo nàn so sánh với các nhà cho vay tín dụng giàu có. Một số khác thì nghĩ rằng nó sẽ kích thích những vụ xuất cảng và làm giảm bớt các vụ nhập cảng. Cũng có những người khác nghĩ rằng nó là một sự đo lường của tình trạng sa sút để mà "bắt một nền kỹ nghệ đi nữa", và để đạt được "một sự thuê mướn đầy đủ".

Có vô số các lý thuyết quan tâm đến các phương cách để làm gia tăng số lượng tiền tệ (luôn cả tín dụng ngân hàng) để làm ảnh hưởng đến giá cả. Trên một mặt, như chúng ta đã vừa trông thấy, là những người tưởng tượng rằng số lượng tiền tệ có thể được gia tăng lên gần như là bất kỳ một số lượng nào mà vẫn không ảnh hưởng đến giá cả. Họ chỉ thấy rằng sự gia tăng tiền bạc này là một phương tiện để gia tăng "khả năng mua sắm" của mọi người trong một cách thức mà có thể giúp cho mọi người để mua được nhiều hàng hóa hơn trước đây. Một là họ không bao giờ ngưng nhắc nhở chính họ rằng mọi người, một cách tập hợp, không thể mua nhiều gấp đôi hàng hóa trước đây trừ khi có gấp đôi lượng hàng hóa được sản xuất, hai là họ tưởng tượng rằng cách duy nhất mà để giữ xuống một sự gia tăng quá lớn trong sản xuất thì không phải là sự khan hiếm nhân lực mà chỉ là một sự khan hiếm của nhu cầu tiền bạc: (Họ giả sử, nếu con người muốn hàng hóa và có tiền để mua hàng hóa, hàng hóa sẽ hầu như là được làm ra một cách tự động).

Trên một mặt khác, có một nhóm người, bao gồm cả một số các kinh tế gia siêu quần – mà họ nắm giữ được một lý thuyết cơ học cứng cỏi về tác dụng của sự cung cấp tiền tệ trên giá cả của hàng hóa. Đo đó, cái giá trị của tổng số lượng của tiền tệ được nhân lên bởi "cái vận tốc vận chuyển" của nó phải luôn luôn cân bằng với cái giá trị của tổng số lượng hàng hóa được mua vào. Do đó, một cách xa hơn (giả sử không có sự thay đổi trong vận tốc vận chuyển), cái giá trị của một đơn vị tiền tệ phải thay đổi một cách chính xác và ngược lại với số lượng được mang vào trong sự vận chuyển. Làm bội tăng số lượng tiền tệ hay tín dụng ngân hàng, là chúng ta làm bội tăng một cách chính xác "mức giá cả"; làm tăng gấp ba nó, là chúng ta làm tăng gấp ba mức giá cả. Nói tóm lại, nếu ta nhân số lượng tiền tệ lên n lần, chúng ta phải nhân giá cả hàng hóa lên n lần.

Không có đủ chỗ ở đây để mà giải thích tất cả các ngộ nhận trong bức tranh hợp lẽ này[E]. Thay vào đó, chúng ta sẽ cố gắng để nhận thấy chỉ tại sao và làm thế nào mà một sự gia tăng trong tiền tệ có thể làm tăng giá cả hàng hóa.

Một sự gia tăng tiền tệ xảy ra trong một cách thức đặc biệt. Chúng ta hãy nói rằng nó xảy ra bởi vì chính phủ đã làm những sự tiêu xài ra khỏi các thặng dư thuế

(E) Những độc giả nào quan tâm đến một sự phân tích những ngộ nhận này, nên đọc cuốn *Giá Trị Tiền Tệ* của B. M. Anderson (1917, tái bản năm 1936); *Lý Thuyết Tiền Tệ Và Tín Dụng* của Ludwig Von Mises (xuất bản bằng tiếng Anh, 1935, 1953); hay *Sự Khủng Hoảng Của Nạn Lạm Phát Và Làm Thế Nào Để Giải Quyết Nó* được viết bởi chính nhà văn hiện tại (Nhà xuất bản Arlington House, New Rochelle, NY, 1978).

má (hay ra khỏi các lợi nhuận từ việc buôn bán các công khố phiếu được trả bởi những trương mục của những người mua công khố phiếu) lớn hơn là họ có thể hay họ muốn. Giả sử, cho thí dụ, rằng chính phủ đã in thêm tiền để trả cho các nhà thầu chiến tranh, thì cái tác dụng đầu tiên của những sự tiêu xài này sẽ là để nâng giá cả của các dụng cụ được dùng trong chiến tranh và để bỏ thêm tiền vào trong những bàn tay của các nhà thầu chiến tranh và công nhân của họ. (Như là đã được đề cập trong chương sửa chữa giá cả, để đơn giản hóa, chúng ta đã hoãn lại việc giải thích các tác dụng phức tạp của một nạn lạm phát, vì vậy trong sự khảo sát nạn lạm phát này, chúng ta có thể bỏ qua những kết quả phức tạp gây ra bởi việc sửa chữa giá cả của chính phủ. Khi những phức tạp này được cứu xét, chúng ta sẽ tìm thấy rằng chúng nó thì không thay đổi sự phân tích chính. Chúng nó chỉ dẫn đến một loại dự trữ phòng hờ hay một sự lạm phát "được ngăn lại" mà có thể làm giảm bớt hay giấu đi một số những kết quả sớm hơn ở chi phí của việc làm tệ đi các kết quả trễ hơn.

Những nhà thầu chiến tranh và các công nhân của nó thì sẽ có nhiều lợi tức tiền bạc hơn. Họ sẽ sử dụng tiền bạc này cho những hàng hóa và những dịch vụ đặc biệt mà họ muốn. Những người bán những sản phẩm và những dịch vụ đặc biệt này sẽ có khả năng để gia tăng giá cả của họ bởi vì có sự gia tăng của nhu cầu cho hàng hóa này.

Chúng ta hãy gọi các nhà thầu chiến tranh và các công nhân của họ là nhóm A, và những người mà đang bán những hàng hóa và các dịch vụ của họ một cách trực tiếp cho các nhà thầu này là nhóm B. Nhóm B, như là một kết quả của những sự buôn bán lớn hơn và giá cả lớn hơn, bây giờ sẽ tới phiên họ để mua thêm hàng hóa và các dịch vụ từ một nhóm khác, đó là nhóm C. Thay phiên như vậy, nhóm C sẽ có khả năng để gia tăng giá cả của nó và sẽ có nhiều lợi tức hơn để tiêu xài vào nhóm D, và tiếp tục như vậy, cho đến khi sự gia tăng trong giá cả và lợi tức tiền tệ đã bao gồm cả nguyên một quốc gia. Khi cái tiến trình này đã chấm dứt, hầu như là hầu hết mọi người sẽ có một lợi tức cao hơn được đo lường theo giá trị của tiền tệ. Nhưng (giả sử rằng việc sản xuất hàng hóa và các dịch vụ đã không gia tăng) giá cả của hàng hóa và các dịch vụ đã gia tăng một cách tương ứng thì quốc gia cũng sẽ không có giàu hơn là như trước đây.

Tuy nhiên, điều này không có nghĩa là sự giàu có tương đối hay tuyệt đối; và lợi tức sẽ duy trì giống nhau như trước đây. Ngược lại, tiến trình của nạn lạm phát thì chắc chắn là sẽ ảnh hưởng đến tài sản của một nhóm người một cách khác biệt với tài sản của một nhóm người khác. Những nhóm đầu tiên mà nhận thêm tiền bạc sẽ được lợi nhiều nhất. Cho thí dụ, lợi tức tiền tệ của nhóm A đã gia tăng trước khi giá cả gia tăng, ngõ hầu cho họ có thể mua hầu như là một sự gia tăng tỷ lệ các hàng hóa. Những lợi tức tiền tệ của nhóm B sẽ tăng lên trễ hơn sau khi giá cả đã gia tăng một ít; nhưng nhóm B thì không có lợi tính theo phương diện hàng hóa. Trong khi đó, những nhóm mà vẫn chưa có thêm trong lợi tức tiền tệ sẽ nhận thấy rằng họ bị cưỡng bách để trả những giá cao hơn cho những hàng hóa mà họ mua, có nghĩa rằng họ thì bị bắt buộc để làm quen với một tiêu chuẩn sống thấp hơn trước đây.

Chúng ta có thể lọc cho trong cái tiến trình này bằng một tập hợp những giả thuyết các số liệu. Giả sử chúng ta chia một cách tùy ý cộng đồng ra thành 4 nhóm của những nhà sản xuất A, B, C và D mà họ lấy được những lợi ích về lợi tức tiền tệ của nạn lạm phát trong thứ tự đó. Thì khi lợi tức tiền tệ của nhóm A đã gia tăng 30% rồi, giá cả của hàng hóa mà họ mua thì chưa có gia tăng gì hết. Trước khi mà lợi tức tiền tệ của nhóm B đã gia tăng 20%, giá cả đã gia tăng một cách trung bình chỉ có 10%. Khi lợi tức tiền tệ của nhóm C đã gia tăng chỉ 10% thì giá cả đã gia tăng lên đến 15%. Và khi lợi tức tiền tệ của nhóm D đã chưa có gia tăng gì hết, giá cả trung bình mà họ phải trả cho những thứ họ mua đã gia tăng đến 20%. Nói một cách khác, lợi ích của nhóm đầu tiên của các nhà sản xuất từ nạn lạm phát thì cần thiết ở những chi phí của sự lỗ lã mà những nhóm sau cùng phải chịu đựng như là những khách hàng và cũng như là những nhà sản xuất mà có thể tăng giá cả và lương bổng của họ.

Nếu nạn lạm phát được ngăn chặn lại sau một vài năm, thì kết quả cuối cùng sẽ là một sự gia tăng trung bình của khoảng 25% trong lợi tức tiền tệ, và cùng một sự gia tăng trung bình trong giá cả của cùng một số lượng mà cả hai đã được phân phối trong toàn thể mọi nhóm. Nhưng điều này sẽ không bãi bỏ những lợi lộc và những lỗ lã trong thời kỳ chuyển tiếp. Cho thí dụ, nhóm D, mặc dù lợi tức và giá cả của nó cuối cùng đã tăng lên được 25%, sẽ có đủ khả năng để mua chỉ một số hàng hóa và dịch vụ trước khi có một sự lạm phát mới bắt đầu. Nó sẽ không bao giờ có thể đền bù cho tất cả các lỗ lã của nó trong thời gian mà lợi tức và giá cả của nó được nâng lên gì hết, dù nó đã phải trả lên đến 30% nhiều hơn cho hàng hóa và các dịch vụ mà nó đã mua từ các nhóm sản xuất khác trong cộng đồng như A, B, C.

3

Như vậy, nạn lạm phát trở thành một thí dụ trung tâm của bài học của chúng ta. Thật vậy, nó có thể mang lại lợi ích trong một thời gian ngắn cho một nhóm người, nhưng chỉ với điều kiện là ở phí tổn của những nhóm người khác. Và trong một thời gian dài, nó mang lại những kết quả tai hại cho toàn thể cộng đồng. Ngay cả một nạn lạm phát tương đối dịu cũng làm vặn vẹo cấu trúc sản xuất. Nó dẫn đến sự bành trướng quá độ của một số các kỹ nghệ ở chi phí của các kỹ nghệ khác. Điều này bao gồm một sự ứng dụng sai và một sự phung phí của vốn liếng. Khi lạm phát sụp đổ, hay nó bị ngăn cặn lại thì sự đầu tư vốn liếng sai lạc đó – bất kể nó ở trong hình thức của máy móc, hãng xưởng hay bất động sản – không thể mang lại lợi nhuận đầy đủ, mà còn làm mất đi một phần lớn giá trị của lợi nhuận.

Chúng ta không thể mang nạn lạm phát tới một kết thúc êm dịu và nhẹ nhàng và để phòng tránh một sự sa sút tiếp theo sau. Một nạn lạm phát thì không thể được ngăn chặn lại một khi nó đã được bắt tay vào, ở một số quan điểm thành kiến, hay khi mà giá cả đã đạt được một mức độ đã được ưng thuận trước; tại vì cả hai lực lượng kinh tế và chính trị sẽ không thể kiểm soát được. Chúng ta không thể cải lý cho sự gia tăng 25% trước trong giá cả bằng lạm phát mà không có một sự bằng lòng rằng cái lý luận thì tốt gấp đôi cho một sự gia tăng trước của 50% và rồi thì nó cũng tốt gấp bốn lần cho một sự gia tăng trước của 100%. Những nhóm áp lực chính trị mà có lợi từ nạn lạm phát sẽ van nài cho sự tiếp tục của nó.

Hơn nữa, giá trị của tiền tệ dưới nạn lạm phát cũng không thể kiểm soát được. Vì như chúng ta đã thấy, nguyên nhân gây ra nó không phải chỉ là một nguyên nhân cơ học. Cho thí dụ, chúng ta không thể nói trước rằng một sự gia tăng 100% trong số lượng tiền tệ có nghĩa là 50% của sự giảm bớt trong giá trị của một đơn vị tiền tệ. Giá trị của tiền tệ, như chúng ta đã thấy, tùy thuộc vào những sự đánh giá chủ quan của những người nắm giữ nó. Và những sự đánh giá chủ quan đó không tùy thuộc vào chỉ số lượng tiền bạc mà một người có. Chúng phụ thuộc vào phẩm chất của tiền bạc. Trong thời gian chiến tranh, giá trị của một đơn vị tiền tệ của một quốc gia, không dựa trên tiêu chuẩn vàng, sẽ tăng lên theo thị trường trao đổi, không kể những thay đổi trong số lượng của nó. Cái giá trị hiện tại của tiền tệ sẽ phụ thuộc vào cái số lượng tiền bạc tương lai mà người ta muốn là bao nhiêu. Và khi có sự trao đổi của hàng hóa đầu cơ, giá trị tiền tệ của mỗi cá nhân thì chịu ảnh hưởng không những bởi sự suy nghĩ của hắn ta về giá trị của tiền bạc của hắn ta mà còn bởi sự suy nghĩ của hắn ta về giá trị tiền bạc của những người khác.

Tất cả những điều này giải thích tại sao một nạn lạm phát cao một khi đã xảy ra thì giá trị của đơn vị tiền tệ giảm xuống một cách nhanh chóng hơn là cái số lượng tiền tệ mà được gia tăng. Khi nó đã tiến đến trạng thái này thì sự tàn phá của nó hầu như là đã hoàn tất, và cái kết quả của chiêu bài là một sự phá sản.

4

Tuy thế, sự sùng bái một nạn lạm phát không bao giờ chết. Không có một quốc gia nào dường như là có thể có lợi trong kinh nghiệm của một nạn lạm phát nữa và không có một bài học nào có thể chừa nó ra được. Bởi vì bản chất tự nhiên của một nạn lạm phát là để sinh sản ra hàng ngàn các ảo tưởng.

Sự biện hộ trường tồn nhất được đưa ra cho một nạn lạm phát là: nó sẽ *"làm cho chiếc bánh xe công nghiệp tiếp tục quay"* và là: nó sẽ cứu chúng ta ra khỏi những sự mất mát không thể kiếm lại được của tình trạng tắc nghẽn và trống trải, và mang lại "một sự thuê mướn đầy đủ". Sự biện hộ này ở trong cái hình thức sống sượng của nó bắt nguồn từ một sự nhầm lẫn thái cổ giữa tiền bạc và sự giàu có. Nó giả sử rằng "một khả năng mua sắm" mới đang được mang đến, và rằng những tác dụng của khả năng mua sắm này sẽ tự nhân lên nhiều lần hơn trong một địa bàn rộng lớn giống như là những làn sóng lan rộng được tạo ra bởi một viên đá bị ném vào trong cái hố nước.

Tuy nhiên, như cúng ta đã biết, cái khả năng mua sắm thật sự của hàng hóa bao gồm những hàng hóa. Nó không thể được gia tăng một cách tài tình bởi việc chỉ in thêm nhiều tờ giấy được gọi là Mỹ kim hơn. Một cách nguyên tắc thì những gì xảy ra trong một nền kinh tế trao đổi là: hàng hóa mà A chế tạo thì được dùng để đổi lấy hàng hóa mà B chế tạo[F].

Nạn lạm phát có thể làm thay đổi những mối quan hệ giữa giá cả và phí tổn. Sự thay đổi quan trọng nhất mà nó đã vẽ biểu đã gây ra là: việc gia tăng giá cả hàng hóa có liên quan đến mức lương bổng, phục hồi lại những lợi nhuận của nền kinh doanh, và để khuyến khích một sự

(F) Cf. John Stuart Mill, *Các Nguyên Tắc Của Môn Kinh Tế Chính Trị* (Tập 3, Chương 14, Phần 2); Alfred Marshall, *Các Nguyên Tắc Kinh Tế Học* (Quyển 4, Chương 13, đoạn 10); Benjamin F. Anderson, một sự bài bác các cuộc tấn công của Keynes vào học thuyết Tổng Hợp Cung Cấp Tạo Ra Tổng Hợp Nhu Cầu, trong tác phẩm *Sự Thịnh Vượng Của Tài Chính Hoa Kỳ* qua các cuộc thảo luận của các kinh tế gia.

tiếp tục lại việc sản xuất các sản phẩm ở tại những thời điểm mà các nguồn nguyên liệu thì chưa được sử dụng bằng cách phục hồi lại mối liên hệ giữa giá cả và phí tổn sản xuất.

Chúng ta có thể làm cho rõ ràng hơn rằng mối liên hệ này có thể được mang lại một cách trực tiếp và thành thật hơn bởi việc giảm thiểu mức lương bổng. Nhưng các nhà làm đề án ngụy biện hơn của nạn lạm phát thì tin rằng chuyện này không có thể làm được một cách chính trị. Đôi khi họ đi xa hơn, và cho rằng các dự án để làm giảm thiểu mức lương bổng ngõ hầu để làm giảm thiểu tình trạng thất nghiệp trong bất cứ trường hợp nào cũng đều là "phản lao động". Nhưng những gì mà họ làm bằng cách giảm mức lương bổng thật qua việc gia tăng giá cả cũng đều là một sự lường gạt lao động.

Họ đã quên rằng lao động chính nó đã trở nên rất khôn ngoan, họ đã quên rằng các công đoàn lớn mướn các kinh tế gia lao động là những người hiểu biết về hệ thống chỉ số lao động; và họ đã quên rằng lao động thì không thể bị lừa gạt được. Các chính sách dưới các điều kiện này dường như không thể đạt được những mục đích kinh tế hay chính trị nào cả. Bởi vì những công đoàn có quyền lực nhiều nhất là những công đoàn mà mức lương bổng của nó thì cần được sửa lại nhiều nhất, và họ sẽ đòi hỏi rằng mức lương bổng của họ phải được tăng, ít nhất, theo một tỷ lệ tương ứng với bất cứ một sự gia tăng nào trong chỉ số phí tổn sinh sống. Cái mối liên hệ không thích ứng giữa giá cả và mức lương bổng sẽ duy trì nếu sự đòi hỏi của các công đoàn lao động chiến thắng. Cấu trúc của lương bổng, thật ra, có thể bị làm cho sai lạc nhiều hơn, bởi vì cái tập hợp vĩ đại của công nhân không được công đoàn hóa, mà lương bổng của họ thì luôn luôn vững chắc ngay cả trước khi nạn lạm phát, sẽ bị phạt nhiều hơn trong suốt thời gian chuyển tiếp trước khi giá cả gia tăng.

5

Nói tóm lại, những nhà biện hộ lỗi đời hơn của nạn lạm phát thì xảo quyệt. Họ đã không trình bày trường hợp của họ với một sự vô tư hoàn toàn và họ kết thúc nó bởi việc lường gạt cả chính họ. Giống như những nhà lạm phát ngây thơ khác, họ bắt đầu nói về tiền giấy, như thể nó là một hình thức tượng trưng cho sự giàu có, mà có thể được tạo ra bất cứ lúc nào như ý họ muốn bằng phương pháp ấn hành của một nhà máy in. Họ còn thảo luận một cách nghi thức cái gọi là "cách làm bội tăng" mà qua đó mỗi Mỹ kim được in ra và xài bởi chính phủ thì, một cách ảo thuật, trở nên tương đương với nhiều Mỹ kim của sự gia tăng của sự giàu có.

Nói tóm lại, họ làm xao lãng đi mối quan tâm của quần chúng và của chính họ khỏi nạn lạm phát đang hoành hành. Bởi vì bất cứ lúc nào thì cái nguyên nhân chính của nạn lạm phát cũng đến từ việc điều chỉnh cái cấu trúc của lương bổng – phí tổn – giá cả; đó là việc điều chỉnh sai lầm giữa lương bổng và giá cả, giữa giá cả của nguyên liệu và giá cả của thành phẩm, hay là việc điều chỉnh sai lầm giữa một giá cả hàng hóa này và một giá cả hàng hóa khác hay giữa các lương bổng với nhau. Ở tại một số thời điểm nào đó, những điều chỉnh sai lạc này đã làm tiêu hủy động cơ sản xuất, hay đã làm cho việc sản xuất không thể tiếp tục được nữa; và xuyên qua sự tự lập hữu cơ của nền kinh tế trao đổi, một sự sa sút bắt đầu lan rộng. Việc sản xuất đầy đủ và thuê mướn đầy đủ sẽ không bắt đầu trở lại cho đến khi nào mà sự điều chỉnh sai lầm đó đã được sửa lại.

Đôi khi, người ta có thể để cho nạn lạm phát tự sửa chữa lấy sự sai lầm này; nhưng đó là một phương pháp nhức đầu và nguy hiểm. Tại vì nó sửa chữa các sai lầm của nó bằng những ảo tưởng chớ không phải sửa sai lầm của nó một cách thành thật và cởi mở. Thật vậy, nạn lạm phát quăng ra một tấm voan mỏng của các ảo ảnh lên trên mỗi tiến trình kinh tế. Nó làm cho hầu hết mọi người bị nhầm lẫn và bị đánh lừa, bao gồm cả những người đang gánh chịu các ảnh hưởng của nó. Chúng ta thì đã quá quen thuộc đến việc đo lường các lợi tức và sự giàu có của chúng ta theo giá trị của tiền bạc, và cái thói quen tinh thần này mạnh mẽ đến nỗi rằng các nhà kinh tế và các nhà thống kê khó có thể mà dẹp tan thói quen đó. Bởi vì không phải dễ dàng để mà nhận ngay ra những mối quan hệ theo ý nghĩa từ ngữ của hàng hóa thật và giàu có thật. Ai trong chúng ta mà lại không cảm thấy giàu hơn và có nhiều sản phẩm hơn khi người ta bảo là lợi tức của quốc gia đã tăng lên gấp đôi (theo từ ngữ đồng đô la, dĩ nhiên) so sánh với thời gian trước khi có nạn lạm phát? Ngay cả một thâu ngân viên với lương bổng là 75 đồng một tuần và bây giờ được tăng lên 125 đồng một tuần cũng nghĩ rằng hắn ta đang giàu hơn, mặc dù phí tổn sinh sống của hắn ta thì đang tăng cao gấp đôi khi hắn ta lãnh được 125 đồng. Dĩ nhiên hắn ta không mù quáng đối với sự gia tăng phí tổn sinh sống, nhưng hắn ta cũng không nhận biết được hắn ta đang ở đâu nếu phí tổn sinh sống đã không tăng và lương của hắn ta thì bị giảm làm cho khả năng mua sắm của hắn ta cũng giảm giống như bây giờ mặc kệ cho đồng lương có gia tăng vì giá cả cũng tăng. Nạn lạm phát là một ý kiến tự động, một sự thôi miên, một liều thuốc tê làm giảm cơn đau đớn của bệnh nhân khi bị mổ xẻ. Nạn lạm phát cũng là một loại thuốc phiện làm cho con người ta trở nên nghiện ngập nó.

6

Nạn lạm phát có một chức vụ chính trị, tại vì nạn lạm phát làm hỗn loạn mọi thứ đã được xếp đặt một cách thích hợp bởi các nhà cầm quyền của cái gọi là "nền kinh tế kế hoạch" thời đại tối tân hiện tại. Trong Chương 4, chúng ta đã thấy về cái niềm tin rằng các đề án công cộng thì cần thiết để bảo vệ chúng ta khỏi nạn thất nghiệp là các đề án sai lầm. Nếu tiền được kiếm ra bằng cách đánh thuế; thì cho mỗi đồng Mỹ kim mà chính phủ xài vào các đề án công cộng thì mỗi người trả thuế phải chịu mất đi một đồng để tiêu xài, như vậy, cho mỗi công ăn việc làm mà chính phủ tạo ra thì có một công ăn việc làm trong giới tư nhân bị mất đi.

Nhưng giả sử rằng các đề án công cộng đã không được trả bởi sưu thuế thì sao? Giả sử chúng được trả ra bởi một quỹ tài chính thiếu hụt – có nghĩa là chính phủ phải vay tiền, hay phải in ra thêm tiền để trả cho các đề án này thì kết quả vừa diễn tả ở đoạn trên đã không xảy ra. Những đề án công cộng dường như sáng tạo ra một khả năng mua sắm mới, bởi vì chúng ta không thể nói rằng khả năng mua sắm đã bị tước đoạt từ các công dân đóng thuế. Nhưng hiện tại, quốc gia thì đang được hưởng thụ mà không phải tốn một xu nào.

Nhưng bây giờ chúng ta hãy nhìn vào những kết quả lâu dài hơn. Các sự vay mượn thì phải được trả vào một ngày nào đó, chính phủ không thể cứ chồng chất nợ nần mãi được; bởi vì nếu chính phủ cứ tiếp tục làm như vậy thì một ngày nào đó họ sẽ bị phá sản, như Adam Smith đã viết:

Khi những món nợ quốc gia đã tích lũy đến một mức độ nào đó, tôi tin rằng hiếm có một số nợ nào đó được trả ngay và sòng phẳng. Những sự thao túng lợi tức của quần chúng một khi nó đã được nhắc tới thì luôn luôn có một sự phá sản xảy ra, đôi khi bởi một món nợ công khai, nhưng luôn luôn là bởi những món nợ thật mà sự trả nợ chỉ là những sự giả vờ.

Tuy thế, chính phủ rồi cũng trả hết các món nợ bị chồng chất từ các đề án công cộng, và thông thường số thuế thâu được thì lớn hơn số tiền mà họ tiêu xài. Vì vậy, thông thường là họ làm hủy hoại công ăn việc làm nhiều hơn là họ tạo ra công ăn việc làm. Sưu thuế quá độ và nặng nề đòi hỏi không những chỉ là việc lấy đi khả năng mua sắm; nó còn làm giảm thiểu hay tiêu hủy các động cơ sản xuất, và do đó, làm giảm thiểu sự giàu có và lợi tức tổng quát của quốc gia.

Sự tẩu thoát duy nhất ra khỏi kết quả này là một sự giả dụ rằng những chính trị gia có quyền lực sẽ chỉ tiêu xài tiền bạc trong những thời kỳ kinh tế không bị sa sút mà thôi, và sẽ phải trả ngay lập tức và sòng phẳng các món nợ trong các thời kỳ mà kinh tế không bị lạm phát. Đây là một câu chuyện hoang đường có thể làm mê hoặc, nhưng một cách không may là các chính trị gia có quyền lực đã chưa bao giờ biết hành động như vậy. Sự tiêu xài thiếu hụt một khi mà đã cho lên phi cơ thì luôn luôn tạo ra những sự thích thú đầy hấp dẫn mà nó đòi hỏi một sự tiếp tục dưới bất cứ điều kiện gì.

Nếu không có sự cố gắng thành thật của họ để trả sòng phẳng tất cả các món nợ đã tích lũy thì các kết quả theo sau đã được trình bày rồi. Tại vì một quốc gia thì không thể hưởng thụ một thứ gì mà không phải tốn một xu nào hết. Nạn lạm phát chính nó là một hình thức của việc đánh thuế. Và có lẽ nó là một hình thức tệ hại nhất có thể có, mà ở trong đó, nó phải chịu đựng sự bực mình gây ra bởi những người ít có khả năng nạp thuế. Trên một sự giả sử rằng một nạn lạm phát ảnh hưởng trên tất cả mọi người và mọi thứ một cách bằng nhau thì có các loại thuế bán cân xứng vô vị được đánh vào tất cả các loại hàng hóa với một thuế suất cho bánh mì thì cũng cao như là thuế suất cho sữa và kim cương. Hay là có một loại thuế vô vị tương đương trên cùng một phần trăm, mà không có sự miễn trừ, được đánh vào lương bổng của mọi người. Và nó là một loại thuế không phải chỉ để đánh vào việc tiêu xài của mọi người, mà còn là một loại thuế được đánh vào các trương mục tiết kiệm và các loại bảo hiểm nhân mạng. Thật ra nó là một loại thuế tài sản vô vị, không có sự miễn trừ, mà trong đó người nghèo lẫn người giàu đều phải trả bằng nhau.

Nhưng tình trạng này thì còn tệ hại hơn, tại vì chúng ta đã thấy, nạn lạm phát không thể, và không có ảnh hưởng lên mọi người một cách đồng đều. Một số người thì chịu thiệt thòi hơn một số người khác. Những người nghèo thì thường là bị đánh thuế nặng nề hơn người giàu bởi nạn lạm phát, tính theo phần trăm, bởi vì họ không có cùng một phương tiện bảo vệ cho chính họ bởi những sự đầu cơ tích trữ các vốn liếng. Nó đánh một cách nhí nhảnh trên mọi chiều hướng. Cái lãi suất mà được áp đặt bởi một nạn lạm phát thì không nhất định, nó không thể được ấn định trước. Chúng ta biết cái gì xảy ra ngày hôm nay, nhưng chúng ta không thể biết cái gì xảy ra ngày mai; và ngày mai chúng ta sẽ không biết cái gì sẽ xảy ra trong ngày kế tiếp.

Giống như những loại thuế khác, nạn lạm phát hành động để xác định các chính sách kinh doanh cá nhân hay tập thể mà tất cả chúng ta bắt buộc để làm theo. Nạn lạm phát làm giảm tính cẩn thận và tính tiết kiệm. Nó khuyến khích sự tiêu xài, tính cờ bạc và các loại phung phí. Nó thường làm cho sự đầu cơ tích trữ có lợi hơn là sự sản xuất. Nó làm rách toang mảnh vải của những mối liên hệ kinh tế vững bền. Sự bất công không thể trừng phạt được của nó đưa con người đến những phương pháp chữa trị vô vọng. Nạn lạm phát vun trồng hạt giống của chủ nghĩa phát xít và chủ nghĩa cộng sản. Nó dẫn con người đến việc đòi hỏi một sự kiểm soát độc tài chuyên chế. Nó kết thúc trong một sự tỉnh ngộ và một sự sụp đổ cay đắng không thể thay đổi được.

CHƯƠNG 24
TẤN CÔNG VÀO TIẾT KIỆM

Từ thời thái cổ, một sự thông minh hiển nhiên đã luôn luôn dạy rằng chúng ta phải biết tiết kiệm và cảnh cáo chúng ta chống lại sự phung phí phóng đãng. Nhưng đã luôn luôn có những kẻ sống hoang phí, và ngay cả những lý thuyết gia phung phí cũng đã dùng lý luận để biện hộ cho những sự tiêu hoang của họ.

Những nhà kinh tế học cổ điển mà đã từ chối các ngộ nhận mà họ đã mắc phải đã chứng tỏ rằng những chính sách tiết kiệm là những gì mà các công dân trong một quốc gia ưa thích nhất, và vì thế, toàn thể quốc gia cũng lâm vào một tình trạng tương tự. Họ đã chứng tỏ cho chúng ta thấy rằng những công dân tiết kiệm khi đang toan tính cho một kế hoạch tiết kiệm tương lai của họ thì không có hại mà có lợi ích chung cho cộng đồng. Nhưng ngày nay, cái đức hạnh của sự cần kiệm cổ xưa cũng như những nhà kinh tế học cổ điển bảo vệ của nó thì đang bị tấn công một lần nữa bởi phong trào của một chủ nghĩa phản kháng tiết kiệm.

Ngõ hầu để giải thích vấn đề căn bản này một cách càng rõ ràng càng tốt, chúng ta không thể làm gì tốt hơn ngoài việc bắt đầu giải thích nó bằng một thí dụ cổ điển của Bastiat. Chúng ta hãy tưởng tượng có hai anh em, một người thì tiêu xài tiền bạc như nước, và một người có tính cần kiệm, và mỗi người đều được thừa hưởng một gia tài tương đương với số lượng là năm chục ngàn một năm. Chúng ta sẽ không đánh thuế vào số lương này, và không bàn đến vấn đề là cả hai anh em có phải đi làm để sống hay không, hay là vấn đề là họ có tặng hết số tiền của họ cho các hội từ thiện hay không, bởi vì những vấn đề đó không có liên quan đến mục đích hiện tại của chúng ta.

Alvin, người anh cả, là một kẻ hoang phí, anh ta có một đặc tính cá nhân là hay mua sắm và là một tín đồ của Rodbertus, người mà đã tuyên bố vào giữa thế kỷ thứ 19 rằng, các nhà tư bản *"phải sử dụng lợi tức của họ cho đến đồng xu cuối cùng trong sự xa xỉ"*, bởi vì nếu họ *"tiết kiệm... thì hàng hóa sẽ ứ đọng và công nhân sẽ không có việc làm"*. Alvin thì luôn luôn có mặt ở các hộp đêm; anh ta trả tiền huê hồng một cách rộng rãi; anh ta duy trì một cá tính tự phụ khoe khoang. Anh ta có nhiều gia nhân trong nhà, có một cặp tài xế, và không giới hạn số xe hơi mà anh ta làm chủ. Anh ta giữ vững sở thích đua xe, có một du thuyền; anh ta đi du lịch; anh thích mua tặng cho bà vợ những vòng đeo tay bằng kim cương và các chiếc áo khoác bằng lông, và thích tặng những món quà không hữu ích cho bạn bè của anh ta.

Để làm tất cả các chuyện này anh ta phải tiêu hết cả gia tài đó. Nếu tiết kiệm là một tội lỗi thì sự tiêu xài là một đức hạnh; và trong bất kỳ một trường hợp nào, Alvin cũng đang gánh chịu những nguy hại cho nền kinh tế qua sự tiết kiệm từng đồng xu của người em Benjamin.

Thật là khó để mà kết án cách tiêu xài quá độ của Alvin rằng anh ta làm như vậy là vì các cô hầu bàn trẻ đẹp, hay vì cảm tình riêng của anh ta đối với các chủ nhà hàng hay các chủ tiệm nữ trang bởi vì ai cũng biết rằng tiêu xài quá độ chỉ có hại cho tiền lương và tài sản của gia đình chớ không có ích lợi gì cả. Thế là mọi người coi Alvin như là một ân nhân của quần chúng, bởi vì một cách rõ ràng là anh ta tiêu xài tiền bạc như vậy là để nâng đỡ việc thuê mướn chống lại tình trạng thất nghiệp.

Người em là Benjamin thì ít phổ thông hơn, người ta ít khi trông thấy anh ta ở các tiệm nữ trang, các hộp đêm. Trong khi Alvin đang tiêu xài không những nguyên cả số lương năm chục ngàn một năm mà còn xài lấn vào trong số vốn liếng mà anh đã dành dụm; còn Benjamin sống một cách khiêm nhường hơn và chỉ tiêu xài có hai mươi lăm ngàn một năm. Một cách rõ ràng là mọi người chỉ thấy những gì xảy ra trước mắt, Benjamin đang cung cấp chỉ bằng một nửa của Alvin, và hai mươi lăm ngàn thì trở nên vô dụng như thể là nó không có hiện diện vậy. Nhưng chúng ta hãy xem những gì mà Benjamin làm với số tiền 25 ngàn. Anh ta đã không để cho nó chất cao lên trong ví của mình, hay trong chiếc ngăn kéo hộc tủ, hay trong cái két bạc. Anh ta gởi nó vào ngân hàng hay đầu tư đó. Nếu anh ta gửi nó vào trong một ngân hàng thương mãi hay tiết kiệm, ngân hàng này sẽ hoặc là cho các doanh nghiệp vay ngắn hạn, hay dùng nó để mua các chứng khoán. Nói một cách khác, Benjamin đầu tư tiền của anh một cách trực tiếp hay gián tiếp. Nhưng khi tiền bạc được đầu tư, nó thì được dùng để mua hay tạo ra hàng đầu tư – nhà cửa, cơ sở thương mại, văn phòng, xí nghiệp, hay máy móc, tàu bè. Bất cứ một trong những kế hoạch nào cũng đều làm cho tiền tệ được vận chuyển và tạo ra thêm công ăn việc làm cũng như là nó được dùng vào việc tiêu thụ vậy.

"Tiết kiệm" trong thế giới mới của ngày nay thì chỉ là một hình thức khác của sự tiêu thụ. Sự khác biệt thông thường là tiền bạc thì được gởi cho một người khác để họ tiêu xài vào việc gia tăng nền sản xuất. Sự khác biệt chủ yếu là việc tiêu xài của Alvin thì cung cấp cho sự thuê mướn mà mọi người có thể trông thấy. Nhưng cũng thật là cần thiết cho mọi người để nhìn thấy một chút kỹ lưỡng hơn và suy nghĩ một chút kỹ hơn để có thể nhận thấy rằng mỗi đồng bạc mà Benjamint tiết kiệm thì cũng cung cấp công ăn việc làm nhiều như là mỗi đồng bạc mà Alvin tiêu xài.

Mười hai năm trôi qua, Alvin thì sạch túi. Người ta không còn trông thấy anh ta ở các hộp đêm và các cửa tiệm thời trang nữa, và những người chủ tiệm mà trước kia anh ta đã nâng đỡ đã nói xấu anh ta như là một kẻ ngu xuẩn, tiêu xài hoang phí. Alvin viết thơ xin tiền người em. Còn Benjaminthì vẫn tiếp tục tiêu xài và tiết kiệm cùng một tỷ số, thế mà Benjamin không những cung cấp công ăn việc làm nhiều hơn vì số lợi tức thâu được từ việc đầu tư không những đã gia tăng mà còn giúp cung cấp công ăn việc làm tốt hơn và sản xuất ra hàng hóa nhiều hơn. Nói tóm lại là vốn liếng và lợi tức của Benjamin ngày càng tăng thêm đã làm gia tăng mức lượng sản xuất của quốc gia còn Alvin thì đã không giúp ích được gì.

2

Bao nhiêu sự ngộ nhận về tiết kiệm đã mọc ra trong những năm gần đây mà đã chưa được trả lời hết bởi thí dụ của câu chuyện về hai anh em ở trên. Vẫn còn nhiều sự lầm lẫn sơ đẳng đã được tìm thấy trong các sách kinh tế học được viết bởi các kinh tế gia nổi tiếng. Từ ngữ tiết kiệm, cho thí dụ, thì đôi khi được dùng để chỉ một sự tồn trữ tiền bạc, và đôi khi có nghĩa là đầu tư, mà không có một sự phân biệt rõ ràng, và vẫn được duy trì xem như là có 2 nghĩa.

Một sự tồn trữ tiền bạc từ tay này sang tay kia, nếu nó xảy ra một cách không hợp lý, một cách vô ý thức, là một tình trạng kinh tế nguy hại, nhưng trường hợp này thí ít khi xảy ra. Có một cái gì cũng tương tự như vậy, nhưng nhìn một cách kỹ hơn thì khác, thường xảy ra sau khi một xí nghiệp đang trên đà suy sụp. Đó là việc giới tiêu thụ giảm bớt việc mua sắm, tại vì họ sợ rằng họ sẽ bị mất việc vì tình trạng sa sút của các xí nghiệp mà họ đang làm, và họ muốn để dành tiền của họ. Họ rút lại việc mua sắm. Những người tiêu thụ còn giảm bớt việc mua sắm cho một lý do khác nữa, đó là giá cả hàng hóa đang hạ thấp xuống, nếu họ hoãn lại việc mua sắm các loại hàng hóa này, họ tin rằng họ sẽ có thêm tiền. Ngoài ra, họ không thích làm chủ các món hàng có ít giá trị và rẻ tiền và họ muốn loại hàng hóa mà họ mua phải có một giá trị cao.

Một quan điểm tương tự như vậy cũng làm ngăn cản việc đầu tư. Khách hàng mất tự tin vào khả năng thu lợi nhuận của các doanh nghiệp; hay ít nhất, họ nghĩ rằng nếu họ đợi lâu hơn một vài tháng họ sẽ mua được các cổ phần và các trái phiếu rẻ hơn. Chúng ta có thể nghĩ rằng họ hoặc là đang từ chối việc mua sắm hàng hóa đang xuống giá, hoặc là họ đang chờ một sự tăng giá của hàng hóa.

Trong các trường hợp này, thì từ ngữ "tiết kiệm" được dùng để ám chỉ các hành động đó của họ là một sự lầm lẫn. Tại vì các hành động đó không đến cùng một động cơ của một sự tiết kiệm thông thường. Và người ta vẫn còn lỗi lầm khi cho rằng các hành động tiết kiệm này gây ra nạn suy kém kinh tế, mà trái lại nó là một kết quả của một nền kinh tế suy kém.

Thật sự là việc từ chối mua sắm có thể gia tăng và kéo dài tình trạng suy sụp kinh tế. Đôi khi chính phủ thì can thiệp để cứu giúp các thương nghiệp bằng một tình yêu thất thường của họ và các thương gia thì không biết chắc chính phủ sẽ làm gì kế đó. Lợi nhuận thì không được đầu tư trở lại. Các công ty và các cá nhân cứ để cho tiền mặt của họ chất chồng thêm trong ngân hàng để phòng hờ cho các biến cố bất ngờ có thể xảy ra. Sự tồn trữ tiền mặt này dường như được xem là một kết quả của một nền kinh tế trì trệ. Tuy nhiên, nguyên nhân thật sự là một tình trạng không bền vững do các chính sách nhất thời của chính phủ gây ra. Và cái bảng tổng kết chi thu tiền mặt của các xí nghiệp hay cá nhân chỉ đơn giản là một cái mắt xích trong sợi dây chuyền gây ra bởi cái tình trạng lung lay đó. Để đổ lỗi "tiết kiệm quá độ" cho tình trạng suy sụp của các doanh thương thì cũng giống như là để đổ lỗi cho sự sụt giá của các trái táo không phải vì một vụ mùa xấu mà vì giới tiêu thụ từ chối để trả thêm giá cho những trái táo đó.

Người ta nói rằng những kỹ nghệ hàng tiêu dùng thì được xây dựng dựa trên sự đòi hỏi của nhu cầu, và nếu như giới tiêu thụ chọn để tiết kiệm tiền bạc thì họ sẽ làm phá hủy nhu cầu đó và bắt đầu một tình trạng suy yếu về kinh tế. Sự biện hộ đó nằm trên một lỗi lầm chính mà chúng ta đã khảo sát qua đó là việc quên rằng nếu có một sự tiết kiệm trên hàng hóa tiêu thụ thì cũng có một sự tiêu xài trên hàng hóa đầu tư (hay vốn liếng), và rằng tiết kiệm không có nghĩa là một sự cắt giảm của tổng số chi tiêu.

Tuy nhiên, vẫn còn có một quan điểm chống đối lại việc tiết kiệm. Người ta cho đó là một sự đần độn báo hiệu cho một sự suy đồi. Người ta đã từng chế nhạo thế kỷ 19 bởi cái học thuyết gan lì của nó mà ám chỉ rằng sự tiết kiệm của nhân loại thì giống như là việc tiếp tục nướng cho một chiếc bánh càng lúc càng lớn mà không bao giờ ăn nó. Học thuyết này tạo ra một hình ảnh ngây thơ và có tính chất trẻ con của vấn đề. Chúng ta sẽ bỏ qua cái hình ảnh ngây thơ đó bởi quan sát một bức tranh cụ thể hơn của cái gì mà sẽ thật sự xảy ra.

Chúng ta hãy tự hình dung lấy một quốc gia mà một cách tập thể tiết kiệm mỗi năm 20% tổng số lợi tức mà nó sản xuất. Sự tính toán này có hơi quá một chút số tiền tiết kiệm thuần túy đã xảy ra trong lịch sử Hoa Kỳ[G]. Nhưng đó là một con số đã được làm cho tròn để sử dụng và bất cứ ai tin vào con số này sẽ tin rằng chúng ta đang "tiết kiệm quá độ".

Với kết quả tiết kiệm và đầu tư hàng năm như vậy, tổng lượng sản xuất hàng năm của quốc gia sẽ tăng lên mỗi năm. Để cô lập vấn đề, chúng ta sẽ bỏ qua các tình trạng kinh tế như tình trạng phát triển, ứ đọng, hay lên xuống, và hãy giả sử rằng sự gia tăng sản xuất trong năm

---

[G] *Một cách thống kê, con số 20% sẽ trình bày một cách xấp xỉ tổng số của số lượng sản phẩm quốc gia được cống hiến mỗi năm cho quỹ vốn liếng (không kể các máy móc của khách hàng tiêu thụ). Khi phụ cấp thì được dùng cho việc tiêu thụ nguồn vốn liếng thì mức tiết kiệm hầu trữ hàng năm đã lên gần đến mức là 12%".* Cf. George Terborgh, tác giả của quyển *Tên Bù Nhìn Của Nền Kinh Tế Trưởng Thành* (1945) đã viết như trên. Trong năm 1977 tổng số đầu tư quốc nội của tư nhân được tính xấp xỉ một cách chính thức là vào khoảng 16% tổng sản lượng quốc gia.

nay là 2,5% (lưu ý là việc tính bằng điểm phần trăm ở đây là để làm đơn giản các tính toán số học). Bức tranh mà chúng ta có được cho một thời kỳ 11 năm sẽ giống như bảng tổng kết theo chỉ số dưới đây:

Năm	Tổng lượng sản xuất	Mức sản xuất hàng tiêu thụ	Mức sản xuất hàng đầu tư
Thứ nhất	100	80	20
Thứ hai	102,5	82	20,5
Thứ ba	105	84	21
Thứ tư	107,5	86	21,5
Thứ năm	110	88	22
Thứ sáu	112,5	90	22,5
Thứ bảy	115	92	23
Thứ tám	117,5	94	23,5
Thứ chín	120	96	24
Thứ mười	122,5	98	24,5
Thứ mười một	125	100	25

Ghi nhận đầu tiên được tìm thấy trong bảng tổng kết ở trên là tổng lượng sản xuất gia tăng mỗi năm bởi vì mức tiết kiệm, và có lẽ đã không gia tăng nếu không có tiết kiệm (như vậy, không có nghi ngờ rằng những cải tiến kinh tế và các phát minh mới mà đã thay thế các máy móc và sản phẩm đầu tư cũ kỹ đã gia tăng mức sản xuất quốc gia. Nhưng sự gia tăng này chỉ là do một phần nhỏ của mức đầu tư hiện tại, và trong bất kỳ những trường hợp nào, những sự đầu tư đầy đủ trong quá khứ cũng đều là cần thiết cho sự gia tăng hiện tại). Việc tiết kiệm đã được dùng năm này sang năm khác để làm tăng hay cải tiến số lượng máy móc, và cũng để làm tăng số hàng hóa sản xuất trong quốc gia. Như vậy, sự thật là có một "chiếc bánh" càng lúc càng lớn hơn mỗi năm. Mỗi năm, sự thật là không phải chiếc bánh được tiêu thụ hết một lúc. Nhưng không có một giới hạn cho sự tích lũy không hợp lý. Mỗi năm, một chiếc bánh lớn hơn và lớn hơn được tiêu thụ; cho đến khi, ở vào điểm cuối của thời kỳ 11 năm (giống như bản trình bày ở trên), cái bánh của giới tiêu thụ hàng năm thì bằng tổng hợp cái bánh của người sản xuất và cái bánh của khách hàng của năm đầu tiên. Ngoài ra, dụng cụ đầu tư, khả năng sản xuất hàng hóa thì chính nó đã gia tăng 25% so với năm đầu tiên.

Chúng ta hãy quan sát thêm một vài điểm nữa. Sự kiện 20% lợi tức của quốc gia được dành cho tiết kiệm thì không làm tổn thương nền kỹ nghệ sản xuất hàng tiêu dùng một chút nào hết. Nếu những nhà sản xuất bán chỉ có 80 đơn vị mà họ đã sản xuất trong năm đầu tiên (và giá hàng hóa thì không có gia tăng vì thiếu nhu cầu) thì có lẽ họ đã không dại gì mà vạch những kế hoạch dựa trên một ức đoán rằng họ sẽ bán được 100 đơn vị trong năm thứ hai. Nói một cách khác, những nền kỹ nghệ sản xuất hàng tiêu dùng thì được điều khiển với một sự ức đoán rằng những điều kiện xảy ra trong quá khứ có liên quan đến mức tiết kiệm sẽ tiếp tục. Chỉ có một sự gia tăng phong phú và bất ngờ trong ngân khoản tiết kiệm mới có thể làm xáo trộn việc sản xuất hàng hóa. Nhưng một sự xáo trộn y như vậy cũng có thể xảy ra cho nền kỹ nghệ sản xuất hàng đầu tư bằng một sự giảm thiểu rõ rệt và bất ngờ trong ngân khoản tiết kiệm. Nếu ngân khoản tiết kiệm mà đã được dùng cho tiết kiệm trước đây được quăng vào việc mua sắm hàng tiêu dùng, nó sẽ không làm gia tăng công ăn việc làm mà chỉ dẫn đến một sự gia tăng giá cả hàng hóa tiêu dùng và một sự giảm thiểu trong giá cả hàng hóa đầu tư mà thôi. Tác dụng đầu tiên của nó lên trên bảng tổng kết hậu trừ chi – thu là sự chuyển hóa trong tình trạng thuê mướn và một cách tạm thời làm giảm việc thuê mướn bởi tác dụng của nó trên những nền kỹ nghệ sản xuất hàng đầu tư. Trong trường kỳ, tác dụng của nó sẽ làm giảm sự sản xuất dưới mức ấn định mà lẽ ra đã có thể đạt được.

3

Nhưng những kẻ thù của tiết kiệm thì vẫn còn. Họ bắt đầu bằng việc đưa ra một sự khác biệt, mà đủ đúng, giữa "tiết kiệm" và "đầu tư". Rồi họ bắt đầu nói về chúng như là hai biến số độc lập, và như thể là chúng có thể bằng nhau một cách tai nạn. Những nhà văn kinh tế học này đang sơn một bức tranh đáng sợ. Trên một phía, là những người tiết kiệm tự động, không mục đích, ngu xuẩn tiếp tục tiết kiệm; trên phía kia là "những cơ hội đầu tư" bị giới hạn không hấp thụ được các tiết kiệm đó. Kết quả là một tình trạng ứ đọng. Họ tuyên bố, cách giải quyết duy nhất là để cho chính phủ tịch thu những ngân khoản tiết kiệm dại dột và có hại này để tạo ra những dự án mới, ngay cả những dự án này chỉ là những cái rãnh, cái hố, hay những kim tự tháp vô dụng để tận dụng hết các ngân khoản, và để cung cấp công ăn việc làm.

Có nhiều sự sai lầm trong bức tranh họa này và "cách giải quyết" mà chúng ta có thể chỉ ra đây chỉ là những ngộ nhận chính. Ngân khoản tiết kiệm chỉ có thể vượt quá ngân khoản đầu tư bằng một số tiền tồn trữ thật sự[H]. Ngày nay, còn có một số ít người trong cộng đồng kỹ nghệ còn tồn trữ tiền giấy và tiền đồng trong vớ hay dưới nệm. Nếu chuyện này có thể xảy ra thì nó đã được

---

(H) Những sự khác biệt giữa các kinh tế gia trong các quan điểm khác nhau mà được diễn tả trong chủ đề này thì chỉ là nhữn sự khác biệt về định nghĩa. Tiết kiệm và đầu tư có thể được xác định như là giống nhau, và như vậy cần thiết để bằng nhau. Ở đây, tôi chọn để định nghĩa tiết kiệm theo quan niệm tiền tệ và đầu tư theo quan niệm hàng hóa. Điều này tương ứng với sự ứng dụng thông thường của những từ ngữ mà chúng không hòa hợp nhau.

phản ảnh qua những kế hoạch sản xuất và trong các mức giá cả. Nó không được tích lũy ngay cả một cách bình thường. Khi các ẩn sĩ bị thương chết đi thì kho tàng chôn dấu của họ bị khám phá ra và bị lấy sạch. Thật vậy, cả nguyên số tiền thì có lẽ không quan trọng trong tác dụng đến các hoạt động công nghiệp.

Nếu tiền được cất giữ trong các ngân hàng tiết kiệm hay các ngân hàng thương mại thì các ngân hàng này sẽ có nhiều động cơ hơn để cho vay hoặc đầu tư nó bởi vì họ không thể để cho số tiền này ngồi không và trở nên vô dụng không sinh lợi được. Có hai lý do tại sao mà dân chúng gia tăng việc cất tiền mặt và nhà băng thì để tiền ngồi yên một chỗ không sinh lợi: đó là vì người dân thì sợ giá cả hàng hóa sẽ tăng lên trong tương lai và nhà băng thì sợ nguy hiểm vì những con nợ vay nợ mà không có khả năng để trả. Đây là những dấu hiệu cho thấy sự suy yếu của nền kinh tế đã bắt đầu xuất hiện và đã gây ra tình trạng tồn trữ tiền bạc, hơn là sự tồn trữ tiền bạc là nguyên nhân gây ra tình trạng suy yếu về kinh tế.

Ngoài việc tồn trữ tiền bạc một cách vô ý tứ, tiết kiệm và đầu tư được làm cho cân bằng cũng như người ta làm quân bình giữa cung cấp và nhu cầu cho bất cứ loại hàng hóa nào. Bởi vì chúng ta có thể định nghĩa tiết kiệm và đầu tư giống như là xây dựng những vốn liếng mới cho nhu cầu và cung cấp. Và cũng như là nhu cầu và cung cấp của hàng hóa thì được cân bằng qua giá cả, nhu cầu và cung cấp của đầu tư thì được cân bằng qua mức lãi suất. Lãi suất chỉ là một danh từ đặc biệt dùng để chỉ giá cả mà người vay phải trả cho món nợ họ mượn. Lãi suất cũng giống như là giá cả mà người tiêu thụ trả cho hàng hóa vậy.

Vấn đề này đã và đang bị lẫn lộn một cách kinh hãi trong những năm gần đây bởi những chính sách tàn phá của chính phủ và những quỉ biện phức tạp khéo léo đến nỗi rằng người ta khó có thể mà trở lại với ý nghĩa chính của vấn đề. Có một sự sợ hãi tâm lý xảy ra đối với những mức lãi suất "quá độ". Người ta cãi rằng nếu mức lãi suất mà cao quá thì sẽ làm cho kỹ nghệ mất hết lợi nhuận khi họ vay nợ để đầu tư vào những máy móc và những hãng xưởng mới. Việc cãi lý này thì có tác dụng đến nỗi rằng trong mười năm gần đây, chính phủ ở khắp mọi nơi đã theo đuổi những chính sách "rẻ tiền" nhân tạo. Nhưng sự cải lý về vấn đề gia tăng nhu cầu đầu tư đã bỏ qua việc xem xét những tác dụng của chính sách này trên ngân khoản cung cấp vốn liếng. Đây là một thí dụ khá của sự ngộ nhận của việc chỉ nhìn thấy những tác dụng của một chính sách trên một nhóm mà quên các tác dụng trên các nhóm khác.

Nếu lãi suất được giữ cho quá thấp đến gần như là nguy hiểm cho chủ nợ thì sẽ có một sự thuyên giảm trong tiết kiệm cũng như trong vay mượn. Những người đưa ra các đề án "rẻ tiền" tin rằng việc tiết kiệm thì luôn luôn tiếp tục một cách tự động không kể mức lãi suất là bao nhiêu bởi vì những triệu phú thì không biết làm gì với tiền bạc ngoài việc tiết kiệm nó. Họ không ngừng bảo cho chúng ta biết một cách chính xác số tiền tiết kiệm dựa trên mức lợi tức cá nhân mà dân chúng để dành được không kể tiền lãi suất là bao nhiêu.

Sự thật là mặc dù khả năng tiết kiệm của giới triệu phú thì một cách không nghi ngờ là bị ảnh hưởng một cách tỷ lệ ít hơn cái khả năng tiết kiệm của giới giàu trung lưu qua những sự thay đổi trong mức lãi suất, một cách thực tế là sự tiết kiệm của mọi người thì bị ảnh hưởng bởi một cường độ nào đó, không ít thì nhiều. Để biện luận rằng thể tích của các ngân khoản tiết kiệm sẽ không bị thuyên giảm bởi một sự thuyên giảm xác thực của mức lãi suất thì cũng giống như là để biện luận rằng tổng lượng sản xuất đường sẽ không bị rút lại vì sự hạ giá của đường bởi vì những nhà sản xuất có hiệu quả với phí tổn sản xuất thấp vẫn có thể nâng cao mức lượng sản xuất như trong quá khứ. Sự biện luận này bỏ sót những người tiết kiệm đơn vị và ngay cả một số lớn những người tiết kiệm chính yếu.

Tác dụng của việc giữ mức lãi suất thấp một cách nhân tạo, thật ra thì cũng giống như là giữ cho các loại giá cả khác thấp dưới mức thị trường tự nhiên. Nó làm gia tăng nhu cầu và giảm thiểu cung cấp. Nó làm gia tăng nhu cầu đầu tư và làm cho nguồn cung cấp vốn liếng bị thu nhỏ lại, và kết quả là nó làm vặn vẹo nền kinh tế. Một cách không nghi ngờ thì sự thật là một sự thuyên giảm nhân tạo trong mức lãi suất khuyến khích việc vay nợ. Nó có khuynh hướng khuyến khích những cuộc mạo hiểm đầu cơ cao độ mà không thể tiếp tục trừ khi ở dưới các điều kiện nhân tạo đã đẻ ra nó. Về phía cung cấp, sự giảm thiểu nhân tạo của mức lãi suất làm giảm tiết kiệm, đầu tư và nguồn vốn liếng tích lũy. Nó làm chậm lại sự gia tăng trong sản xuất, sự "tăng trưởng kinh tế" và những tiến bộ cần phải có tham vọng mới phát triển được.

Thật vậy, mức lãi suất có thể giữ cho thấp một cách nhân tạo chỉ bởi những sự bơm vào liên tục của ngân quỹ và các loại tín dụng ngân hàng thay thế cho ngân khoản tiết kiệm thật sự. Điều này có thể tạo ra một ảo ảnh về một ngân khoản đầu tư lớn hơn cũng giống như là một ảo tưởng rằng sữa đang có nhiều hơn vì có nhiều nước hơn được pha vào. Nhưng nó là một thủ tục của một nạn lạm phát liên tục. Nó rõ ràng là một thủ tục bao gồm những sự nguy hiểm chồng chất. Tốc độ tiền bạc sẽ tăng và một sự khủng hoảng sẽ bộc phát nếu nạn lạm phát bị đảo ngược, hay bị ngăn chặn, hoặc vẫn tiếp tục với một mức độ giảm dần.

Trong khi lượng tiền bạc hoặc lượng tín dụng ngân hàng được châm chế vào để có thể, lần đầu và một cách tạm thời, mang lại một mức lãi suất thấp, nhưng sự tiếp tục của chính sách này kết cục sẽ đưa đến một sự gia tăng trong mức lãi suất. Tại vì lượng tiền bạc gia tăng sẽ có khuynh hướng làm giảm mãi lực của đồng tiền. Những người cho vay rồi sẽ nhận thấy rằng những món tiền mà họ cho vay ngày hôm nay sẽ có một khả năng mua sắm thấp hơn trong năm tới khi mà các con nợ đã trả đủ tiền vay lại cho họ. Do đó, họ cộng thêm một lãi suất để bồi thường cho sự mất mát trong tương lai của mãi lực của đồng tiền của họ, và lãi suất này có thể cao tùy thuộc vào sự gia tăng của mức lạm phát. Do đó, lãi suất hàng năm của các công khố phiếu ngắn hạn Anh quốc tăng từ 14% trong năm 1976; công khố phiếu dài hạn của chính phủ Ý có lợi nhượng là 16% trong năm 1977; và mức lãi suất chiết khấu của ngân hàng trung ương ở Chí Lợi (Chile) đã tăng đến 75% trong năm 1974. Những chính sách "rẻ tiền", nói tóm lại, sẽ mang đến những tình trạng tái diễn bạo động trong thương mãi thay vì làm ngăn chận hay chữa trị những vết thương kinh tế.

Nếu không có những nỗ lực được dùng để can thiệp một cách khôn khéo vào mức tiền tệ qua những chính sách lạm phát của chính phủ, những ngân khoản tiết kiệm gia tăng sẽ tạo ra nhu cầu mới của chính nó bằng cách hạ mức lãi suất xuống một cách tự động. Những nguồn tiết kiệm càng lớn thì càng tạo áp lực cho giới tiêu thụ để chấp nhận chỉ những mức lãi suất càng nhỏ. Nhưng lãi suất thấp cũng có nghĩa là sẽ có nhiều doanh nghiệp vay tiền hơn bởi vì có một sự hứa hẹn của một lợi nhuận tương lai vượt qua số tiền mà họ vay mượn để trả cho việc mua máy móc đầu tư hiện tại của họ.

4

Bây giờ chúng ta tiến đến một ngộ nhận cuối cùng về vấn đề tiết kiệm mà chúng ta đang bàn cãi. Đó là sự ức đoán thông thường rằng có một giới hạn không thay đổi cho số ngân khoản đầu tư mà có thể thu hút được, và ngay cả một giới hạn cho ngân khoản đầu tư đã phát triển. Thật là khó mà có thể tin được rằng một quan điểm như vậy có thể thành công và có thể sử dụng bởi ngay cả những nhà kinh tế học lão luyện. Hầu hết là cả một nền tảng giàu có của thế giới hiện đại bao gồm chỉ các vốn liếng tích lũy của nó mà đã giúp phân biệt thế giới hiện đại với thế giới của thế kỷ 17. Vốn liếng này được tạo ra bởi nhiều thứ được gọi là hàng hóa tiêu dùng bền vững như là xe hơi, tủ lạnh, bàn ghế, trường học, nhà thờ, đại học, thư viện, bệnh viện và các tư gia. Thế giới thì không bao giờ đầy đủ các loại hàng hóa này, ngay cả như có đủ số tư gia từ một thống kê số học, những sự tân trang có chất lượng thì luôn luôn có thể xảy ra và luôn luôn được cần đến mà không có giới hạn xác định.

Phần thứ hai của vốn liếng là những gì mà chúng ta có thể gọi là sở hữa tư; nó bao gồm những dụng cụ sản xuất, và mọi thứ khác từ cái cần trục, con dao, lưỡi cày đến những vật dụng máy móc hoàn hảo nhất như máy phát điện hay máy cung cấp năng lượng điện tử, hay các hãng chế tạo kỳ diệu nhất. Ở đây, một cách đặc biệt về phẩm và lượng, không có giới hạn đối với các khát vọng phát triển. Sẽ không có một sự thặng dư trong vốn liếng cho đến khi mà một quốc gia chậm phát triển nhất thì cũng được trang bị với những kỹ thuật tân tiến, cho đến khi căn nhà máy vô hiệu quả nhất ở Mỹ châu được trang bị với những máy móc hiện đại nhất và hoàn hảo nhất, và cho đến khi những dụng cụ sản xuất tối tân nhất đã đạt đến một điểm nơi mà thiên tài của nhân loại đã được tận dụng hết, và không thể cải tiến hơn được nữa.

Nhưng làm thế nào mà vốn liếng phụ trội có thể được "hấp thụ" thêm? Làm thế nào mà người ta có thể trả thêm cho những vốn liếng đó? Nếu nó được để qua một bên và được tiết kiệm, nó sẽ tự hấp thu và trả cho chính nó, và cho những nhà sản xuất mà biết đầu tư vào hàng hóa sản nghiệp (vốn liếng) – có nghĩa là họ sẽ mua thêm các máy móc và các dụng cụ tân tiến mà các dụng cụ này sẽ làm giảm bớt phí tổn sản xuất và làm tăng thêm lợi nhuận. Và nếu như không có giới hạn cho những sự bành trướng mà những phí tổn sản xuất đơn vị có thể được giảm bớt thì sẽ không có giới hạn cho số lượng sản nghiệp mà có thể hấp thu thêm.

Sự thuyên giảm bất biến của phí tổn sản xuất đơn vị qua sự gia tăng của vốn liếng mới sẽ biến đổi hai thứ: hoặc là làm giảm phí tổn sản xuất hàng tiêu thụ, hoặc là làm gia tăng lương lao động hoặc là làm biến đổi cả hai. Như vậy, một máy móc mới làm lợi cho cả công nhân lẫn khách hàng. Trong trường hợp thuộc về giới tiêu thụ, nó hoặc là cung cấp cho khách hàng với nhiều lượng hàng hóa hơn và với phẩm chất tốt hơn với cùng một giá tiền, hoặc là nó sẽ làm tăng lợi tức thật của họ. Trong trường hợp giới công nhân mà dùng những loại máy móc tân trang này, thì nó sẽ làm tăng lương bổng thật của họ gấp đôi qua việc tăng lương bổng tiền tệ của họ. Một thí dụ điển hình là kỹ nghệ xe tự động. Kỹ nghệ xe tự động (xe hơi) ở Hoa Kỳ trả lương cao nhất trên thế giới và cũng cao nhất trong toàn châu Mỹ. Tuy thế, (cho đến khoảng năm 1960) những nhà chế tạo xe tự động Hoa Kỳ có thể đã bán giá thấp hơn tất cả thế giới còn lại bởi vì phí tổn đơn vị của họ thì thấp hơn. Và sự bí mật là vốn liếng mà được dùng vào việc chế tạo xe tự động Hoa Kỳ thì lớn hơn trên mỗi đầu người thợ và mỗi đầu chiếc xe so sánh với cả thế giới.

Tuy vậy, vẫn còn có nhiều người đã nghĩ rằng chúng ta đã đạt đến chặng cuối cùng của tiến trình, và vẫn còn có nhiều người thì nghĩ rằng chúng ta vẫn chưa đi đến được chặng cuối, và thế giới thì vẫn dại dột tiếp tục tiết kiệm cũng như gia tăng cổ phần vốn liếng.

Sau phần phân tích ở trên thì thật không có gì khó để mà quyết định ai là kẻ điên rồ.

CHƯƠNG 25
BÀI HỌC ĐƯỢC GIẢNG LẠI

Kinh tế học, như chúng ta đã từng biết, là một môn khoa học nghiên cứu các kết quả phụ. Nó cũng là một môn khoa học của khả năng nhìn thấy những kết quả tổng quát. Nó là một môn khoa học truy tầm những tác dụng của một chính sách thực tại không những chỉ nhắm vào một số những mối quan tâm đặc biệt trong một thời hạn ngắn, mà còn nhắm vào những quan tâm tổng quát trong trường kỳ.

Đây là một bài học đặc biệt của toàn quyển sách này. Trước tiên, chúng ta giải thích nó dưới dạng xương sườn chủ yếu rồi thêm da, thịt vào bằng những áp lực thực tiễn.

Khi mà kinh tế học được xem như là một môn học truy tầm các kết quả, chúng ta phải công nhận rằng giống như toán học và lý luận, nó là một môn khoa học của những hàm ý không thể tránh được. Chúng ta có thể biểu diễn những định nghĩa trên bằng một phương trình đại số sơ đẳng như: nếu $x = 5$ thì $x + y = 12$. Nghiệm của phương trình này là $y = 7$; nhưng nghiệm này là do tính toán mà ra chớ phương trình trên không cho chúng ta thấy được trực tiếp y = 7 mà chỉ ám chỉ nó một cách bao hàm thôi.

Cái gì mà đúng cho phương trình sơ đẳng trên thì cũng đúng cho hầu hết các phương trình khó hiểu và phức tạp khác trong toán học. Câu trả lời thì đã nằm gọn trong phương trình, và nó phải được tính ra. Nó thì không được nhận thấy ngay bởi vì toán học nhắc nhở chúng ta rằng những sự ám chỉ không thể tránh được thì không phải là một sự ám chỉ rõ rệt.

Kinh tế học thì cũng vậy, nó cũng giống như môn học về máy móc. Khi một kỹ sư có một vấn đề cần giải quyết, đầu tiên, anh ta phải xác định tất cả những dữ kiện chung quanh vấn đề. Nếu anh ta vẽ kiểu một cây cầu bắc nhịp giữa hai điểm, đầu tiên anh ta phải biết một cách chính xác cái khoảng cách giữa 2 điểm này, địa hình của vùng đất, trọng tải cực đại mà cây cầu được dự trù để chịu đựng, sức mạnh và độ cứng chịu đựng của thép hay các vật liệu khác dùng để xây cầu, và lực ép cùng lực căng mà cây cầu phải chịu. Những người tiền phong trong việc nghiên cứu cách xây cầu đã đưa ra những phương trình toán học phức tạp mà qua đó sự hiểu biết về sức mạnh của vật liệu và áp lực của cây cầu được dùng để xác định đường kính, hình dạng, kiến trúc và bao nhiêu số cột, số dây cáp và đòn gánh phải có.

Tương tự như vậy, một nhà kinh tế học với một vấn đề đang nghiên cứu phải biết những số liệu chính của vấn đề, và những kết luận gì phải được rút ra từ những số liệu đó. Hiện tại, có ít người nhận biết được những sự liên hệ của những vấn đề kinh tế mà họ đang bàn luận. Khi họ cho rằng một cách để cứu vãn tình hình kinh tế là để gia tăng tín dụng thì cũng giống như là cho rằng một cách để cứu vãn kinh tế là gia tăng nợ nần; đây chỉ là những cách gọi khác nhau của cùng một vật được nhìn vào bởi hai khía cạnh khác nhau. Khi họ nói rằng một cách để tiến lên một nền kinh tế thịnh vượng là tăng giá nông phẩm thì cũng giống như là nói rằng một cách để thịnh vượng là làm cho thực phẩm mắc hơn đối với những công nhân thành phố. Khi họ nói rằng: một cách để làm cho quốc gia trở nên giàu có là để cho chính phủ trả thêm tiền trợ cấp, thì thật ra là họ đang nói rằng sự giàu mạnh của một quốc gia có được là do việc tăng thuế. Khi họ đề ra một mục đích chủ yếu là gia tăng việc xuất cảng thì hầu hết là họ đều quên rằng một cách tối hậu là họ đang tăng cường mức nhập cảng. Khi họ nói, trong hầu hết tất cả các điều kiện nhằm để phục hồi một nền kinh tế là việc gia tăng mức lương bổng thì họ chỉ tìm ra được một phương pháp là làm tăng phí tổn sản xuất. Bởi vì giống như một đồng tiền có hai mặt, dự án ban đầu thì chỉ ở dưới các điều kiện bình thường cũng như cái mệnh đề tương đương của nó nghe không có gì là quyến rũ. Có đôi lúc, một sự gia tăng nợ xấu là một chuyện cần thiết để chống lại những lợi tức đạt được từ một quỹ vay mượn, hoặc khi người ta cần một chương trình tài trợ của chính phủ để đạt được một mục tiêu quân sự, hoặc khi một kỹ nghệ có thể chịu nổi một phí tổn gia tăng… Nhưng chúng ta phải chắc chắn rằng, trong mỗi trường hợp, chúng ta cần phải khảo sát cả hai mặt của một đồng tiền, và tất cả những gì liên lụy đến một đề án phải được nghiên cứu kỹ. Nhưng ít khi mà người ta làm đúng chuyện này.

2

Qua sự phân tích của những thí dụ trên, chúng ta đã học được một bài học bất ngờ. Đó là khi chúng ta nghiên cứu các tác dụng của những dự án khác nhau, chúng ta không những chỉ nghiên cứu chúng trên những nhóm đặc biệt trong một hạn kỳ, mà còn nghiên cứu trên mọi nhóm trong trường kỳ nữa, và rồi chúng ta sẽ đi đến một kết luận không cầu kỳ và có ý nghĩa. Dĩ nhiên là không ai mà có thể quen thuộc với một nền kinh tế mà trong đó có những chiếc cửa sổ bị vỡ và những thành phố thì bị tàn phá; hay những sự phung phí tiền bạc vào những dự án công cộng không cần thiết; hay những máy móc mà giúp gia tăng nền sản xuất kinh tế hóa nhân lực thì đang bị đe dọa. Cũng không ai mà có thể quen thuộc với những chướng ngại vật làm cản trở một nền sản xuất tự do và một sự tiêu thụ tự do mà có thể mang lại sự giàu có; hoặc một quốc gia giàu mạnh nhờ vào những áp lực bắt buộc các quốc gia khác phải sản xuất hàng hóa với giá rẻ hơn, cũng không ai cho rằng tiết kiệm là một hành động ngu xuẩn hay ác độc và tiêu xài lãng phí thì mang lại thịnh vượng.

Adam Smith đã trả lời những nhà triết học biện luận như sau: *"Tính cẩn thận trong mọi gia đình tư nhân không thể thiếu được trong một quốc gia hùng mạnh"*. Nhưng cũng còn nhiều người đi lạc vào trong sự rắc rối bởi vì họ không xem xét lại lý do của họ, ngay cả khi những kết luận của họ thì vô ý nghĩa một cách không thể sờ được. Những độc giả dựa vào các niềm tin riêng của họ, có thể hay không thể chấp nhận câu ngạn ngữ của Bacon rằng: *"Một chút triết học sẽ làm cho nhân loại nghiêng về chủ nghĩa vô thần, nhưng một tuyệt kỹ triết học sẽ mang nhân loại trở về với tôn giáo"*. Tuy nhiên, một cách chắc chắn rằng sự thật là một thiển cận kinh tế học có thể một cách dễ dàng dẫn đến các kết luận trái lẽ và mâu thuẫn mà chúng ta vừa duyệt xét, nhưng một sự nghiên cứu kinh tế học sâu xa sẽ mang con người trở lại với những lý lẽ đúng. Bởi vì sự nghiên cứu kinh tế học sâu xa bao gồm việc tìm hiểu tất cả những kết quả của một chính sách thay vì chỉ đơn giản dựa trên một cái nhìn mơ màng của những gì có thể trông thấy được một cách ngay tức khắc.

3

Trong bài nghiên cứu này, chúng ta cũng đã khám phá ra một người bạn cũ, đó là một-người-đàn-ông-bị-quên-lãng của William Graham Sumner. Bạn đọc chắc sẽ nhớ đến bài luận của Sumner mà đã xuất hiện vào năm 1883:

Đúng lúc A nhận thấy một cái gì dường như không đúng cho anh ta mà X thì đang gánh chịu. A bàn lại với B, rồi A và B vạch ra một dự luật sửa chữa sự sai lầm và giúp X. Dự luật mà họ đề ra là để xác định cái gì mà A, B và C sẽ làm để giúp cho X... Những gì mà tôi muốn làm là kiếm C... Tôi gọi anh ta là người-đàn-ông-bị-quên-lãng... Anh ta là một người đàn ông không bao giờ được nghĩ đến. Anh ta là một nạn nhân của những người nhân đạo, của những nhà thăm dò, những nhà cải tiến xã hội, và tôi hy vọng để chứng tỏ cho các bạn thấy trước khi tôi hoàn tất công việc của mình rằng anh ta xứng đáng với sự chú ý đến các đặc tính và những gánh nặng mà chúng ta đã đặt lên anh ta.

Đây là một câu chuyện bóng gió lịch sử mà đoạn văn trên, một-người-đàn-ông-bị-lãng-quên, đã được làm cho sống lại vào những năm 1930, và đã được áp dụng, không phải chỉ cho C, mà còn cho X; và C là người mà đã hỏi để nâng đỡ nhiều X hơn đã trở thành bị lãng quên một cách hoàn toàn hơn bao giờ hết. Bây giờ thì chính C là người-đàn-ông-bị-lãng-quên, là người mà đã kêu gọi để kìm hãm những trái tim đang rỉ máu của các nhà chính trị bằng sự rộng rãi đại biểu của anh ta.

4

Sự nghiên cứu của bài học của chúng ta sẽ không hoàn tất trước khi chúng ta kết thúc nó nếu chúng ta bỏ qua việc quan sát những ngộ nhận mà chúng nó xảy ra không những chỉ một cách tình cờ mà còn một cách có hệ thống. Nó là một kết quả hầu như không tránh được của Chi Bộ Lao Động.

Trong một cộng đồng nguyên thủy, hay trong thời kỳ của các nhà đi tiên phong trước khi Chi Bộ Lao Động được thành lập, con người làm việc một cách đơn độc cho chính họ hay chỉ cho gia đình của họ. Những gì mà một người tiêu thụ thì cũng tương tự như những gì mà người đó đã sản xuất. Luôn luôn có một sự liên lạc trực tiếp và tức thời giữa các sản phẩm của anh ta và sự thỏa mãn của anh ta.

Nhưng khi có sự can thiệp vào của một Chi Bộ Lao Động phức tạp thì sự liên lạc trực tiếp và tức thời này ngưng tồn tại. Tôi không làm ra mọi thứ mà tôi tiêu thụ mà chỉ làm ra một phần của những thứ đó. Với lương bổng mà tôi kiếm được từ việc sản xuất ra một thứ hàng tiêu dùng hay từ việc cung cấp một dịch vụ, tôi mua các nhu cầu còn lại. Tôi mong muốn giá cả của các thứ mà tôi mua sẽ thấp, nhưng tôi lại mong muốn cho giá cả của những hàng hóa hay dịch vụ mà tôi bán ra thì được cao. Do đó, mặc dù tôi muốn được trông thấy có một số lượng phong phú của các loại hàng hóa khác, tôi vẫn thích có một sự khan hiếm của loại hàng hóa mà doanh nghiệp của tôi đang cung cấp. Sự khan hiếm mà tôi đang cung cấp càng lớn, thì phần thưởng lợi tức của những nỗ lực sản xuất của tôi sẽ càng cao hơn. Điều này, một cách cần thiết, không có nghĩa là tôi sẽ hạn chế những sự cố gắng sản xuất của tôi. Thật ra, nếu tôi chỉ là một số thực thể trong tất cả những nhà sản xuất một loại hàng hóa hay dịch vụ đó, và nếu có một sự cạnh tranh xảy ra thì sự hạn chế đó sẽ mang lại khó khăn cho tôi. Ngược lại, nếu tôi là một nhà trồng trọt lúa mì, tôi muốn có một vụ mùa càng lớn càng tốt. Nhưng nếu tôi chỉ lưu ý đến lợi lộc của sản phẩm của tôi và không có một lòng nhân đạo, tôi sẽ muốn số lượng sản xuất của tất cả các nhà trồng trọt lúa mì khác càng thấp càng tốt; và tôi muốn có một sự khan hiếm lúa mì ngõ hầu để cho vụ mùa đặc biệt của tôi có thể chiếm được một giá bán cao nhất.

Một cách thông thường thì những ý muốn tư lợi ích kỷ đó không có tác dụng trên tổng số lượng lúa mì sản xuất. Bất cứ khi nào mà có một sự cạnh tranh tồn tại, mỗi nhà sản xuất thì bị bắt buộc phải đẩy mạnh những nỗ lực tột bậc để gia tăng lượng vụ mùa càng cao càng tốt trên đất đai của họ. Nhưng những nhà trồng trọt lúa mì hay các nhóm nông gia khác có thể hợp tác để loại bỏ nạn cạnh tranh và nếu chính phủ cho phép hay khuyến khích họ làm như vậy thì tình hình sẽ thay đổi. Họ có thể thuyết phục chính phủ để tạo áp lực buộc các nông gia phải cắt giảm số đất đai trồng trọt và như thế sẽ có một tình trạng thiếu hụt xảy ra và giá lúa mì sẽ tăng. Nếu giá của mỗi kiện lúa mì thì cao hơn một cách tỷ lệ với số giảm trong lượng sản xuất, thì các nông gia lúa mì sẽ có lợi hơn. Họ sẽ thu được nhiều tiền hơn và họ sẽ có khả năng mua sắm cao hơn, nhưng mọi người khác thì xấu hơn vì họ phải sản xuất nhiều hơn chỉ để mua được ít lúa mì hơn. Như vậy, toàn thể quốc gia thì trở nên nghèo hơn bởi vì lượng lúa mì sản xuất ít đi.

Sự kiện này cũng có thể áp dụng cho các sản phẩm khác. Nếu bởi vì các điều kiện thời tiết thất thường làm cho có một gia tăng trong các vụ mùa trồng cam thì tất cả giới tiêu thụ đều được lợi. Thế giới sẽ trở nên giàu có hơn vì có nhiều cam được gặt hái hơn, và giá bán cam cũng trở nên rẻ hơn. Nhưng sự kiện này làm cho các nông gia trồng cam nghèo hơn trừ phi số lượng cam trồng được sẽ lớn hơn để bồi thường cho giá cam đang bị hạ thấp xuống. Một cách chắc chắn là dưới điều kiện này, nếu vụ mùa cam của tôi không lớn hơn bình thường thì chắc chắn tôi sẽ lỗ bởi giá cam tôi bán ra đang rẻ hơn.

Những gì ứng dụng cho cung cấp thì cũng ứng dụng cho nhu cầu. Một chiếc máy nhặt bông gòn mới phát minh mặc dù có thể làm giảm giá quần áo vải và làm tăng thêm số lượng sản xuất, nhưng có thể đưa đến kết quả là một số công nhân nhặt gòn bằng tay sẽ bị sa thải và mất việc. Một chiếc máy dệt vải mới được cải tiến về mặt kỹ thuật sẽ dệt các loại vải tốt hơn ở một cường độ nhanh hơn sẽ làm cho hàng ngàn chiếc máy cũ bị phế thải, và phá hủy đi số vốn liếng được đầu tư vào các chiếc máy cũ đó, và làm cho các chủ nhân của chúng trở nên nghèo hơn. Sự phát triển năng lượng hạt nhân mặc dù có thể mang đến những sự ban phước không thể tưởng tượng được cho nhân loại nhưng nó thì đang bị đe dọa bởi các chủ hầm mỏ dầu và than.

Cũng như không có một sự cải tiến kỹ thuật nào mà không thể làm hại cho con người thì cũng không có sự thay đổi nào thuộc về sự thụ hưởng cũng như luân lý mà không thể làm hại cho nhân loại. Một việc gia tăng bảo vệ sức khỏe tránh uống rượu nhiều có thể làm cho hàng ngàn các nhân viên phục vụ tại các quầy rượu bị mất việc làm, cũng như một sự hạn chế cờ bạc sẽ làm cho các công nhân làm việc cho các sòng bài và các trường đua phải đi tìm nghề nghiệp khác. Nạn kỳ thị đàn ông sẽ làm cho những chuyên gia nam giới bị thất nghiệp nhiều hơn. Nhưng không phải chỉ có những thương gia mà nền kinh doanh của họ có hại cho luân lý nhân loại thì bị tổn thương mà những ai có nền kinh doanh đạo đức còn bị tổn hại nhiều hơn. Những mục sư giảng đạo sẽ không còn đề tài để phàn nàn nữa; những nhà giáo dục sẽ mất đi mục tiêu đấu tranh của họ; những nhu cầu cho các dịch vụ và sự đóng góp của họ sẽ bị giảm đi. Nếu không có tội phạm, chúng ta sẽ cần ít hơn luật sư, chánh án, lính cứu hỏa, và sẽ không còn nhà tù hay cảnh sát để tiếp tục làm việc nữa.

Nói tóm lại, ở dưới sự chỉ huy của Chi Bộ Lao Động, các nhà kinh tế học sẽ khó mà có thể suy nghĩ ra những chính sách để bù đắp cho các nhu cầu mà sẽ không làm tổn hại những thương gia đã bỏ công sức đầu tư để đáp ứng cho các nhu cầu đó. Nếu có một sự phát triển đồng đều thì sự đối kháng giữa những lợi ích của một cộng đồng và những lợi ích của một nhóm đặc biệt sẽ không gây ra những khó khăn trầm trọng. Nếu trong cùng một năm mà vụ lúa mì của thế giới được gia tăng, thì có nghĩa là vụ mùa của riêng tôi cũng đã gia tăng cùng một tỷ lệ. Nếu vụ mùa cam và những sản phẩm nông nghiệp khác gia tăng một cách tương ứng, và nếu tất cả các thành phẩm của các kỹ nghệ cũng gia tăng và phí tổn sản xuất hạ xuống một cách tương ứng, thì tôi như là một nông gia, sẽ không phải gánh chịu các lỗ lã bởi vì số lượng sản xuất lúa mì đã gia tăng. Giá của mỗi kiện lúa mì có thể hạ và số tiền thu được cho tổng số lượng sản xuất lúa mì mà nhiều hơn có thể giảm, nhưng tôi có thể mua được các sản phẩm khác rẻ hơn bởi vì số lượng cung cấp các sản phẩm khác đã gia tăng và tôi sẽ không có lý do gì để phàn nàn nữa.

Nhưng sự tiến triển kinh tế chưa bao giờ đã xảy ra và có lẽ không bao giờ có thể xảy ra theo một cách điều hòa như vậy. Có những sự phát triển thỉnh thoảng xảy ra cho một loại hàng hóa này, và đôi khi có những sự phát triển xảy ra cho các loại hàng hóa khác. Và nếu có một sự gia tăng đột ngột trong số lượng cung cấp mà tôi sản xuất, và nếu có một phát minh hay một khám phá kỹ thuật cải tiến mà làm cho những gì tôi sản xuất không còn cần thiết nữa thì lúc đó sự lợi ích của thế giới sẽ là một thảm kịch cho hàng hóa mà tôi sản xuất. Sự thật là mọi người không nhìn thấy được cái kết quả lợi ích là cà phê thì đang được sản xuất với số lượng nhiều hơn và giá bán nó trở nên rẻ hơn, mà họ chỉ biết rằng sẽ có một số nông gia trồng cà phê không thể kiếm lời vì giá bán cà phê rẻ đó. Tương tự như vậy, không ai nhớ rằng một chiếc máy mới đã được cải tiến làm cho số lượng giầy sản xuất nhiều hơn sẽ làm hạ giá giầy mà họ chỉ thấy rằng có một nhóm thợ, nam và nữ, bị sa thải ra khỏi hãng giầy mà thôi. Nói đúng hơn, để hiểu một vấn đề một cách đầy đủ hơn, tình trạng của những nhóm này phải được nhìn thấy và phải được giải quyết một cách ủng hộ, và chúng ta phải cố gắng để nhìn xem những lợi ích từ một sự cải tiến đặc biệt nào đó có thể giúp cho những nạn nhân trong sản xuất tìm kiếm lại được cái vai trò đã mất của họ ở một nơi nào khác không.

Nhưng cách giải quyết là không bao giờ làm giảm lượng cung cấp một cách tùy tiện để ngăn cản những khám phá mới hay các phát minh xa hơn, hay là để giúp đỡ mọi người để tiếp tục điều hành một dịch vụ không còn giá trị. Tuy thế, cả thế giới thì đã và đang tìm cách để làm như vậy bằng cách bảo vệ thuế nhập khẩu, bằng cách phá hoại các máy móc, đốt các đồn điền cà phê, và bởi hàng ngàn các phương pháp hạn chế khác. Đây là một chiêu bài làm giàu điên rồ qua nạn khan hiếm. Chiêu bài này có thể đúng vì sự cô lập bất cứ một nhóm sản xuất nào để làm khan hiếm loại hàng hóa mà họ bán và làm dư thừa các loại hàng hóa mà họ có thể mua giúp chỉ cho nhóm đó và không thể áp dụng được một cách tập thể.

Mục đích của môn khoa học kinh tế là để nhận thấy được một vấn đề một cách tổng thể chứ không phải là để nhận thấy được một vấn đề một cách khiếm diện.

PHẦN III
BÀI HỌC SAU 30 NĂM

CHƯƠNG 26
BÀI HỌC SAU 30 NĂM

Lần xuất bản đầu tiên của cuốn sách này là vào năm 1946. Bây giờ, khi tôi viết thêm chương này thì đã 32 năm trôi qua. Trong thời gian đó có bao nhiêu bài học trong các chương trước đây đã được áp dụng?

Nếu chúng ta muốn nói đến các chính trị gia – tất cả những người mà chịu trách nhiệm cho việc dự trù các công thức và các chính sách chính phủ – thì một cách thực tế là họ đã không học hỏi thêm được gì qua các bài học trên đó. Ngược lại, các chính sách được phân tích trong các chương trước đây thì đã được thiết lập một cách sâu rộng, không những ở Hoa Kỳ mà còn ở khắp nơi trên thế giới. Chúng ta có thể lấy một thí dụ về nạn lạm phát. Đây là một tệ nạn kinh tế mà được áp đặt không phải chỉ vì lợi ích của nó mà là một kết quả không thể tránh được của các chính sách can thiệp kinh tế. Ngày nay, nó đứng vững như là một biểu hiện của cái kết quả của sự can thiệp kinh tế của chính phủ ở khắp mọi nơi.

Ấn bản năm 1946 đã giải thích những kết quả do một nạn lạm phát gây ra, nhưng đó chỉ là một nạn lạm phát nhẹ một cách so sánh. Mặc dù mức chi tiêu của chính phủ liên bang vào năm 1926 thì ít hơn 3 tỷ đô la và có một sự thặng dư trong sản xuất, trước tài niên năm 1946, mức chi tiêu của chính phủ đã tăng lên đến 55 tỷ đô la với một sự thiếu hụt tài chính là 16 tỷ đô la. Tuy thế, trong tài niên năm 1947, khi chiến tranh đã kết thúc, mức chi tiêu giảm xuống còn 35 tỷ đô la với mức thặng dư thật sự lên đến gần 4 tỷ đô la. Trước tài niên năm 1978, tuy nhiên, mức chi tiêu của chính phủ lại tăng lên đến 451 tỷ đô la và ngân quỹ thiếu hụt đi 49 tỷ đô la.

Tất cả những số liệu này là kết quả của một sự gia tăng khủng khiếp của lượng tiền tệ từ 113 tỷ đô la trong các trương mục ký thác cộng với số lượng tiền tệ bên ngoài ngân hàng trong năm 1947 lên đến 357 tỷ đô la vào tháng 8 năm 1978. Nói một cách khác, số lượng tiền cung cấp đã tăng lên gấp ba trong thời gian đó. Tác dụng của sự gia tăng lượng tiền tệ này là một sự gia tăng trong giá cả hàng hóa. Chỉ số giá hàng tiêu thụ trong năm 1946 là 58,5; trong năm 1978 là 199,3; nói tóm lại là đã tăng gấp ba[12].

Chính sách lạm phát, như tôi đã nói, được áp đặt một phần là do bản chất tốt đẹp của nó. Hơn 40 năm sau lần xuất bản quyển *Lý Luận Tổng Thể* của kinh tế gia Maynard Keynes, và hơn 20 năm sau khi cuốn sách đó đã bị thất sủng một cách hoàn toàn bằng phân tích cũng như bằng kinh nghiệm, một số lớn các chính trị gia vẫn còn giới thiệu một cách không ngừng rằng ngõ hầu để ngăn chặn một nạn thất nghiệp thì chính phủ phải gia tăng ngân sách chi tiêu của họ nhiều hơn. Và có một điều mỉa mai hơn là họ đang quảng cáo cho một chính sách tiêu xài công quỹ trong khi ngân sách quốc gia thì đang thiếu hụt một cách trầm trọng trong 41 năm của 45 năm vừa qua, và mức thiếu hụt này đã tăng lên đến 50 tỷ đô la một năm[13].

Còn có một số điều mỉa mai hơn, đó là, không bằng lòng với các kết quả của những chính sách kinh tế đối nội trong nước, các quan chức chính phủ này đã mắng nhiếc cả những quốc gia mà đã không ủng hộ những chính sách "bành trướng kinh tế" này của họ như Đức và Nhật.

Một trong những kết quả tai hại nhất của việc duy trì các thần thuyết Keynesian là chúng không những chỉ gây ra những nạn lạm phát càng lúc càng lớn hơn, mà chúng còn phân tán một cách có hệ thống những nguyên nhân mà đã gây ra nạn thất nghiệp như mức lương công đoàn quá cao, hay các luật lương tối thiểu, bảo hiểm thất nghiệp quá độ và lâu dài và các chương trình cứu trợ tổng quát.

Nhưng nạn lạm phát, mặc dù nó đã được áp đặt một cách có dụng ý, ngày nay nó là một kết quả chính của chính sách can thiệp kinh tế của chính phủ. Nó là một kết quả của việc tái phân phối của bộ nội vụ – hay nói đúng hơn nó là một sự truất hữu tài sản của Peter để mà cung cấp cho sự tiêu xài hoang phí của Paul.

Tiến trình này thì dễ dàng để mà theo dõi hơn và những tác dụng nguy hại của nó thì dễ dàng bị phơi bày hơn nếu nó được xây dựng trên một sự đo lường đơn giản – thí dụ như dự án bảo đảm mức lương bổng hàng năm đã được cứu xét một cách cẩn thận bởi ủy ban quốc hội vào đầu thập niên năm 1970. Đây là một dự án để đánh thuế một cách tàn nhẫn tất cả các lợi tức trên mức trung bình và phân phát số tiền thu được cho những đầu dân có lợi tức dưới mức ấn định tối thiểu, ngõ hầu để đảm bảo cho họ có được một lợi tức không kể họ có sẵn sàng làm việc hay không – "để giúp họ sống một cách được trọng vọng". Thật là khó có thể mà tưởng tượng một kế hoạch được tính toán một cách rõ ràng hơn chỉ để làm giảm công ăn việc làm và sản xuất; và một cách kết quả là làm cho mọi người nghèo đi.

Nhưng thay vì bỏ qua bất cứ một sự đo lường đơn giản nào, chính phủ của chúng ta đã thích chế định hàng trăm luật mà tác dụng của chúng là sự tái phân phối dựa trên một cơ bản lựa chọn. Những sự đo lường này có thể bỏ sót một cách hoàn toàn một số nhóm cần thiết; nhưng trên một mặt khác có thể cung cấp cho những nhóm khác hàng tá trợ cấp bao gồm: trợ cấp an sinh xã hội, y tế, bảo hiểm thất nghiệp, công phiếu thực phẩm, cấp dưỡng cựu chiến binh... Chính phủ đã tính xấp xỉ rằng dưới các phân loại này họ đã trả những trợ cấp liên bang cho tất cả 4 triệu người. Một tác giả khác gần đây đã khảo sát và đã đếm được có khoảng 44 chương trình trợ cấp và tổng số chi tiêu cho những chương trình này là 187 tỷ đô la. Mức độ tăng trưởng từ năm 1971 đến năm 1976 là khoảng 25% trong một năm – tức là khoảng 2,5 lần mức tăng trưởng tổng sản lượng quốc gia trong cùng một thời kỳ. Mức chi tiêu dự trù cho năm 1979 là trên 250 tỷ đô la. Cùng với sự tăng trưởng vượt chỉ tiêu của những trợ cấp đó, là các chi tiêu thuộc về kỹ nghệ bao gồm 5 triệu công nhân tư và công, đưa tới một sự phân phối trợ cấp cho 50 triệu người thừa hưởng[1].

Hầu như là phân nửa các quốc gia Tây Âu cũng đã thành lập một hệ thống các chương trình trợ giúp tương tự. Chúng ta chỉ cần cho thí dụ như là Anh quốc. Chính

---

[1] Charles D. Hobbs, *Kỹ Nghệ Cứu Trợ Xã Hội* (Washington, D. C.: Heritage Foundation, 1978).

phủ Anh đã đánh một thuế lợi tức cá nhân vào lương bổng lên đến 83% và vào lợi nhuận đầu tư lên đến 98%. Không có gì đáng ngạc nhiên là tình trạng này đã làm giảm các khuyến khích trong đầu tư và làm thuyên giảm sản xuất cũng như công ăn việc làm. Một cách chắc chắn rằng không có một cách nào để làm hỏng việc phát triển công ăn việc làm hơn là cách gây phiền phức cho chủ nhân các doanh nghiệp, cũng như không có cách nào chắc chắn để giữ cho lương bổng hạ xuống hơn là cách phá hỏng mọi động cơ đầu tư vào các máy móc và dụng cụ. Thế mà những tình trạng này lại đang càng lúc càng trở thành một chính sách của chính phủ ở khắp mọi nơi[14].

Tuy thế, chính sách đánh thuế nặng nề vẫn chưa mang lại đủ lợi tức để có thể đáp ứng cho nhu cầu tiêu xài và các chiêu bài phân phối sự giàu có của chính phủ. Kết quả vẫn là những sự thiếu hụt ngân sách quốc gia có định kỳ, và như vậy cũng gây ra những nạn lạm phát định kỳ hầu như là ở trong mỗi quốc gia trên thế giới.

Trong 30 năm qua, ngân hàng thành phố Nữu Ước đã giữ những thống kê về nạn lạm phát của mỗi thời kỳ khoảng mười năm. Những tính toán của ngân hàng này thì được dựa trên những ước tính của phí tổn sinh sống được xuất bản bởi chính phủ. Trong tờ báo kinh tế của tháng 10 năm 1977, ngân hàng này đã cho xuất bản một bản báo cáo khảo sát về nạn lạm phát trong 50 quốc gia trên thế giới. Những số liệu này đã cho thấy rằng trong năm 1976, đồng Đức kim đã mất 35% mãi lực; đồng Thụy Sĩ mất khoảng 40%, và đồng Mỹ kim mất 43%, đồng Pháp mất 50%, đồng Yên của Nhật mất 57%, Thụy Điển 47%, Ý mất 56% và Anh quốc mất 61% mãi lực. Ở châu Mỹ La-tinh, đồng Ba Tây mất 89% giá trị của nó, và Uruguay, Chi-lê, và Á-Căn-Đình (Argentina) mất hơn 99% mãi lực của đơn vị tiền tệ[15].

Qua những số liệu này, tôi muốn để cho các bạn đọc thấy được một bức tranh xáo trộn của mức độ hạ giá của tiền tệ và sự chịu đựng của hàng triệu dân cư trên khắp thế giới.

Như tôi đã chỉ ra cho thấy, những nạn lạm phát mà chính chúng đã gây ra những lầm than cho nhân loại thì lại là một phần của cái kết quả của chính sách can thiệp kinh tế của chính phủ. Một cách thực tế, tất cả những can thiệp đó, một cách không cố ý đã biểu hiện và nhấn mạnh bài học căn bản cho quyển sách này. Tất cả các chính sách đó đã được chế định chỉ dựa trên một ức tính rằng chúng có lợi cho một nhóm người đặc biệt nhất thời, và thất bại trong tác dụng trên tất cả mọi nhóm người trong trường kỳ. Chính phủ ở khắp mọi nơi thì vẫn còn đang cố gắng để chữa trị nạn thất nghiệp gây ra bởi các chính sách kinh tế của họ bằng các dự án công cộng, và bằng cách áp đặt của các loại thuế truất hữu nặng nề. Họ vẫn còn khuyến khích bành trướng các tín dụng, áp đặt các thuế nhập khẩu cao hơn, và cố gắng để làm tăng mức xuất cảng bằng cách hạ giá đơn vị tiền tệ nhiều hơn. Các nông gia thì vẫn tiếp tục "đình công" để đòi hỏi "những giá cả cân bằng". Chính phủ thì vẫn tiếp tục khuyến khích các nền kỹ nghệ vô hiệu quả, và họ vẫn còn cố gắng để "làm bền vững" giá cả của một số hàng hóa thông dụng.

Bằng cách làm phồng to lượng tiền tệ lưu hành, chính phủ đã vô tình đẩy giá hàng tiêu thụ lên và đổ lỗi tăng giá vào các nhà sản xuất, các tiệm buôn. Họ áp đặt giá cả tối đa cho dầu, khí đốt để làm giảm những khám phá mới. Họ tiếp tục kiểm soát việc cho thuê nhà, tăng mức lương tối thiểu để đương đầu với nạn thất nghiệp. Họ tiếp tục thông qua các dự luật ban phát nhiều đặc quyền hơn cho các nghiệp đoàn lao động, và bắt buộc các công nhân trở thành hội viên của các nghiệp đoàn này cũng như buộc các ban giám đốc phải thương thuyết một cách công bằng để thỏa mãn một số yêu cầu của các nghiệp đoàn lao động đó. Nhưng kết quả chỉ là một sự kéo dài thêm tình trạng thất nghiệp và làm giảm thêm mức lương bổng.

Hầu hết các chính trị gia vẫn tiếp tục bỏ qua sự cần thiết của lợi nhuận, đánh giá quá cao số lợi tức trung bình của chúng, hay phát giác ra những lợi nhuận bất thường ở đâu đó và đánh thuế chúng một cách quá độ, và đôi khi làm mất sự hiện hữu của lợi nhuận.

Bất cứ khi nào mà nền kinh tế bị phát triển chậm lại thì các chính trị gia cho rằng nguyên nhân là do "thiếu khách hàng tiêu thụ". Rồi họ khuyến khích thêm sự chi tiêu bằng cách hô hào việc mua xài chống lại động cơ tiết kiệm và đầu tư. Và phương pháp chính đó của họ, như chúng ta đã thấy, là một nguyên nhân của sự tăng tốc của nạn lạm phát. Kết quả là, ngày nay, hầu hết các quốc gia thì đang lừa gạt dân chúng qua việc ấn loát thêm những đồng tiền giảm giá trị.

Chúng ta hãy khảo sát thêm những khuynh hướng kinh tế xảy ra gần đây, không phải chỉ ở Hoa Kỳ, mà còn ở các quốc gia khác. Chúng ta đã nhìn thoáng qua một bức tranh tổng quát, nhưng chúng ta bây giờ hãy nhìn kỹ hơn vào một bức tranh cụ thể – hệ thống an sinh xã hội ở Hoa Kỳ.

Một đạo luật về an sinh xã hội đã được thông qua bởi quốc hội Hoa Kỳ vào năm 1935 thì được dựa trên một lý luận rằng hầu hết mọi người dân đã không thể tiết kiệm đủ tiền hưu trí cho chính họ trong những năm họ còn làm việc, vì vậy khi tuổi già đến, họ không đủ tài nguyên để sống. Và vấn đề này có thể giải quyết nếu họ bị bắt buộc để bảo hiểm cho chính họ với sự hợp tác cưỡng bách của giới chủ nhân các thương nghiệp là phải cung cấp một nửa số bảo hiểm phí cho công nhân để các công nhân có đủ tiền hưu trí khi về hưu ở tuổi 65. An sinh xã hội là một chương trình bảo hiểm hưu trí mà trong đó một ngân quỹ được dành riêng để tài trợ cho các công dân cao niên. Nhưng thật ra nó không có kết quả như vậy. Quỹ dự trữ chỉ thật sự tồn tại trên giấy tờ. Chính phủ luôn luôn chi tiêu tất cả các loại thuế an sinh xã hội thu được, hoặc là để bù đắp cho các dự án công cộng, hoặc là dùng để trả các định tức xã hội. Từ năm 1975, số định tức an sinh xã hội trả ra vượt quá số lượng thuế an sinh xã hội thu vào.

Kết quả là trong thực tế, bộ phận quốc hội đã luôn luôn tìm thấy các phương pháp để gia tăng số định tức trả ra, bành trướng quỹ bảo hiểm và sáng tạo ra các hình thức "bảo hiểm xã hội" mới. Năm 1965, một nhà bình luận đã phê bình một chương trình bảo hiểm y tế vừa mới được thiết lập một vài tuần: *"Những nhà an sinh xã hội ngọt ngào của chúng ta thì luôn luôn được đắc cử trong những kỳ bầu cử của 7 năm vừa qua".*

Khi nạn lạm phát đã được phát triển và mở rộng, định tức an sinh xã hội thì gia tăng không những một cách tỷ lệ mà còn ở một mức vượt cao hơn. Cái khuynh hướng chính trị hiện tại là để chồng cao hơn mớ định tức trong hiện tại và đẩy phí tổn trong tương lai. Tuy thế, cái tương lai ấy đã đến, cứ vài năm sau, quốc hội lại phải tăng thuế an sinh xã hội vào trên cả hai giai cấp công nhân và giai cấp chủ nhân.

Không những chỉ có mức thuế an sinh xã hội là tăng một cách liên tục mà mức thuế đánh vào lương bổng cũng tiếp tục tăng. Trong dự luật của năm 1935, số lương mà bị đánh thuế chỉ là 3.000 đô la đầu của số lương và mức thuế thì thấp. Nhưng giữa năm 1965 đến năm 1977, cho thí dụ, thuế an sinh xã hội đã tăng từ 4,4% trên số lương đầu tiên là 6.600$ đến 11,7% trên số lương đầu tiên là 16.500$. (Giữa năm 1960 và năm 1977, tổng số thuế hàng năm đã tăng khoảng 572%, hay khoảng 12% mỗi năm, và nó còn được vạch để tăng thêm).

Vào đầu năm 1977, số nợ an sinh xã hội không có ngân quỹ được tính xấp xỉ một cách chính thức là 4,1 ngàn tỷ[16].

Ngày nay không ai có thể biết được an sinh xã hội là một chương trình bảo hiểm hay là một hệ thống cứu trợ phức tạp thông thường. Số lượng người xin định tức này thì được bảo hiểm để được trả. Tuy thế, không có một công ty bảo hiểm nào có đủ sức để trang trải số định tức này bằng cách là chỉ bán ra các bảo hiểm phí. Vào đầu năm 1978, khi các công nhân có lợi tức thấp về hưu, số định tức an sinh xã hội hằng tháng của họ một cách tổng quát là vào khoảng 60% số lương mà họ kiếm được khi còn làm việc. Các công nhân có mức lương trung bình thì lãnh khoảng 45%, và các công nhân có lợi tức cao thì tỷ số này giảm xuống từ 5% đến 10%. Nếu an sinh xã hội mà được coi như là một hệ thống cứu trợ thì tất cả những ai có mức lương bổng cao hơn nhận được một trợ cấp lớn hơn được coi như là một chuyện lạ.

Tuy thế, ngày nay bảo hiểm an sinh xã hội vẫn được coi như là một cái gì đó thiêng liêng và bất khả xâm phạm. Tất cả những đại biểu quốc hội nào mà có ý kiến cắt giảm không những chỉ mức định tức hiện tại mà còn mức định tức tương lai thì bị coi như là một vụ tự tử chính trị.

Nói tóm lại, vấn đề khó khăn mà chúng ta phải đương đầu ngày nay thì không phải là kinh tế mà là chính trị. Các kinh tế gia thì quan tâm về những gì phải làm, trong khi một cách thực tế, chính phủ chỉ cố gắng để tái phân phối mức giàu có và lợi tức như là một động cơ sản xuất và chính sách này đưa đến một tình trạng nghèo nàn hơn một cách tổng quát. Chính phủ thì cần thiết để bảo vệ luật pháp, chống lại các tội phạm và các tệ nạn giựt nợ, nhưng chính phủ không nên can thiệp vào tình hình kinh tế, và chức vụ của chính phủ chỉ nên là để khuyến khích và duy trì một thị trường tự do. Khi A-Lịch-Sơn đại đế viếng thăm nhà triết học Diogenes và hỏi ông ta có cần sự giúp đỡ của ngài không, thì Diogenes đã trả lời rằng: *"Vâng, nhưng xin ngài đừng có đứng che ánh sáng mặt trời trước mặt tôi"*. Tình hình có vẻ tối tăm, nhưng không phải là không có hy vọng, vì sau cơn mưa thì trời lại sáng. Càng ngày, người ta càng hiểu nhiều hơn rằng chính phủ sẽ không giúp gì cho họ mà không lấy từ họ trước tiên. Những chính sách can thiệp kinh tế của chính phủ có nghĩa là có nhiều thuế má được đánh vào người dân hơn, hoặc có nghĩa là ngân sách của chính phủ đang thiếu hụt và nạn lạm phát sẽ gia tăng. Và cuối cùng thì một nạn lạm phát sẽ dẫn dắt sai lạc và làm hỏng nền kỹ nghệ sản xuất.

Tuy nhiên, đang có những dấu hiệu thay đổi đã được ghi nhận trong hệ thống triết học kiến thức. Keynesians và những con buôn thời đại thì đang ở trong một sự rút lui chậm chạp. Những nhà bảo thủ và những kẻ tranh đấu cho tự do thương mãi thì đang càng ngày càng hô hào và giải thích cho lập trường của họ. Trong thế hệ các kinh tế gia trẻ, đang mọc ra một trường phái "Kinh tế Áo quốc" đầy kỹ thuật, và đang có một hứa hẹn rằng các chính sách công cộng có thể kìm hãm được trước khi một sự tàn phá xảy ra mà không thể đền bù lại được.

- HẾT -

CÁC PHẦN GHI CHÚ CÓ ĐÁNH SỐ

(1) *Vào năm 1989, lợi tức quốc gia là vào khoảng 6,2 ngàn tỷ đô la. Thuế thu được là 2,4 ngàn tỷ đô la, hay xấp xỉ vào khoảng 40% lợi tức quốc gia ("Những số liệu tối đa của Chính phủ", Gerald W. Scully, theo* bài tường thuật số 188 của NCPA, tháng Mười Một, 1994).

(2) *Trong một bài bình luận viết vào năm 1992 cho Ngân hàng Dự Trữ Liên Bang ở Dallas của các kinh tế gia W. Michael Cox và Richard Alm, các nhà văn này đã trình bày rõ ràng về một kế hoạch vững chắc của việc cải tiến thêm công ăn việc làm. Trong khi đó thì kinh tế gia Joseph Schumpeter đã xem kế hoạch này như là "một cách tàn phá có kiến tạo", bởi vì khi những cải tiến kỹ thuật tạo ra những công ăn việc làm mới thì nó cũng phá hỏng các nghề nghiệp lao động cũ. Cox và Alm thì đã ghi nhận mức phát triển các việc làm trong thế kỷ này là tăng từ 29.000.000 công nhân Hoa Kỳ trong năm 1990 đến 116.000.000 trong năm 1991. ("Máy Làm Bơ" W. Michael Cox và Richard Alm, bản tổng kết hàng năm của Hội đồng Dự Trữ Liên Bang, 1992).*

(3) *Số liệu 5.000$ mà Hazlitt dùng ở đây không có nghĩa chính xác. Giá bán trung bình của một chiếc xe mới hiện tại thì ở trong vòng 20.000$ (theo bài viết "Những Trò Đùa Tiêu Khiển Của Nạn Lạm Phát" của David R. Henderson, tạp chí Fortune, số ngày 18 tháng 3, 1996, trang 36).*

(4) *Tình trạng này đã không trở nên tốt hơn từ khi Hazlitt viết thêm phần chú thích. Theo báo Kinh Doanh Đầu Tư Thường Nhật ra ngày 29 tháng 9, 1995, thì "từ năm 1986 đến 1993, phí tổn sản xuất của kỹ nghệ bông gòn có tổng số là 12 tỷ và trung bình là 1,5 tỷ mỗi năm. Trong*

năm 1993, có tổng cộng 96 ngàn nông gia trồng gòn chia sẻ lợi tức thu được. Theo một sự nghiên cứu của GAO được xuất bản ngày 20 tháng 7 năm 1995, phí tổn của kỹ nghệ bông gòn đã lên đến 738 triệu đô la hàng năm trong 8 năm vừa qua". Cũng trong bản tường trình này của GAO đã cho thấy "kỹ nghệ bông gòn đã phát triển nhờ vào một chương trình nâng đỡ giá cả tốn kém và phức tạp quốc nội cũng như quốc ngoại của chính phủ và xã hội".

(5) *Lương tối thiểu của hiện tại là 4,25$ một giờ. Một tuần của 40 tiếng làm việc dựa trên mức lương tối thiểu này tốn vào khoảng 170$ cho giới chủ nhân có chính sách đó.*

(6) *Từ khi Hazlitt đã thêm vào phần ghi chú ở cuối trang này, mức lương bổng tối thiểu đã tăng gấp ba: trong năm 1981 nó được tăng đến 3,35$, trong năm 1990 tăng 3,80$, và trong năm 1992 tăng 4,25$. Nạn thất nghiệp thì gia tăng và các chương trình tạo thêm việc làm thì giảm đi sau mỗi lần gia tăng đó của mức lương bổng tối thiểu.* ("Có Nên Tăng Mức Lương Liên Bang Tối Thiểu Không?" Richard Vedder và Lowell Gallaway, bài tường thuật chính sách số 190 của NCPA, tháng 2 năm 1995).

(7) *Dân số của giới có công ăn việc làm mà được công đoàn hóa hiện nay là 15,5% theo tờ Kinh Doanh Đầu Tư Thường Nhật số ra ngày 14 tháng 11 năm 1995.*

(8) *Tờ báo Kinh Doanh Đầu Tư Thường Nhật số ra ngày 4 tháng Giêng năm 1996 đã ghi nhận rằng số ngân khoản thất nghiệp đã chiếm vào khoảng 60% lợi tức quốc gia trong hơn 40 năm vừa qua. Kinh tế gia Kenneth P. Voytek đã báo cáo rằng số ngân khoản thất nghiệp tính theo mỗi giờ của các nghề không thuộc về nông nghiệp đã tăng 2,4% hàng năm từ năm 1959 đến 1972. Từ năm*

1973 đến 1994 thì sự tăng trưởng của số ngân khoản bồi thường bị chậm lại còn 0,8% bởi vì có một sự gia tăng trong sản xuất tính trung bình là 2,4% từ năm 1959 đến 1972, nhưng từ năm 1973 đến 1994 thì chỉ còn 1,4%. Nói chung là lương bổng đã gia tăng vào khoảng 4% từ năm 1959 trong khi số hội viên gia nhập các nghiệp đoàn lao động đã giảm xuống một cách rất mau. Những sự gia tăng thường thì không thuộc về lương bổng như trợ cấp y tế và huấn luyện nghề nghiệp.

(9) Cho những số liệu về lương giờ và lương tháng tính theo phần trăm của tổng số lợi tức quốc gia, xin độc giả xem phần chú thích số 8 ở trên.

(10) Theo kinh tế gia Kenneth P. Voytek, lợi nhuận thu được của các hãng xưởng trước khi trừ thuế tính trung bình là vào khoảng 10% đến 12% trong những thập niên 1960 và 1970. Trong thập niên 1980, nó giảm xuống còn ít hơn 8% và đã tăng trở lại vào khoảng 9% trong thập niên 1990 (theo báo Kinh Doanh Đầu Tư Thường Nhật, ngày 8 tháng Giêng năm 1996).

(11) Cho những số liệu cập nhật hơn, xin xem phần chú thích số 10 ở trên.

(12) Kinh tế gia David R. Henderson đã ghi nhận rằng "trong 56 năm kể từ năm 1939, nạn lạm phát được tính trung bình là vào khoảng 4,4% mỗi năm. Mặc dù đó là một số liệu nhỏ, một nạn lạm phát lớn hơn thì gia tăng theo thời gian. Một cách thật sự thì nó không cộng thêm mà là bội tăng. Nạn lạm phát thì tương tự như lãi suất kép. Kết quả hậu trừ: từ năm 1939, giá cả hàng hóa đã tăng đến 998% ("Những Trò Đùa Tiêu Khiển Của Nạn Lạm Phát", David R. Henderson, Fortune, 18 tháng 3 năm 1996, trang 35).

(13) *Trước năm 1992, sự thiếu hụt của công quỹ đã lên đến 290 tỷ đô la và giảm xuống "chỉ" còn 165 tỷ đô la trong năm 1995 (Kinh Doanh Đầu Tư Thường Nhật, ngày 5 tháng 10 năm 1995).*

(14) *Anh Quốc chiếm hàng đầu với mức thuế lương bổng là 40% và với mức thuế đầu tư là 33% (theo sách Chỉ Số Năm 1996 Của Nền Kinh Tế Tự Do, Brian T. Johnson và Thomas P. Sheehy, Hiệp hội Truyền thống, 1996). Thuế suất đã chiếm khoảng 34% tổng số sản phẩm quốc gia trong năm 1994 (theo tờ Kinh Tế Gia, số ra ngày 9 tháng 2 năm 1995, trang 99).*

(15) *Mức lạm phát hàng năm cho hệ thống tiền tệ của các quốc gia trong năm 1994 là: 2,8% ở Hoa Kỳ, 1,7% ở Pháp, -2% ở Nhật, 4,5% ở Thụy Điển, 2,4% ở Vương quốc Liên Hiệp (Anh và Ái Nhĩ Lan), 4,5% ở Tây Ban Nha, 2.500% ở Ba Tây, 40% ở Uruguay, 11% ở Chí Lợi, 5% ở Á Căn Đình (Chỉ Số Năm 1996 Của Nền Kinh Tế Tự Do, Brian T. Johnson và Thomas P. Sheehy, Hiệp hội Truyền thống, 1996).*

(16) *Thuế suất an sinh xã hội hiện tại là 15,3%. Người ta tính xấp xỉ rằng chương trình này sẽ khánh tận vào năm 2010.*

THƯ MỤC

- *Allocation*: phân phát, phân phối – 96, 150, 157, 160, 185, 186, 196, 208, 218, 219, 224, 270, 276
- *Allotment*: phân phiếu – 150
- *Argument*: sự tranh cãi, tranh luận – 50, 51, 61, 62, 78, 92, 100, 102, 115, 116, 119, 122, 123, 133
- *Article*: đề án, hàng hóa – 11, 25, 41, 44, 48, 51, 52, 56, 61, 78, 71, 76, 77, 78
- *Arverage profits*: lợi nhuận trung bình – 210
- *Average cost of production*: phí tổn sản xuất trung bình – 148
- *At the expense*: ở phí tổn – 146, 225
- *Balance*: bản tổng kết chi thu – 159, 243
- *Benefit*: định tức – 274, 275, 276
- *Bidding*: sự mặc cả giá – 143
- *Bill*: dự luật – 94, 116, 257, 273, 275
- *Bonds*: trái phiếu – 239
- *Bureaucrat*: quan lại, văn phòng chính phủ – 53, 64, 89, 90, 92, 213,
- *Buying power*: khả năng mua sắm – 40, 44, 47, 86, 90, 92, 99, 120, 121, 122, 155, 156, 157, 159
- *Capital*: vốn liếng, vốn đầu tư – 43, 45, 52, 56, 61, 62, 64, 65, 94, 103, 104, 129, 130, 131
- *Capital accumulation*: sự tích lũy vốn liếng – 183, 184
- *Capital goods*: hàng hóa đầu tư – 241, 243
- *Captital goods industry*: kỹ nghệ hàng đầu tư – 243
- *Capital investment*: đầu tư vốn liếng – 65, 162, 193, 211, 225

- *Collapse of price*: sự phá giá – 149
- *Commodity*: Hàng hóa thông dụng – 25, 61, 110, 113, 117, 121, 122, 143, 153, 154, 156, 158, 177
- *Competitive private enterprise system*: hệ thống kinh doanh cạnh tranh tư nhân – 138
- *Competitive market economy*: nền kinh tế thị trường cạnh tranh – 147
- *Consumers*: khách hàng, giới tiêu thụ – 56, 77, 79, 80, 91, 100, 101, 102, 103, 106, 112, 113, 127, 130
- *Consumers' goods*: hàng tiêu dùng – 240, 243, 258
- *Consumer's good industry*: kỹ nghệ hàng tiêu dùng – 240
- *Consumer Price Index*: chỉ số giá hàng tiêu thụ – 268
- *Contraction*: tình trạng suy kém kinh tế, sự cắt giảm – 121, 241
- *Coupons*: phân phiếu, phiếu bớt – 150, 157
- *Cost*: phí tổn – 49, 51, 52, 66, 76, 84, 86, 87, 88, 98, 103, 105, 106, 107
- *Cost of living*: phí tổn sinh sống – 155, 163, 189, 228, 230, 271
- *Deficit budget*: ngân quỹ thiếu hụt – 268
- *Demand*: nhu cầu – 39, 40, 41, 43, 44, 45, 48, 49, 62, 75, 77, 88, 90
- *Depreciating currencies*: hạ giá đơn vị tiền tệ – 169, 272
- *Depression*: tình trạng suy yếu kinh tế – 116, 229, 240
- *Diverting*: sự phân phối – 150, 155, 160, 208, 270
- *Division of Labor*: chi bộ lao động – 70, 258, 261
- *Economic growth*: sự tăng trưởng hay phát triển kinh tế – 14, 42, 81, 130

- *Economic equilibrium*: mức quân bình kinh tế – 207
- *Emotional economics*: kinh tế cảm ứng – 187
- *Efficient*: hữu hiệu, có kết quả tốt – 101, 104, 105, 107, 137, 148, 156, 162, 168, 179, 181, 196
- *Efficient low-cost producers*: những nhà sản xuất hữu hiệu có phí tổn thấp – 148, 247
- *Effect*: tác dụng, hiệu quả – 15, 25, 30, 31, 32, 33, 44, 55, 56, 59, 66
- *Expansionary policies*: những chính sách bành trướng kinh tế – 269
- *Fallacy*: ngộ nhận, sự nhận thức sai lầm – 13, 21, 23, 24, 29, 30, 32, 34, 39, 40, 41
- *Farm product*: sản phẩm nông nghiệp, nông phẩm – 116, 117, 118, 119, 120, 123, 128, 144, 148, 255, 261
- *Fluctuation*: sự lên xuống, tình trạng không bền vững – 145, 240, 241
- *Firm*: công ty, xí nghiệp – 52, 55, 56, 60, 62, 66, 84, 111, 112, 121, 182, 209
- *Factory*: hãng xưởng, nhà máy – 40, 44, 45, 52, 70, 71, 76, 103, 205, 211, 214, 225, 246, 280
- *Fiscal year*: ngân niên, tài niên (thuộc về chính phủ) – 268
- *Free market*: thị trường tự do – 145, 153, 154, 155, 156, 157, 161, 168, 173, 276
- *Functional prices*: giá cả phân loại – 199
- *Functional wages*: lương bổng phân loại – 199
- *Government bonds*: công khố phiếu dài hạn – 248
- *Goverment economic interventions*: những chính sách can thiệp kinh tế của chính phủ – 267, 269, 272, 276

• *Government expenditure*: sự tiêu xài, chi tiêu của chính phủ – 47, 48, 268

• *Highest volume of employment*: khả năng thuê mướn cực đại – 199

• *Hoarding of money*: sự tồn trữ tiền bạc – 239, 249

• *Hoarding of cash*: số tiền mặt tồn trữ – 240, 244

• *Immediate consequences*: kết quả tức thời – 32, 100, 120, 133, 168

• *Implication*: sự áp đặt, ép buộc – 127, 171, 174, 189, 194, 195

• *Incentive*: động cơ – 49, 56, 72, 169, 170, 171, 185, 187, 193, 200, 205, 206, 211

• *Income*: lợi tức, lương bổng – 41, 45, 51, 55, 56, 61, 62, 65, 66, 76, 77, 90, 91, 106

• *Income tax*: thuế lợi tức, thuế lương bổng – 56, 210, 271, 281

• *Industry*: kỹ nghệ, công nghiệp – 39, 40, 41, 42, 47, 70, 71, 74, 77, 78, 79

• *Inefficient*: không có kết quả tốt, vô hiệu quả – 147, 250, 272

• *Inefficient high-cost producers*: những nhà sản xuất vô hiệu quả với phí tổn cao – 147, 148

• *Inflation*: nạn lạm phát – 41, 44, 48, 59, 118, 169, 172, 197, 217, 218, 220, 221

• *Interest*: lợi ích, tiền lời – 55, 61, 65, 106, 115, 145, 195, 206, 208, 224, 225, 235

• *Interest rate*: lãi suất – 60, 64, 162, 233, 245, 246, 247, 248, 249, 280

• *Invest*: đầu tư – 56, 65, 77, 81, 103, 105, 128, 129, 162, 170, 184, 192

- *Investment*: sự đầu tư – 81, 206, 225, 242
- *Investor*: nhà đầu tư – 128, 129, 192, 206, 207, 212
- *Largest real payrolls*: trương mục lương bổng cực đại – 199, 208
- *Largest volume of production*: khả năng sản xuất cực đại – 199
- *Largest volume of sales*: khả năng buôn bán cực đại – 199
- *Long run*: trường kỳ, trong một thời gian lâu dài – 32, 42, 56, 72, 80, 81, 113, 124, 133, 160, 161
- *Loss*: lỗ lã – 45, 56, 62, 65, 66, 87, 106, 112, 129, 144, 146, 156
- *Low-income groups*: những nhóm người có lương bổng hay lợi tức thấp – 171
- *Low-income housing:* gia cư có lợi tức thấp – 171
- *Low-rent housing*: gia cư có tiền thuê thấp – 171, 172
- *Manufacturer*: hãng chế tạo, nhà chế tạo – 41, 44, 70, 79
- *Maximum price*: giá tối đa – 153, 154, 155, 162, 163, 165
- *Marcantilism*: chủ nghĩa quốc doanh – 33
- *Margin*: đơn vị – 40, 127, 137, 138, 156, 158, 169, 179, 182, 183, 203, 204, 206, 221
- *Marginal producers*: những nhà sản xuất đơn vị – 179
- *Market*: thương trường hay thị trường – 65, 71, 90, 100, 103, 112, 120, 137, 148, 150
- *Market level*: mức ấn định của thị trường – 126, 153, 156, 187
- *Minimum wage law*: luật lương bổng tối thiểu – 177, 180, 181, 182
- *Money wage or nominal wage*: lương bổng tiêu biểu trả

bằng tiền tệ – 85, 86, 87, 128, 161, 177, 178, 179, 180, 181, 182, 185, 186, 187, 188, 189, 190
- *Monetary*: thuộc về tiền tệ, tài chính – 40, 43, 55, 59, 61, 62, 67, 80, 90, 105
- *Mortgage company*: công ty tài trợ gia phí – 60
- *Natural market*: thị trường tự nhiên – 143, 144, 163, 247
- *Natural price*: giá cả tự nhiên – 143
- *Necessities*: nhu yếu phẩm – 154, 157
- *Need*: sự cần thiết – 40, 42, 49
- *Needs*: những vật dụng, hàng hóa cần thiết – 249
- *Net*: thuần, hậu trừ – 45, 140, 149, 159, 175, 205, 209, 241, 243, 280
- *Net balance*: tổng kết chi – thu thuần túy – 159, 240
- *Parity prices*: giá cả cân bằng – 115, 116, 119, 120, 122, 125, 150, 272
- *Personal income*: lợi tức cá nhân – 56, 246, 271
- *Premiums*: bảo hiểm phí – 274, 275
- *Price ceiling*: giá trần nhà, giá tối đa – 163
- *Price fixing*: việc sửa chữa hay điều chỉnh giá cả – 153, 154, 157, 158, 159, 162, 222
- *Price system*: hệ thống giá cả – 123, 124, 133, 134, 136, 139, 157, 209
- *Private enterprise system*: hệ thống kinh doanh tư nhân - 138
- *Process*: tiến trình – 38, 55, 60, 75, 107, 131, 133, 134, 137
- *Profit*: lợi nhuận – 45, 52, 56, 84, 104, 134, 136, 137, 138, 139, 140, 145, 156
- *Purchasing power*: mãi lực, khả năng mua sắm – 40,

41, 44, 47, 86, 90, 92, 99, 120, 203, 248, 271, 272
- *Rationing*: luật phân-xuất – 157, 159, 160
- *Real wage*: lương bổng thật tính theo mãi lực – 87, 149, 184, 193, 197, 204, 228, 251
- *Regulator*: nhà làm luật, nhà cai trị – 138
- *Relief payments*: những định mức cứu trợ – 189, 190, 274, 275
- *Revenue*: giá bán các thương vụ hay mặt hàng, hoa lợi – 45, 172
- *Scarcity*: tình trạng khan hiếm – 139, 160, 168, 185
- *Sequence*: kết quả – 30, 31, 32, 43, 44, 45, 48, 49, 50, 56, 59
- *Securities*: chứng khoán – 237
- *Scheme*: chiêu bài – 48, 53, 83, 85, 88, 95, 115, 124, 146, 148, 149
- *Short-run*: thời gian ngắn, hạn kỳ ngắn hạn – 32, 107, 159, 160, 191, 192, 193, 194, 225
- *Shortage*: sự thiếu hụt – 94, 146, 156, 158, 175, 219, 268, 271, 281
- *Social Security Act*: luật an sinh xã hội – 273
- *Social security tax receipts*: thuế an sinh xã hội thu được – 274, 275
- *Speculator*: con buôn thăm dò – 144, 145
- *Stabilize*: làm cho bền vững, không lên xuống – 145
- *Standard of living*: điều kiện sống căn bản – 108, 130, 151, 163
- *Stock*: cổ phần – 239, 251
- *Storage*: kho dự trữ, sự tồn trữ – 146, 239, 240, 245

- *Subsidy*: chương trình tài trợ của chính phủ – 125, 255
- *Subsidize*: tài trợ, cung cấp tiền bạc – 48, 51, 53, 56, 60, 66, 67, 86, 90, 102, 112, 126
- *Substitute*: hàng thay thế – 247
- *Supply*: cung cấp – 48, 49, 53, 57, 59, 60, 61, 62, 63
- *Surplus*: sự dư thừa, thặng dư – 146, 163, 211, 250, 268
- *Tariff*: thuế nhập khẩu – 97, 98, 99, 100, 101, 102, 103, 104, 105, 106, 107
- *Taxing personal income*: đánh thuế lợi tức cá nhân – 271, 275
- *Treasury bill*: công khố phiếu ngắn hạn – 248
- *Unemployment insurance*: bảo hiểm thất nghiệp – 269, 270
- *Unit cost of production*: phí tổn sản xuất đơn vị – 250
- *Universal price fixing*: sửa chữa giá cả tổng thể – 157, 158
- *Yield*: lợi nhượng, sinh thêm lợi – 248.

TIỂU SỬ DỊCH GIẢ VÂN TRƯỜNG

Tên thật: **Nguyễn Thị Hồng Vân**
Sinh quán: Sài Gòn

- Trước năm 1975: Là học sinh Trường Tiểu học Đinh Tiên Hoàng và Trường Trung học Lê Văn Duyệt, Sài Gòn;
- Tốt nghiệp Tú Tài II năm 1978, tại Trường Trung Học Bùi Thị Xuân;
- Đậu vào Cao Đẳng Sư Phạm Sài Gòn năm 1980 và theo học Khóa 6, Cao Đẳng Sư Phạm Sài Gòn;
- Sang Hoa Kỳ năm 1981 theo diện ODP;
- Tốt nghiệp Cao Đẳng Điện Toán năm 1985, Catonsville Community College, Maryland;
- Tốt nghiệp Đại học George Mason University, Virginia năm 2006 với văn bằng Cử Nhân Văn Chương Anh Ngữ và Triết Học.

Tác phẩm đã xuất bản:
Under the Stone (Thơ - Anh ngữ)
The Chickadees (Thơ - Anh ngữ)
Crossing Places (Thơ – Anh ngữ)

Tác phẩm sắp xuất bản:
Quê Hương Bỏ Lại (Thơ - Việt ngữ)

Liên lạc Tác giả
Vân Trường
cowalton5@aol.com

Liên lạc Nhà xuất bản
Nhân Ảnh
han.le3359@gmail.com
(408) 722- 5626